உருவாகும் உள்ளம்

The Emerging Mind

டாக்டர் விளயனூர் எஸ். ராமச்சந்திரன்

தமிழில் : இரா. நடராசன்

பாரதி புத்தகாலயம்

2-E, Book work -2015 Ullam folder - Uruvakum ullam- 18-11-2015

URUVAAKUM ULLAM (in Tamil)
Dr. Vilayanur S. Ramachandran
Translation by: **Era. Natarasan**
Originally published under the Title
First Published: OCTOBER 2015

Published by

BHARATHI PUTHAKALAYAM
7, Elango Salai, Teynampet, Chennai - 600 018
Email: thamizhbooks@gmail.com
www.thamizhbooks.com

உருவாகும் உள்ளம்

டாக்டர். விலயனூர் எஸ். ராமச்சந்திரன்
தமிழில்: இரா.நடராசன்

முதல் பதிப்பு: அக்டோபர், 2015

7, இளங்கோ சாலை, தேனாம்பேட்டை, சென்னை - 600 018.
தொலைபேசி : 044 24332424, 24356935 விற்பனை: 24332924

விற்பனை நிலையங்கள்
7, இளங்கோ சாலை, தேனாம்பேட்டை, சென்னை \ 600 018

திருவல்லிக்கேணி: 48, தேரடி தெரு | **பெரம்பூர்:** 52, கூக்ஸ் ரோடு
வடபழனி: பேருந்து நிலையம் எதிரில் அடையார் ஆனந்தபவன் மாடியில்
ஈரோடு: 39, ஸ்டேட் பாங்க் சாலை | **திண்டுக்கல்:** பேருந்து நிலையம்
நாகை: 1, ஆரியபத்திரபிள்ளை தெரு | **திருப்பூர்:** 447, அவினாசி சாலை
திருவாரூர்: 35, நேதாஜி சாலை | **சேலம்:** பாலம் 35, அத்வைத ஆஸ்ரமம் சாலை,
சேலம்: 15, வித்யாலயா சாலை | **மயிலாடுதுறை:** ரசாக் டவர், 1J, கச்சேரி சாலை
அருப்புக்கோட்டை: 31, அகமுடையார் மகால் | **நெய்வேலி:** சி.ஐ.டி.யூ அலுவலகம்,
மதுரை: 37A, பெரியார் பேருந்து நிலையம் | **மதுரை:** சர்வோதயா மெயின்ரோடு,
குன்னூர்: N.K.N வணிகவளாகம் பெட்போர்ட் | **செங்கற்பட்டு:1** டி., ஜி.எஸ்.டி சாலை
விழுப்புரம்: 26/1, பவானி தெரு | **திருநெல்வேலி:** 25A, ராஜேந்திரநகர், பாளையங்கோட்டை
விருதுநகர்: 131, கச்சேரி சாலை | **கும்பகோணம்:** ரயில் நிலையம் அருகில்
வேலூர்: S.P. Plaza 264, பேஸ் மிமி , சத்துவாச்சாரி | பேருந்து நிலையம் அருகில்,
தஞ்சாவூர்: காந்திஜி வணிக வளாகம் காந்திஜி சாலை | **விருதாசலம்:** 511A, ஆலடி ரோடு
திருச்சி: வெண்மணி இல்லம், கரூர் புறவழிச்சாலை | **பழனி:** பேருந்து நிலையம்
தேனி: 12,பி, மீனாட்சி அம்மாள் சந்து, இடமால் தெரு
கோவை: 77, மசக்காளிபாளையம் ரோடு, பீளமேடு | **தி.மலை:** முத்தம்மாள் நகர்,
நாகர்கோவில்: கேவ் தெரு, டோத்தி பள்ளி ஜங்ஷன்
சிதம்பரம்: 22A/ 18B தேரடி கடைத் தெரு, கீழவீதி அருகில்
மன்னார்குடி: 12, மாரியம்மன் கோவில் நடுத்தெரு

ரூ.00/-
அச்சு: பிரிண்டெக், சென்னை - 600 005.

நூலாசிரியரின் முன்னுரை

2003ம் ஆண்டின் ரீத் சொற்பொழிவுகள் (Reith Lactures) வழங்க என்னை அழைத்தது, எனக்கு அளிக்கப்பட்ட பெரிய கவுரவம் ஆகும். 1948ல் பெட்ரண்ட் ரஸல் தொடங்கி முதன்முதலில் ஒரு மருத்துவனாக, ஆய்வு உளவியலாளராக நான் அழைக்கப்பட்டு இருந்தேன். கடந்த ஐந்து பத்தாண்டுகளாக இந்த பேருரைகள், அறிவுத்தளத்தில் உயர்கலாச்சார பிரித்தானிய மரபின் அடையாளமாகி நான் பதின்பருவத்திலிருந்தே வியந்து வாசித்த பல மாமனிதர்களின் வரிசையில் என்னையும் கொண்டு சேர்க்கும், என்று பட்டபோது மகிழ்ச்சியோடும் உற்சாகத்தோடும் அழைப்பை நான் ஏற்றுக்கொண்டேன். அந்த மாமனிதர்களில் சிலரது பெயரையேனும் குறிப்பிடவேண்டுமென்றால், பீட்டர் மெடாவர், ஆர்னால்டு டாயின்பி, ராபர்ட் ஓப்பன் ஹெய்மர், ஜான் காபிரெய்த் ஏன் ரஸல் உட்பட குறிப்பிடலாம்.

நம் காலத்தின் அறிவுத்தேடலைச் செதுக்கியதில் பெரும்பங்கு வகித்தவர்கள் எனும்முறையில் அவர்கள்முன் நிற்பது என்பது பெரிய சவாலாக கடினங்கள் மிக்க ஒன்றாய் இருக்கும் என நான் உணர்ந்தேன். இந்த பேருரைகள் அறிவியல் உலகின் விற்பன்னர்களுக்கு உகந்த ஒன்றாய்; அதே சமயம் ரீத்பிரபு (Lord Raith) உண்மையில் பி.பி.சி.க்கு வகுத்தளித்த குறிக்கோளான சாதாரண மக்களிடம் அறிவியலை எடுத்து செல்லுதல் என்பதையும் நிறைவேற்றுதல் எப்படி என ஒருவகை கிலியும் ஒருங்கே ஏற்பட்டது. மூளை குறித்த ஆய்வு முடிவுகள் பல்கிப்பெருகி இருப்பதை கருத்தில் கொண்டு, நம்மை கவரும் பகுதிகளை முன்வைத்து, ஒரே விஷயத்தைப் பற்றிய ஆழமான ஆய்வு மொழி மிரட்டலாக இருப்பதைத் தவிர்த்து விடுதலே நல்லது எனக் கருதினேன். நான் விஷயங்களை ஏகத்திற்கு எளிமைப்படுத்தி என் நிபுணத்துவ சகாக்கள் பலரை எரிச்சலடையவைக்கும் ஆபத்து அதில் இருப்பதையும் கணக்கில் எடுக்கவேண்டி இருந்தது. ஆனால் ரீத் பிரபுவே ஒருமுறை குறிப்பிட்டதுபோல 'நம்மில் சிலர் இருக்கிறார்கள். எரிச்சலடைவதை கடமையாய் நினைப்பவர்கள்.'

இந்த பேருரைகளை நிகழ்த்த பிரிட்டன் முழுதும் பயணித்ததில் பேருவகையும் மகிழ்ச்சியும் உற்றேன். குறிப்பாக முதலாவது

லண்டன், ராயல் கல்வியகத்தில் வழங்கியது, என் வாழ்வின் கொண்டாட வேண்டிய தருணமாக ஆனது, என்பதற்கு கல்லூரிக்கால பேராசிரியர்கள், சகமாணவர்கள் பின் என் மாணவர்கள் எனத் தெரிந்த அறிந்த முகங்களை அரங்கில் கண்டது மட்டுமே காரணமல்ல; மாபெரும் விஞ்ஞானி மைக்கேல் ஃபாரடே முதன்முதலில் மின்சார இயலுக்கும் காந்த இயலுக்கும் இணைப்பை ஏற்படுத்தி சோதனையைச் செய்து காட்டிய வரலாற்றுச் சிறப்பு மிக்க அதே மேடையில் என் உரையை நிகழ்த்தியதுதான். ஃபாரடே என் வாழ்வின் பால்யகால கதாநாயகர்களில் முதன்மையானவர்... அந்த அறையில் அரங்கில் அவரது இருப்பை என்னால் உணரமுடிந்தது.. ஏனெனில் அவரைப் போலவே நான் செய்ததும் ஒரு இணைப்பு. என்ன - மூளைக்கும் மனதிற்குமான இணைப்பு.

இந்த உரைகளில் என் பொது நோக்கமாக இருந்தது நரம்பியல் அறிவியல் துறையை (மூளை குறித்த கல்வி) பெரும்பான்மை பொது நோக்கர்களிடம் (தாமஸ் ஹக்ஸ்லே சொல்லாக்கத்தின்படி ‘வேலைக்குப்போகும் மனிதர்கள்’) கொண்டு சேர்ப்பதே ஆகும். நரம்பியல் குறைபாடுகளை ஆராய்ந்து நோயாளியின் மூளையில் ஏற்பட்ட சிறு குறைபாட்டை விளக்கி ‘அவருக்கு அந்த விசித்திர அறிகுறிகள் தோன்றுவது ஏன்? சராசரி மூளையின் செயல்பாட்டை இதைவைத்து என்ன மாதிரி அறியலாம்? இந்த நோயாளிகளை உற்று நோக்குவதன் மூலம் நம்மூளையின் கோடிக்கணக்கான நரம்பு செல்களின் செயல்பாடுகளை அறியவும் நமது உள்ளுணர்வு குறித்து கற்கவும் எந்த அளவு உதவும்? என்பனபோன்றவற்றிற்குள் நுழைவதே நமது உரையின் விளக்கமுறை. நான் நேரடியாக வேலை செய்த பகுதிகள் (குறிப்பாக மாயக்கரம், சைனஸ்தீஸியா மற்றும் காட்சி வடிவாக்கம்) அல்லது சி.பி.ஸ்நோ குறிப்பிட்ட இரு தனி உலகங்களான அறிவியல் மற்றும் மானுடவியல் இரண்டு கலாச்சாரங்களையும் பாலமிட்டு இணைக்கும் கூட்டிணைவுத் துறைகளில் சிலவற்றையும் தேர்வு செய்கிறேன்.

சாதாரண எழுத்துரு மூன்றாவது ஆய்வுரை சர்ச்சைக்குரிய கலை ரசிப்பு படைப்பாக்கம் குறித்த நரம்பியல் ‘கலாரசனை நரம்பியல்’ குறித்தது. அறிவியலால் விளக்கமுடியாதென பொதுவில் நம்பப்படுவது. இந்த பிரச்சனையை ஒரு நரம்பியலாளர் எப்படி அணுகுவார் என்பதை வேடிக்கையாக அணுகி இருக்கின்றேன். ‘தேவதைகள் பறக்க அஞ்சும் இருள் வெளிக்குள்’ பிரவேசித்து, ஊகங்களைக் கிளப்பி விட்டதற்காக எல்லாம் நான் எந்த மன்னிப்பும் கேட்கத் தயாராக இல்லை. பீட்டர் மெடாவார் சொல்வதைப்போல, ‘அறிவியல் என்பதே உண்மையாக இருக்கலாம்

என ஊகிக்கும் திசைவழியே மேற்கொள்ளப்படும் சுற்றுலாதான்'. எனவே ஊகித்தலும் ஆர்வத்தைக் கிளப்பிவிடுதலும் சிறப்பானதே என்றாலும் அவை ஆய்வுக்கு உட்படுத்த முடிந்தவையாக அறிவியல் முன் அனுமானங்களாக இருப்பதோடு, எப்போது நூலாசிரியர் ஐஸ்கட்டி மீது நடனமாட வைக்கிறார், எப்போது அவர் திட நிலத்தில் நிற்கிறார் என்கிற அடிப்படை புரிதல் முக்கியம் என்பதிலும் கவனமாகவே இருக்கிறேன் நூல்முழுதும் நான் இந்த வேற்றுமையை சிரமப்பட்டுக் காப்பாற்றி இருப்பதாய்க் கருதுகிறேன்; அடிக்குறிப்புகள் உட்பட....

நரம்பியலில் ஒரு வகை பதட்டமும் நிலவுகிறது. தனிநபர் ஆய்வுமுறை - அதாவது ஒருவகை நோய் அறிகுறி கொண்ட ஓரிரு நோயாளிகளை எடுத்துக்கொண்டு ஆழத்தோடு ஆராய்தல் மற்றும் பொரும்பாண்மை எண்ணிக்கை நோயாளிகளிடையே நடக்கும் புள்ளி விபரப் பகுப்பாய்வு என இவை இருவகை ஆய்வு முறைபாடுகளுக்கு இடையிலான பதட்டம் அது. ஒற்றை விசித்திர மருத்துவ வரலாறுகள் சில சமயம் நம்மைத் தவறாக வழி நடத்தலாமென்று ஒரு விமர்சனம் உண்டு, என்றாலும் அது அறிவிலித்தனமானதாக உள்ளது. ஏனெனில் நரம்பியலில் சில அதீத நோய் நிலைகள் மொழித் திரிபு அம்னீஷியா (பிரண்டா மில்லர், எலிசெபத் வாரிங்கடன் லாரிஸ்கொயர் மற்றும் லாரிவீஸ்கரான்ட் ஆகியோர், ஆய்வு செய்தது) கார்டிகல் நிறக்குருடு, புறக்கணிப்பு நோய்நிலை, குருட்டுப் பார்வைநிலை, மூளைப்பிளவு நோய் அறிகுறி போன்றவை இந்த முறைப்படி மிகச்சிறப்பாக விளக்கம் பெற்று மருத்துவ சிகிச்சை முறைகளும் அறிமுகமாகி உள்ளன. ஆனால் மேற்கண்டவை அனைத்தும் தனிமனித நோய்நிலை ஆய்வுகள்தான். பெருமக்கள் கணக்கீட்டு முறையில் தீர்க்கப்பட்ட ஒரு பிரச்சனை கூட என்னால் பெயரிட்டுச் சொல்லமுடியாது. சரியான முறையான பாதை தனிநோயாளி ஒருவரின் மீது தீவிர ஆய்வு நடத்தி அதனை பிறநோயாளிகள் - மனிதர்களுக்கு - பொருத்திப்பார்த்து அறிவதே ஆகும். இந்த ஆய்வுரைகள் மூலம் விளக்கம்பெறுகிற மாகயகரம், கேப்க்கிராஸ் கற்பிதம், சைனஸ்தீஸியா, புறக்கணிப்பு போன்றவை பல்வேறு நோயாளிகள் உலகளாவிய ஆய்வுக் கூடங்களில் வைத்து பரிசோதிக்கப் பட்ட முடிவுகள் ஆகும்.

என் சகாக்களும், மாணவர்களும் என்னிடம் அடிக்கடி கேட்கும் கேள்வி; நான் எப்போது மூளை பற்றிய ஆர்வத்தை அடைந்தேன், ஏன் என்பது. ஒருவர் ஆய்வுதுறை சார்ந்து முழு விளக்கம் தருவது கடினம் என்றாலும் நான் சுருக்கமாய் முயற்சி செய்கிறேன். அறிவியல் மீதான என் ஆர்வம் பதினோரு வயதில் ஏற்பட்டதாகக்

கருதுகிறேன். தனியனான, தடுமாற்றமான ஒரு சிறுவனாய் நான் இருந்தேன். ஆனால் பாங்காக்கில் எனக்கு அறிவியல் சகா ஒருவன் இருந்தான்: சம்சாவு சுச்சாரிட்குல் (கூக்கி) ஆனால் எப்போதும் இயற்கையை என் பிரியசகாவாக நான் கருதினேன். வல்லாங்கான சமூக விதிகளிடமும் மனதை மரத்துப் போகவைக்கும் சம்பிரதாய நடப்புகளிடமும் இருந்து தப்பிச் செல்ல அறிவியல் ஒரு அற்புத வழியாக இருந்தது. ஏராளமான கடல் சோழிகள், புவிசால் மாதிரிகள் மற்றும் புதை படிம ஆதாரங்கள் எனத் திரட்டியபடியே ஏதோ பழங்காலத்தை ஆராய்ச்சி செய்பவன்போல நான் விழைந்தேன்; அகழ்வாராய்ச்சி சமிக்ஞை உடைப்பு (சிந்துச்சமவெளி எழுத்துக்கள்) ஒப்பீட்டு உடற்கூறியல் என என்னால் கழிக்கமுடிந்தது. எனக்கு நம் காதுகளுக்குள் குட்டியாக இருக்கும் ஒலியை அதிகமாக்க நாம் பயன்படுத்தும் ஒரு சிறு எலும்பு ஏனைய ஊர்வன இனத்தின் தாடை எலும்பிலிருந்து உருவானது என்பதெல்லாம் பெரிய ஆச்சரியத்தைக் கொடுத்தது. ஒரு பள்ளி மாணவனாக வேதியியலில் எனக்கு ஏராளமான ஆர்வம் இருந்தது மட்டுமல்ல; பலவகை வேதிப்பொருட்களை எப்படியோ வரவழைத்து நான் அப்படி இப்படி கலந்து ஆய்வுகளில் ஈடுபட்டேன் (ஒரு எரியும் மெக்னீசியத்துண்டு நீரில் மூழ்கடிக்கப்பட்டால் அதில் உள்ள (H_2O) ஆக்ஸிஜனைப் பயன்படுத்தி எரிந்தது) இன்னொரு பேரார்வம் உயிரியல். வீனஸ் பூச்சிகளின் வாய்திறந்து பல்வகை சர்க்கரை, கொழுப்பு அமில, அமினோ அமில கரைசல் ஊற்றி அதை சுவைகளால் ஜீரணிக்க முடியுமா என்று ஆராய்ந்தேன். பிறகு சர்க்கரை போலவே எறும்புகள் சாக்கரீனாலும் ஈர்க்கப்படுமா என ஒரு ஆராய்ச்சி.. நம்போல எறும்பு சாக்கரீனை, சர்க்கரையாகக் கருதும் முட்டாளா என அறிய முயற்சித்தேன்.

மேற்கண்ட இத்தனை பிரயத்தனங்களும்-விக்டோரியா கால ஆர்வக் கோளாறுகள்-நான் தற்போது இயங்கிவரும் தளத்தோடு (நரம்பியல் மற்றும் உளவியல் சார்ந்த இயற்பியல்). எந்த தொடர்பும் இன்றி எங்கோ தனித்து விடப்பட்டுள்ளது. ஆனால் இந்த பால்யகால அனுபவங்கள், பொழுதுபோக்கு ஆர்வங்கள் இன்றைய நான் எனும் வயது முதிர்ந்த ஆளுமையை, அறிவியலில் எனது பாணியை, பாதையை உருவாக்குவதில் பங்கு வகித்திருக்கவேண்டும்...என்ற அடிப்படையில் இந்த பயண வெளியை டார்வின், குவியர், ஹக்ஸ்லே, ஓவன், வில்லியம் ஜோன்ஸ் ஏன் சாம்போலியன் என பலர் உழன்ற இந்தப் பயண வெளியை எனது உலகாக்கிக் கொண்டிருக்கிறேன். எனக்கு நிஜமாக அறிய வந்திருக்கும் பலரை விட இவர்கள் எனக்கு நிஜமானவர்கள்; நிச்சயமாக உயிர் துடிப்புள்ளவர்கள் இத்தகைய

எனக்கே உண்டான அந்தரங்க உலகில் நுழைந்ததே என்னை தனித்தொதுங்கிய திருகல் கொண்டவனாக அன்றி சிறப்பானவனாக உணர வைத்துள்ளது, விசித்திரமான, வேறுமாதிரியாளாக ஆக்கி உள்ளது. அது என்னை ஒரே மாதிரியான உலகிலிருந்து சராசரி வாழ்க்கை எனும் கொடிய நடைமுறையிலிருந்து விடுவித்து ரஸ்ஸல் சொன்னதுபோல, 'ஏதேனும் ஒரு வீரார்ந்த தூண்டுதலேனும் சராசரி உலகிலிருந்து தப்பி நிலைக்கட்டும்' எனும்படி வாழ வைத்துள்ளது.

அப்படிப்பட்ட ஒரு தப்புதல், சான்டியாகோவின் கலிபோர்னிய பல்கலைக் கழகத்தால் சாத்தியமாகியது, அது ஒரு ஆர்வம் தூண்டும் அதே சமயம் நவீனமான கல்விக் கழகம். அதன் நரம்பியல் கல்வித் திட்டம் தேசிய அறிவியல் அகாடமியால்(USA), நாட்டிலேயே நம்பர் ஒன் என்று அதன் நரம்பியல் செயல் திட்டம் தேர்வுபெற்று சமீபத்தில் பாராட்டப்பட்டுள்ளது. நீங்கள் இதோடு சால்க் கல்வியகம் மற்றும் ஜெர்ரி எடில்மான் நரம்பியல் நிறுவனத்தையும் இணைத்து யோசித்தால் லாஜோலா பகுதியின் 'நியூரான் பள்ளத்தாக்கு' உலகில் வேறு எங்குமில்லாத அளவு ஆர்வத்தை மனித மூளையை நோக்கித் திருப்பும் ஒரு புதையல் வெளியாக இருப்பதை உணரலாம்.

அறிவியல் தனது அதிகம் வளர்ச்சியுறா ஆரம்ப நிலையில் மிகவும் கேளிக்கை தரும் விஷயமாக இருக்கும். அதிக ஆர்வத் தேடல்கள் தொடர இன்னும் தொழில் முறையாக்கமின்றி 9-5மணி வரை வேலையாகாமல் தனித்திருக்கிறது. துரதிர்ஷ்டவசமாக எத்தனையோ அறிவியல் துறைகளுக்கு, குறிப்பாக வெற்றிகரமான துகள் இயற்பியல், மூலக்கூறு உயிரியல் போன்றவை உட்பட்டவைகளுக்கு மேற் சொன்ன அந்த விளக்கம் பொருந்தாத நிலை வந்துவிட்டது. இன்று நேச்சர் இதழிலோ அல்லது சயின்ஸ் (Science) இதழிலோ ஒரு ஆய்வுக் கட்டுரையை முப்பது பேர் இணைந்து எழுதுவதைக் காணமுடிகிறது. எனக்கு அது களிப்பூட்டும் ஏதோ ஒன்றை எடுத்துக் கொள்வதாகிவிடுகிறது. (அந்த ஆய்வுக்கட்டுரை ஆசிரியர்களுக்கும் அப்படியே என நம்புகிறேன்) இது நான் ஏன் மீண்டும் மீண்டும் பழைய முறைப்படி அதாவது கெஸ்விந்திய நரம்பியல் நோக்கியே ஈர்க்கப்படுகிறேன் என்பதற்கான இரண்டு காரணங்களில் ஒன்று - இந்த கெஸ்விந்தியன் முறையிலான நரம்பியல் இன்னமும் கூட சாதாரண; அப்பாவித்தனமான கேள்விகளை எழுப்பிக் கொண்டு ஆரம்பநிலை விதியாக்கங்களுடன் - ஒரு பள்ளி மாணவனின் - மிக யதார்த்தமான - ஆனால் நிபுணர்களைக்கூட நெளியவைத்து விடுகிற விடைகள் அமைந்த - கேள்விகளுடன் தேடல்களுடன் தொடர்கிறது. அந்த அறிவியல்துறை இன்னமும்கூட ஃபாரடே

மாதிரி ஆய்வுகளில் - வெறும் பற்றவைப்புகூட - ஆச்சரியமான விடைகளுடன் தொடர்கிறது. உண்மையில் நானும் என் சக ஆய்வாளர்களும் இதை நரம்பியலின் பொற்காலமான - சார்காட், ஹக்லிங் ஜேக்சன், ஹென்றிஹீடு, லூரியா மற்றும் கோல்டு ஸ்டைன் ஆகியோர் காலத்திற்குத் திரும்ப எடுத்துச் செல்லும் வாய்ப்பாகக்கூட கருதுகிறோம்.

நான் நரம்பியலைத் தேர்வு செய்ததற்கான இரண்டாவது காரணம் வெளிப்படையானது, அது நீங்கள் இந்தப் புத்தகத்தை தேர்வு செய்த அதே காரணம்தான். மனிதர்களாக நாம் பிற எல்லா விஷயங்களையும்விட நம்மைப்பற்றியே அறிய பேரார்வம் கொண்டவர்களாக இருப்பதோடு, நம்குறித்த இந்த ஆய்வு அமைப்பாக தொழில் முனைப்பு உங்களை நம்உலகின் ஆகப் பெரிய சிக்கலான நாம் யார்? எனும் வினாவிடம் கொண்டு செல்லும். முதல் நோயாளி மூலமே நான் மூளை குறித்த கல்வியால் ஈர்க்கப்பட்டேன். அவர் ஸூடோ - பல்பார் - பால்சி (Pseudo-bubar Palsy- ஒருவகை வலிப்பு நோய்) எனும் நோய் நிலையால் பாதிக்கப்பட்டிருந்தார்- ஒரே நேரத்தில் சில வினாடிகளில் அழவும் சிரிக்கவும் மாறி மாறி முடிவின்றி தொடர்ந்து கொண்டிருந்தார். அது எனக்கு மனிதனின் வாழ்வை சட்டென நியாபகப்படுத்துவதாய் இருந்தது. இது என்ன? மகிழ்ச்சியற்ற சிரிப்பும் முதலைக் கண்ணீருமா என நான் வியந்தேன். அல்லது அவர் அடுத்தடுத்து அளவற்ற மகிழ்ச்சியையும் தாங்க முடியாத துக்கத்தையும் மாறி மாறி அனுபவித்தாரா, இதுபோலத்தான் பித்து நிலையும் - பெருஞ்சோர்வும் தாக்கிய ஒருவரை ஒரு காலம் சுருங்கிய பெட்டகத்திற்குள் திணித்து வைத்தது போலவோ இது?

இந்தப் புத்தகம் முழுதும் நாம் இதுபோன்ற பல கேள்விகளை எழுப்ப இருக்கிறோம். மாயக்கரம் எனும் நிலையை ஏற்படுத்துவது எது? நமது உடல் குறித்த பிம்பத்தை நாம் கட்டமைப்பது ஏன்? பிரபஞ்சக் கலை - படைப்பாக்க அறிவியல் விதிகள் உள்ளனவா? உருவகம் என்பதுதான் என்ன? சிலர் இசையின் கூறு நிறங்களாக 'காண்பது' எதனால்? மனஇசிவு (ஹிஸ்டீரியா) என்பது என்ன? சில கேள்விகளுக்கு நான் விடைதரமுயன்றிருக்கிறேன், ஆனால் நமது விளக்கங்கள் விடைகளுக்குள் அடங்காமல் தெளிவற்றுத் தொடரும் என்பது போன்ற சில கேள்விகளும் உண்டு : 'உள்ளுணர்வு என்பது என்ன?'

அவற்றிற்கு நான் பதிலளிக்கிறேனோ இல்லையோ, இந்த ஆய்வுரைகள் மேலும் அறிய வேண்டும் எனும் பசியை உங்களுக்குள்

தூண்டி விட்டு இந்த அற்புதத் துறையில் என்ன நடக்கிறது என்பதைக் கற்றறிய ஊக்குவித்தால் அவை அவற்றின் நோக்கத்தில் பெருவெற்றி கண்டதாக நான் கருதுவேன்.

நான் இந்த ஆய்வுரைகளை எங்கள் மையத்திற்குத் தாங்களாகவே முன்வந்து மணிக்கணக்கில், நாட்கணக்கில் இருந்து ஆய்வுகளில் பரிசோதனைக்காக உதவிய என் நோயாளிகளுக்கு சமர்ப்பிக்க விரும்புகிறேன். பெரிய அறிவியல் மாநாடுகளில் பங்கேற்பதன் மூலமோ, அறிவுஜீவிகளான என் சக ஆய்வாளர்களோடிருப்பதன் மூலமோ கற்றதைவிட - மூளைக் கோளாறான நிலையில் உள்ள அவர்களோடு உரையாடுவதன்மூலமே நான் அதிகம் கற்றுக் கொள்கிறேன்.

டாக்டர் வி.எஸ். ராமச்சந்திரன்

1

மனித - மூளைக்குள் நடக்கும் மாயாஜால்...!

மனித இனத்தின் கடந்த முன்னூறு ஆண்டுகால வரலாறு, நாம் அறிவியல் புரட்சிகள் என அழைக்கும் பிரதான மனித சிந்தனை எழுச்சிகளால் தனித்து அடிக்கோடிடப்பட்டுள்ளது - அறிவியல் புரட்சி என்பது பிரபஞ்சம் பற்றிய நமது கருதுகோளை, நாம்குறித்த பிரபஞ்சத்தில் நமது இடம் குறித்த கருதுகோளை முற்றிலும் மாற்றியதைக் குறிக்கும். முதலில் வந்தது கோபர்நிகஸ் புரட்சி - பிரபஞ்சத்தின் மையமாக இருந்ததாக நம்பப்பட்ட நமது கோள் புவி, சூரியனை சுற்றிவரும் ஒரு புழுதிப்புள்ளி மட்டுமே என்று நிரூபித்தது. இரண்டாவது டார்வினிய புரட்சி, நாம் தேவதைகளின் மறுதோன்றிகள் எனும் சித்தாந்தத்தை உடைத்து - அதிகம் முடி இல்லாத மனித - குரங்கு வகைதான் மனிதன் என - இதே அரங்கத்தில் ஒருசமயம் தாமஸ்ஹென்றி ஹக்ஸ்லே குறிப்பிட்டதைப்போல - முன் வைத்தது. மூன்றாவது, பிராய்டு முன்வைத்த நினைவிலிமனம் - நமது செயல்பாடுகளை நாமே முழுக்கட்டுப்பாட்டில் வைத்துள்ளதாய் நம்பப்பட்டபோது அது நம்மால் கட்டுப்படுத்த முடியாத, தன்னிச்சையான ஆழ்மனப் பதிவுகளால் நமக்கே தெரியாமல் நமது நடத்தை கட்டுமானம் அடைவதை முன்வைத்தது. உங்களது நினைவு - நிஜ வாழ்வு என்பது - சுருங்கக் கூறுவதானால் - ஆழ்மனம் வேறு காரணங்களுக்காக செய்ய வைத்த சம்பவ அடுக்குகளை நியாயப்படுத்துதே ஆகும்.

ஆனால், இப்போது நாம் புரட்சிகளிலேயே ஆகச் சிறந்த ஒன்றை எதிர்கொள்ளக் கூடி இருக்கிறோம் - மனித மூளையைப் புரிந்துகொள்தல் என்பதே அது. மனித உயிரினத்தின் வரலாற்றில், மற்ற முந்தைய புரட்சிகர தருணங்களைக் காட்டிலும் இது திருப்புமுனையாக இருக்கப்போகிறது - ஏனெனில், மற்றவை போல வெளியுலகை, பிரபஞ்சத்தை, உயிரியலை, இயற்பியலைப் பற்றியது அல்ல இது. நமது உடல்குறித்தது. மற்ற புரட்சிகள் அனைத்தையும் சாத்தியமாக்கிய மனித மூளையைப் பற்றியது. மனிதமூளைக்குள் என்ன நடக்கிறது என்பதுபற்றிய புதிய இந்தப் புரிதல்கள்

சி.பி. ஸ்னோ குறிப்பிட்ட இரண்டு தனி உலகங்களான விஞ்ஞான உலகையும், தத்துவம், மானுடவியல் என பொதுவாக அறியப்பட்ட கலை இலக்கிய உலகையும் ஒரு பாலமாக இணைத்து விடுகிற புதிய அறிவியலை நமக்கு வழங்கப் போகிறது என்பதை அழுத்தமாய் கோடிட்டுக்காட்ட நான் விரும்புகிறேன். மனித மூளை குறித்து நடந்துள்ள விரிவான ஆராய்ச்சிகளைக் கணக்கில் கொண்டு பார்க்கும் போது நான் மொத்தமாய்ச் சேர்த்து வழங்குவதைவிட, நமக்கு ஆழமானவையும் மனஎழுச்சியையும் ஆர்வத்தையும் தூண்டக்கூடிய சேகரிப்புகளை வழங்க விரும்புகிறேன். இந்த சொற்பொழிவுகள் மூளை குறித்த பன்முகத் தலைப்புகளைக் கொண்டதாயினும் இவைகளில் இரண்டு பொது அம்சங்கள் அடிநாதமாய் இயங்குவதைக் காணலாம். முதலாவது - ஒரு புதிதாகவும் ஒழுங்குமீறிய அம்சமாகவும் பொதுவாக பார்க்கப்படும் நரம்பு மண்டல நோய் அறிகுறிகள், சிலசமயம், இயல்புநிலையில் உள்ள மூளையின் செயல்பாடு என்ன என்பதை அறிய பெரிய உதவியாக உள்ளது என்பது. இரண்டாவது, மூளையின் செயலாக்கம், பரிணாமத்தின் வாகான காட்சிப்படுத்தல் வழிதான் சரியாகப் புரிந்து கொள்ளப்படுகிறது என்பது.

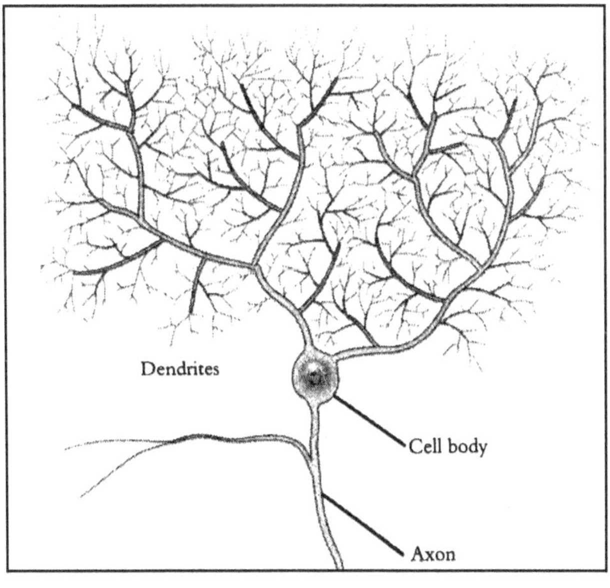

படம் 1.1. ஒரு நியூரான். தகவல்பெறும் டெண்ட்ரைடஸ் மற்றும் மற்ற நியூரான்களுக்கு தகவல்களை அனுப்பும் ஆக்ஸானுடன்.

மனித மூளை, இப் பிரபஞ்சத்திலேயே மிகவும் சிக்கலாக வடிவமைக்கப்பட்டு - நிர்வகிக்கப்படுகிற அமைப்பு என்று சொல்லப்படுவதைப் புரிந்து கொள்ள முதலில் நீங்கள் சில எண்களை அறியவேண்டும். நமது மூளை சுமாராக ஒரு நூறு பில்லியன் நரம்பு செல்களால் ஆனது. இவைகளுக்கு மருத்துவ உலகம் நியூரான்கள் என பெயரிட்டுள்ளது. நியூரான்களே நமது நரம்பு மண்டலத்தின் அடிப்படை அலகுகளாக செயல்படுகின்றன (படம் 1.1). இந்த ஒவ்வொரு நியூரானும் ஏனைய பிற நியூரான்களோடு சுமார் ஓராயிரம் முதல் பத்தாயிரம் தொடர்புகளை ஏற்படுத்துகிறது. இத்தகைய தொடர்புப் புள்ளிகள் நரம்புணர்வு வாய் எனும் அர்த்தம் பெறும் சைனாப்கள் என்று அழைக்கப்படுகின்றன. மூளையின் இந்த இடத்தில்தான் தகவல் பரிமாற்றங்கள் நடக்கின்றன. இந்தத் தகவலை வைத்துப் பார்க்கும்போது மனித இனத்தின் ஒரே ஒரு மூளைக்குள் நடக்கும் கோர்த்தல்; பிரித்தல் செயல்பாடுகளின் எண்ணிக்கை அதாவது நியூரான்கள் இருக்கும் நிலைகளின் எண்ணிக்கை இந்த பிரபஞ்சத்தில் வியாபித்திருக்கும் மொத்த அடிப்படை துகள்களின் எண்ணிக்கையைவிட பலமடங்கு அதிகம் என கணக்கிடப்பட்டுள்ளது. சாதாரணமான பொதுக்கருத்து என்றாலும் நமது உள்ளத்தனைய வாழ்வு என்பது - அதாவது நமது உணர்வுகள், உணர்ச்சிப் பெருக்குகள், எண்ணங்கள், லட்சியம், காதல் வாழ்க்கை சென்டிமண்ட், இவ்வளவு ஏன் - நாம் ஏதோ ரகசியம் என நினைத்து பேணுகிற அந்தரங்கம் எல்லாம் - நமது தலையில் மூளையில் உள்ள மிகச்சிறிய அந்த சூழ்ம சதைப் பகுதிகளின் புள்ளிச் செயல்பாடுகளே என நினைத்து ஆச்சரியப்படாமல் இருக்க முடியவில்லை. அது தவிர வேறு ஒன்றுமே இல்லை. திகைப்பூட்டும் கடுஞ்சிக்கலான இதை விளங்கிக் கொள்ள எங்கிருந்து தொடங்குவது?

அடிப்படை உடற்கூறியல் அம்சங்கள் சிலவற்றிலிருந்து நாம் தொடங்குவோம். மூளை பார்ப்பதற்கு எப்படி இருக்கும் என்பது பற்றி இந்த இருபத்தோறாம் நூற்றாண்டில் பெரும்பான்மையோர்க்கு ஒரு புரிதல் இருக்கிறது. முகம் பார்க்கும் கண்ணாடியின் பிம்பம்போல வார்த்தெடுத்த, பெருமூளை அரைக் கோளங்கள் (Cerebral Hemispheres) என அழைக்கப்படும், இரு பாதியாக உள்ள மூளை, மலர் தண்டில் வீற்றிருக்கும் கச்சிதமான வால்நெட் அக்ரோநட்டு கொட்டைபோல - மூளையானது மூளைத் தண்டில் வார்க்கப்பட்டுள்ளது. ஒவ்வொரு அரைக்கோளமும் நான்கு மூளை கதுப்புகளால் (Lobes) ஆனது. முன்கதுப்பு (Frontd Lobe) பக்கக் கதுப்பு (Parietal Lobe) கீழ்கதுப்பு

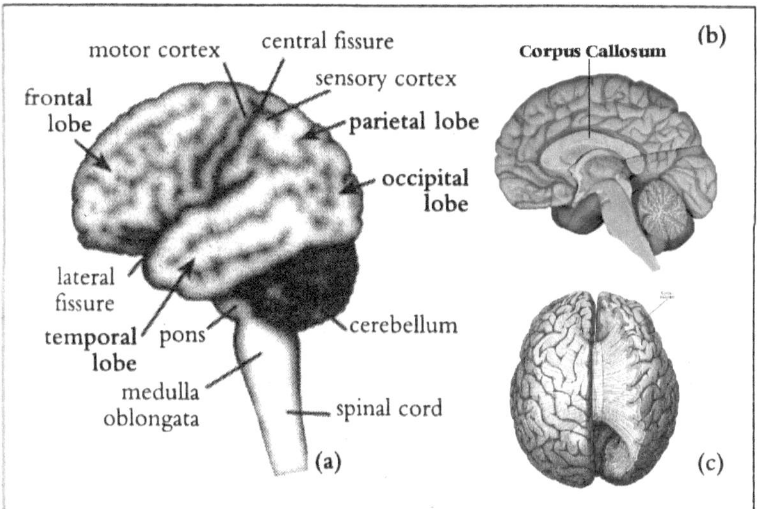

படம்: 1.2: மனித மூளை முழு பகுதி (a) இடது அரைக் கோளத்தின் உட்பகுதி (b) கீழிருந்து மேல் நோக்கிய இரு அரைக் கோளங்களின் படம் (c)

படம்: ராமச்சந்திரன்(a) மற்றும் (b) (c) ஸெகி (1993)

(Occipital Lobe) மற்றும் மேல்கதுப்பு (Temporal) (படம் 1.2)

இவற்றில் பின்மூளை மடல் எனும் (கீழ்கதுப்பு - Occipital Lobe) நம் தலையின் பின்பகுதியில் அமைந்துள்ள மூளையின் அமைப்புதான் நமது பார்வை செயல்பாடுகளின் மையமாக செயல்படுகிறது. அப்பகுதியில் ஏற்படும் சேதங்கள் நமது கண்பார்வையைப் பாதிக்க பார்வை இன்மையை ஏற்படுத்தும். முன்கதுப்பு (Temporal Lobe) செவிப்புலன், உணர்ச்சிப் பெருக்கு மற்றும் சாட்சிப் புலம் கட்டுமாணங்கள் ஆகிய செயல்பாடுகளை கவனிக்கிறது. பக்கவாட்டுக் கதுப்புகள் என நம் தலையின் இருபுறமும் அமைந்த, மூளை, பின்பகுதிகள், முப்பரிமாண புற உலகைக் காட்சிப்படுத்தவும் நமது சொந்த உடலை முப்பரிமாண அமைப்பில் கண்டுணர்வும் வைக்கின்றன. கடைசியாக, மூளையின் முன் பகுதியாய் உள்ள பெருமூளை என்றும் பொதுவாக அழைக்கப்படும் மேல் மூளை கதுப்பு மனித மனம் சார்ந்த விசித்திரமான அம்சங்கள், மனித நடத்தையின் மர்ம முடிச்சுகள், நல்லொழுக்க நெறி, மதிநுட்பம், லட்சியம், அதன் திறன் சார்ந்த அம்சம் என நாம் அதிகம் அறியாத, விஷயங்கள் குறித்தவற்றுக்குப் பொறுப்பேற்கிறது.

மூளைகுறித்து அறிய பல வழிகள் உள்ளன. ஆனால் எனது அணுகுமுறை அவற்றிலிருந்து வேறுபடுகிறது. மூளையின் ஒரு

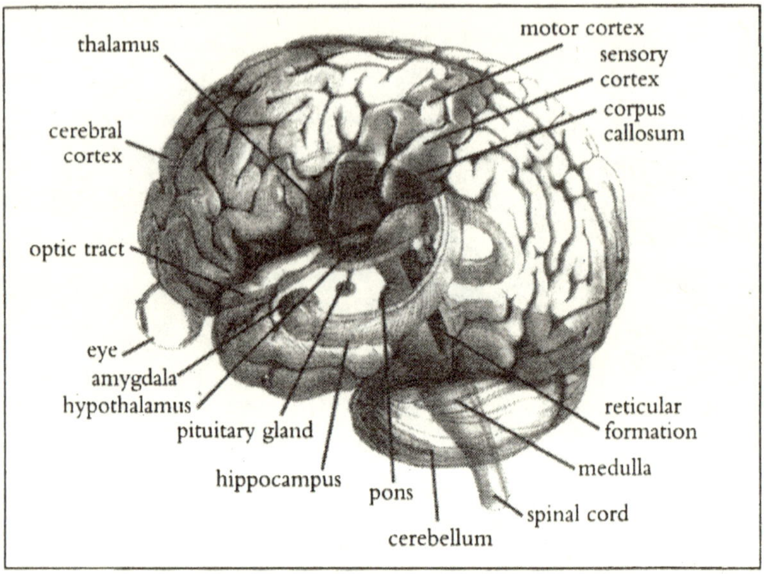

படம் 1.3. ஓவியரால் திறம்பட வரைந்து உட்பகுதி அறிய திறந்து காட்டப்படும் மூளையின் குறுக்குவெட்டுத் தோற்றம். தலாமஸ் நடுவே காணப்படுகிறது.
படம் brain mind and beliation
(புளூம் மற்றும் லாசெரான் (1988).

சிறுபகுதியில் அடிபட்டு சேதம் கண்டவர்களை உற்றுக் கவனித்து அறிவதே எனது அணுகுமுறை ஆகும். சுவாரசியமான விஷயம் என்னவென்றால், மூளையின் ஒரு குறிப்பிட்ட பகுதியில் லேசாக சேதம் கண்டவர்களை அறிவாற்றல் மற்றும் புலனுணர்வின் ஒட்டுமொத்த அம்சமும் பாதிப்படைந்து விடுவதோ, மூளை மழுங்கி முற்றிலும் மனம் மரத்துப் போவதோ, கிடையாது. மாறாக குறிப்பிட்ட ஒரு சிறு விஷயம் மட்டும் பாதிக்கப்படும், இதை அறியும் நமக்கு, மூளையின் அந்தப் பகுதி குறிப்பிட்ட அந்த செயல்பாட்டிற்கு ஏதோ ஒரு விதத்தில் காரணமாக அமைவதை உணர்த்திவிடுகிறது. என்னால் பல உதாரணங்களைக் காட்ட முடியும். எனினும் எனக்கு மிகவும் விருப்பமான சிலவற்றைப் பார்ப்போம்.

முதலில் முகங்களை அடையாளம் காணும் திறனை இழக்கும் (Face Blindness) நிலை, இதற்கு ப்ரோசோ போக்னோஸ்யா என்று பெயர். மூளையின் இருபுறமும் பக்கக் கதுப்புகளில் பியூஸிஃபாம் ஜைரஸ் பகுதி சேதமடைந்த நோயாளிகளால் அவர்கள் சந்திக்கும் நபர்களின் முகங்களை நினைவு வைத்து அடையாளம் காண

முடியாது (படம் 1.3) அவரால் புத்தகம் படிக்க முடியும் - எனவே பார்வை இழப்பு ஏதுமில்லை - மனப்பிறழ்வு அல்லது பித்து நிலை ஏதும் கிடையாது, இயல்பு நிலையில்; ஆனால் மனிதர்களின் முகங்களை அடையாளம் காணும் திறன் மட்டும் போய்விடுகிறது.

இந்த ப்ரோசோபோக்னோஸ்யா நிலை என்பது நன்கு அறிந்ததே. அதிலும் காய்கிராய் நோய் நிலை என்பது அபூர்வமான நிலையாகும். சில மாதங்களுக்கு முன் வரை நான் பார்த்த ஒரு நோயாளி, ஒரு கார் விபத்தில் தலையில் அடிபட்டு கோமா நிலைக்கு சென்றவர். ஆழ்மயக்க நிலையிலிருந்து இரண்டு வாரங்களில் மீண்டார். நரம்பியல் மருத்துவத்தின்படி எந்தக் கோளாறும் இல்லை. ஒரே ஒரு பிரச்சனை தவிர. தனது தாயைக் காட்டி அவர் சொல்வார், “டாக்டர்! இந்தப் பெண்மணி பார்ப்பதற்கு அசப்பில் என் அம்மாவைப் போலவே இருக்கிறார். ஆனால் இது அம்மா இல்லை. அவர் அது போலவே நடிப்பவர்' இது எப்படி நேர்ந்தது? ஒன்றை நினைவில் வையுங்கள்... டேவிட் என்று நான் பெயரிட விரும்பும் இந்த நோயாளி ஏனைய அனைத்து விதத்திலும் சராசரி மனிதராக நடந்து கொள்கிறார். அறிவார்த்தமானவர்; துடிப்பாக முன் எச்சரிக்கையாக பேசுபவர். அமெரிக்க தரப்படியாவது; சகஜமாக அளவளாவியதோடு வேறு எந்த உணர்வுப் பூர்வ பிரச்சனையும் இன்றி இருப்பவர்.

இந்த விநோதப் பிரச்சனையைப் புரிந்து கொள்ள முதலில் நீங்கள் மனிதப் பார்வை, என்பது எளிமையான செயல்முறை அல்ல என்பதை உணரவேண்டும். காலையில் கண் விழிக்கும்போது உங்கள் முன் அனைத்தும் காட்சிப்படுதலால், பார்ப்பது என்பது எந்த முனைப்பும் தேவைப்படாத உடனடி அனிச்சைச் செயலாகத் தான் தோன்றும். உண்மையில், உங்கள் ஒவ்வொரு கண்கோளத்திலும் உங்களுக்குக் கிடைப்பது உலகைக் குறித்த தெளிவற்ற ஒரு தலைகீழ் பிம்பம் மட்டுமே. இது ரெட்டினாவில் பிம்பங்களை ஏற்று உள்வாங்கும் உணர்வுகளை தூண்டி, தகவல்கள் பார்வை நரம்புகளின் மூலம் உங்கள் மூளையின் பின்பகுதிக்கு எடுத்துச் செல்லப் பட்டு அங்கே அவை முப்பது கட்புலன் பகுதிகளில் பகுப்பாய்வு செய்யப்படுகின்றன. இந்த பகுப்பாய்விற்குப் பிறகுதான் நீங்கள் உங்கள் முன் காட்சிப் படுவது எது என்பதை உணரத் தொடங்குகிறீர்கள். அது உங்களது அம்மாவா? பாம்பா? பன்றியா? உட்புணையும் சுருளி (பியூசி ஃபாம்) ஜைரஸ் எனும் உங்களது மூளையின் மிகசிறிய பகுதி இந்த காட்சிப் பொருட்களை தரம் பிரித்து உணரும் வேலையில் உதவுகிறது. மூளையின் இந்தப் பகுதியில் அடிபட்டு சிதைவு ஏற்பட்டால் அந்த நோயாளிகள், புரோசோ போக்னோஸ்யா எனும் முன்பு சொன்ன முகம் அடையாளம் காணும்

திறனை இழக்கும் நோயைப் பெறுகிறார்கள். முகக்குருடு என்று இது அழைக்கப்படுகிறது. இறுதியாக, பிம்பம் அடையாளப்படுத்தப்பட்ட பிறகு அது அமைக்டாலா எனும் அமைப்பில் ஒளிப்பரப்பப்படுகிறது. இப்பகுதி சிலசமயம் உணர்வு மண்டலத்தின் வாசல் என்றும் அறியப்படுகிறது. இங்குதான் காட்சியில் தோன்றும் பிம்பம் குறித்த உணர்வு முக்கியத்துவம் உங்களுக்குத் தூண்டப்படுகிறது. அது கொள்ளைக்காரரா? நான்துரத்திச் செல்ல வேண்டிய உணவா? அல்லது இச்சைகளுக்கு தீனிபோடும் ஜோடியா? நான் பார்ப்பது யார்? என்துறையில் நான் பணிந்து பயப்படும் துறைத் தலைவரா? அல்லது நான் கவனங் கொள்ளவேண்டிய அவசியமற்ற யாரோவா? ஒருமரக் கட்டையா; எது அது?

டேவிட் விஷயத்தில் கூட்டிணைவுச் சுருளி (ஃப்யூசி ஃபார்ம் ஜைரஸ்) உட்பட பார்வைச் செயல் பாட்டின் அனைத்துப் பகுதிகளும் பாதிப்பற்று இயல்பாக உள்ளன.. அவரது மூளை, நேரில் அவர் பார்ப்பது தாயைப் போலிருக்கும் ஒருவர் தான் என்பதை சரியாக சொல்லி விடுகிறது. மொட்டையாக சொல்வதானால், அமைக்டாலா அமைப்பிற்கும் அவரது உணர்வு மண்டல மையங்களுக்கும் இடையிலான ஒரு இணைப்புக் கம்பி இந்த விபத்தில் அறுந்து போய்விட்டது. எனவே அவர் தனது தாயைப் பார்க்கும்போது அவருக்கு 'இவர் உண்மையிலேயே என் அம்மா என்றால் எனக்கு மனதில் அது குறித்த ஒட்டுதல் உணர்வு ஏற்படாதது ஏன்.. அப்படி இருக்க சாத்தியமே இல்லை. இவர் என் அம்மா மாதிரியே நடிக்கும் யாரோ' என நினைக்கிறார். அவரது மூளையின் இந்த விநோத தொடர்பறுப்பு தவிர இந்தப் பிரச்சனைக்கு நாம் வேறுவித விளக்கம் தரச் சாத்தியமில்லை.

விசித்திரமான இந்த விஷயத்தை நாம் எப்படி பரிசோதிப்பது? எனது மாணவர் பில் ஹயிர்ஸ்டீனும், நானும் இங்கே லாஜொலா நகரிலும், இங்கிலாந்தில் ஹெடின் எலிஸ் மற்றும் ஆண்டுரூ யங்கும் திடீர் தோல் துலங்கல்கள் மீதான எளிய சில ஆய்வுகளை மேற்கொண்டோம் (அத்தியாயம் 5 ஐ காணவும்) நமது கோட்பாட்டளவிலான விளக்கம் உண்மைதான். டேவிட்டின் மூளையில் பார்வை காட்சிப்படுத்தலுக்கும் மனஉணர்வுக்கு இடையில் தொடர்பற்ற நிலையை எங்களால் நிரூபிக்கமுடிந்தது. அதைவிட ஆச்சரியமான விஷயம் என்னவென்றால், டேவிட்டின் தாய் தொலைபேசியில் அவரை அழைக்கும்போது அவர் இயற்கையாக அது தனது தாய்தான் என்பதை உணர்ந்து இயல்பாக எந்தக் கற்பிதமும் இன்றி நடந்து கொள்கிறார். அதே சமயம் ஒரு மணி நேரம் கழித்து அவரது அறைக்குள் அம்மா நுழைந்தால் அது தனது

தாய் அல்ல... தாய் போலவே இருக்கும் ஒருவர், நடிக்கும் ஒருவர் என கூறிவிடுகிறார். இந்த முரணுக்குக் காரணம், பக்கக்கதுப்பில் அமைந்துள்ள செவிப்புறணியிலிருந்து அதே அமைக்டாலா நோக்கி செவிவழி புலனுணர்வைப் பகுத்தறியும் பாதை தனியே உள்ளது. அது விபத்தில் எந்த பாதிப்பும் அடையவில்லை. செவிப்புலனுணர்வு விபத்தில் எந்த பாதிப்பும் அடையவில்லை. பார்வைப்புலனுணர்வு முற்றிலும் மறைந்துவிட்டது. இது நாம் செய்யும் ஒரு வேலைக்கான தலைசிறந்த உதாரணம்: புலனுணர்வு சார்ந்த நரம்பியலின் நேரடி செயல் விளக்கம் அதிக முக்கியத்துவமற்ற நரம்பியல் நோய் அறிகுறி ஒன்று. தனது தாய் அப்படியாக நடிக்கும் வேறு ஒருவர் என நோயாளி குற்றஞ்சாட்டும் மனப்பிறழ்வு மூளையின் நரம்புமைய அமைப்பு சார்ந்த பாதையை உன்னிப்பாக பகுத்தாய்ந்ததன்மூலம் எளிய விளக்கம் பெறுகிறது.

பார்வையில் படும் பொருட்கள் மீதான நமது உணர்ச்சிப் பூர்வ எதிர்வினை என்பது நமது உயிர் வாழ்தலுக்கே அடிப்படையானது, ஆனால் பார்வை தொடர்பான மூளையின் மையப் பகுதிகளுக்கும் உணர்வு மண்டலத்திற்கும் இடையிலான இந்தத் தொடர்பு, வேறு ஒரு ஆர்வத்தைத் தூண்டும் கேள்விநோக்கி நம்மை இட்டுச் செல்கிறது: கலை என்பது என்ன? அழகு என்பதை நோக்கி மூளை எப்படி எதிர்வினை ஆற்றுகிறது? பார்வைக்கும் உணர்ச்சிகளுக்கும் இடையிலான தொடர்பே இவை என்பதாகும் போது, கலை என்பது பார்வையில் பதியும் பிம்பங்கள் மீதான அழகுணர்சி கூடிய உணர்வு எதிர்வினையே என விளக்கம் பெற்று, அங்கே மேற்சொன்ன இணைப்புகள் முக்கிய பங்காற்றுவதையும் வைத்து, அது நமது பிந்தைய உரையில் முக்கிய இடம் பெறப்போகின்றது.

கடும்புதிராக உள்ள இந்த மூளை இணைப்புகள், ஒரு சிசு உருவாகும்போதே மரபணுவழியே வந்தவையா, அல்லது நாம் இவ்வுலகோடு பரஸ்பர செயல் வினையில் ஈடுபடத் தொடங்கும் ஆரம்ப குழந்தைப் பருவத்தின் வளர்ச்சிப் படிநிலையில் வந்தவையா? இயற்கையாக அமைதல் அல்லது வளர்த்தெடுப்பதால் (Nature Vs Nurtve) அமைதல் என இருபுறம் கொண்ட சர்ச்சையான இதுதான் எனது அடுத்த உதாரணத்தின் மையக் கருப்பொருள்: மாயக்கரங்கள்! பெரும்பாலான நோயாளிகளுக்கு மாயக்கை, மாயக்கால் என்றால் என்னவென்று தெரியும். புற்றுநோயால் உருவெடுக்கும் ரத்தக்கட்டி அல்லது விபத்தில் முற்றிலுமாய் செயலிழந்த கை அல்லது கால் அறுவை சிகிச்சை மூலம் நீக்கப்படும்; ஆனால் நோயாளி அது அங்கே இருப்பதாகவே தொடர்ந்து உணர்கிறார். இந்த நிலைதான் மாயக்கரங்கள் என்று மருத்துவத் துறையில் அழைக்கப்படுகிறது.

நெல்சன்பிரபு, வரலாற்றில் இதற்கான சிறந்த உதாரணம். ஒரு யுத்தத்தில் தனது கைகளில் ஒன்றை முற்றிலும் இழந்த நெல்சன் மாயக்கரம் ஒன்று தொடர்ந்து இருந்து செயல்படுவதாக உணர்ந்தார். அவர் இதை வைத்து ஒரு அரைகுறை ஆன்ம விவாதத்தில் இறங்கினார். உயிரற்று உடலிலிருந்து வெட்டிச்சாய்க்கப்பட்ட ஒரு கரம் இப்படி தொடர்ந்து 'இருக்க' முடியுமென்றால் முழு உடலும் அழிவின்றி இவ்வுலகில் தொடராதா?

இடது முழங்கை வரை அறுவை சிகிச்சை மூலம் நீக்கப்பட்ட நோயாளி ஒருவர் ஒரு சமயம் என்னிடம் வந்தார். கண்கள் கட்டப்பட்டு அவர் என் அலுவலகத்தில் (மருத்துவ அறையில்) அமர்ந்திருக்க, நான் அவரது உடலின் பல்வேறு பாகங்களைத் தொட்டு, உடலின் எந்தப் பாகங்களைத் தொடுகிறேன் என்பதை சரியாக சொல்லுமாறு கூறி பரிசோதித்தேன். எல்லாம் சரியாகவே இருந்தது. ஆனால்

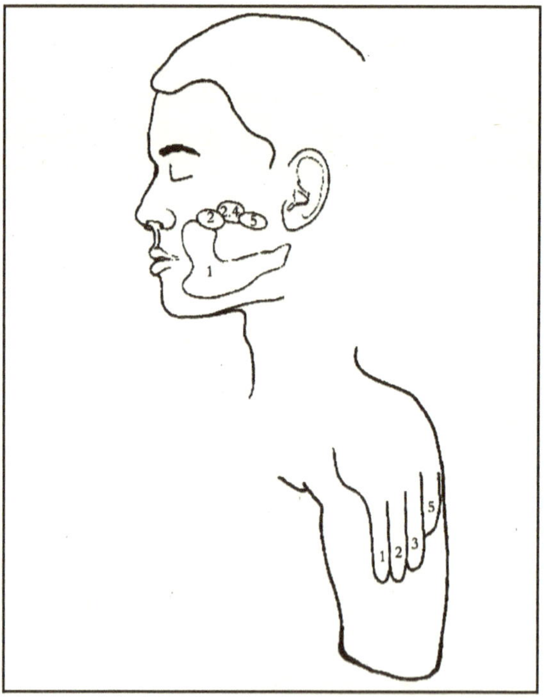

படம் 1.4: உடம்பில் மாயக்கரத்தின் மன உருவாக்கத்தை விளக்கும் படம் (நாம் பரிசோதிக்கும் பத்தாண்டு முன்பு இவரது இடது கை அகற்றப்பட்டது)

நான் அவரது இடது கன்னத்தைத் தொட்டபோது அவர் அதிர்ச்சி அடைந்து 'மைகாட்..... நீங்கள் என் இடது கை கட்டைவிரலைத் தொடுகிறீர்கள்' என்று அலறினார்.. அவரது நீக்கப்பட்ட உடலின் அங்கம்! என்னளவு அவரும் ஆச்சரியம் அடைந்திருந்தார். மேல் உதட்டைத் தொட்டபோது நீக்கப்பட்ட கையின் ஆள்காட்டி விரலையும், கீழ் உதட்டைத் தொட்டபோது அதே நீக்கப்பட்ட கையின் சுண்டுவிரலையும் அவரால் 'அடையாளம்' காணமுடிந்தது. நீக்கப்பட்ட கையின் முழு அங்கமும் அவரது முகத்தில் வரைபடமாக பதிந்திருந்தது.(படம் 1.4)

இது ஏன் இப்படி நடக்கவேண்டும்? காப்கிராஸ் கற்பிதத்தைப் போலவே இந்த இழந்துபோன அங்கங்கள் குறித்த மர்மங்களும் ஷெர்லாக் ஹோம்ஸ் ஆர்வத்தைத் தூண்டலாம். என்ன நடக்கிறது இங்கே? இந்தப் புதிருக்கும் விடை மீண்டும் மூளையின் அமைப்பியலை விளங்கிக் கொள்வதிலேயே இருக்கிறது. நமது உடலின் இடது புறம் முழுவதற்குமான தோலின் தொடு சமிக்ஞை குறித்த விளங்கு வரைபடங்கள் வலப்புற பெருமூளை அரைக் கோளத்தில் உள்ள போஸ்ட் சென்ட்ரல் ஜைரஸ் என்றழைக்கப்படும் கார்டிகல் திசுவின் ஒரு பாதியில் பதிவாகின்றன. அந்த சென்ட்ரல் ஜைரஸில் ஆயிரக்கணக்கான வரைபடங்கள் உள்ளன என்றாலும், நாம் ஒரே ஒரு வரை படமே உள்ளதாக கற்பனை செல்வோம். அதற்கு எஸ் 1 என்று பெயரிடுவோம். ஒரு குட்டி மனிதரின் உருவம் மூளையின் பரப்பில் அச்சாகி உள்ளதைக் காணலாம் (படம் 1.5). ஆங்கிலத்தில் இதை பென்ஃபீல்டு ஹோமன் குலஸ் என்று அழைக்கிறார்கள். இந்த வரைபட அமைப்பு ஒரு தொடர்ச்சித் தன்மை கொண்டதாக (அதுதானே வரைபடங்களின் அடிப்படை) உள்ளது. ஆனால் அதில் ஒரு வினோதம் உண்டு. கையின் பிரதிநிதித்துவம் முகத்திற்கு அருகே உள்ளது. நாம் நினைப்பதுபோல கழுத்துக்கு அருகே அல்ல. தலை இடமாற்றத்திற்கு உட்பட்டுள்ளது. (இது ஏன் என்பதில் தெளிவு இன்னும் இல்லை என்றாலும், கரு உருவாக்கத்தின் போதான செயல்பாடுகளோடு தொடர்புடைய விஷயம் என்பதை மட்டும் கண்டு பிடித்திருக்கிறார்கள்). என்ன நடக்கிறது என்ற புதிருக்கான ஒரு க்ளூ எனக்கு இதிலிருந்து கிடைத்தது. கரம் நீக்கப்படும் போது, இந்த கரம் சம்பந்தப்பட்ட மூளையின் கார்டெக்ஸ் பகுதி எந்த சமிக்ஞையையும் பெறுவது இல்லை. ஏதாவது சமிக்ஞை பெற பெரு விழைவுடன் இப்பகுதி அதிகத் தூண்டல் பெறும் நிலையில் முகத்தின் தோல்பகுதி பெறும் சமிக்ஞை வழக்கமான தூண்டல் பிரதேசத்தைக் கடந்து காலி நிலப் பிரதேசப் பகுதிக்குள் நுழைந்து விடுகிறது. இந்த காலியாக உள்ள இடம் கரம்சம்பந்தப்பட்ட தூண்டலுக்கானது.

எனவே முகத்திலிருந்து பெறப்படும் சமிக்ஞைகள் கரத்திலிருந்து வருவதாக மூளை தவறாக அர்த்தம் செய்து கொள்கிறது. இது எந்த அளவிற்கு மிகத் துல்லியமாக தூண்டல் பெருகிறது என்றால், முகத்தில் ஐஸ்கட்டி அல்லது சுடுநீர் தெளிக்கப்பட்டால் இழந்த கையாக அது உணரப்படுகிறது. விக்டர் எனும் நோயாளி தனது முகத்தில் தண்ணீர் வழிந்தோடினால், இழந்த கரத்திலும் அது வழிந்தோடுவதாக உணர்ந்தார். அதை உயர்த்தினால் இயற்பியல் விதிகளுக்கே மாறாக, தண்ணீர் மேல்நோக்கிச் செல்கிறது என கிளர்ந்து உரைக்கிறார்.

'மாற்று வரைபட நிலை' அல்லது 'தாவும் இணைப்பி' நிலைபற்றி மேலும் துல்லியமாக அறிய, மேக்னட்டோ என்-செபெல்லோ

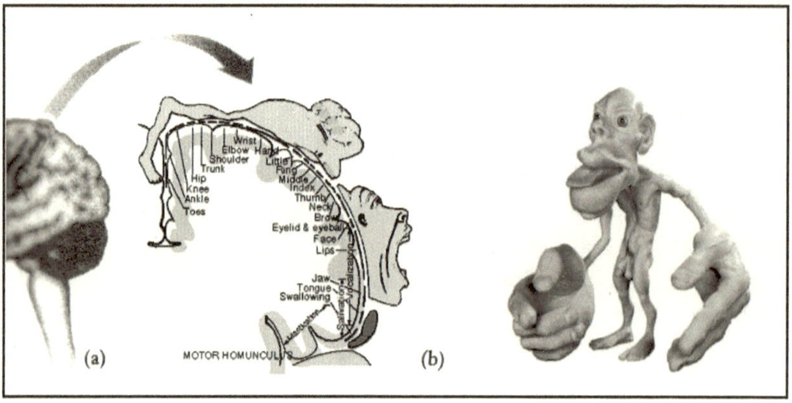

படம்: 1.5: மைய சுல்கஸ் பகுதியில் நமது உடல் பாகங்களின் உணர்வு மையங்கள் பிரதிநிதித்துவமாகி உள்ளன.

(குட்டி மனிதன் தலைகீழாய் படுத்திருப்பது தெரிகிறதா)

கிராப்பி அல்லது எம். இ. ஜி. எனும் நவீன மூளைபதிப்புக் கருவியை பயன்படுத்தலாம். உடலின் பல்வேறு பாகங்களில் தூண்டுதலை ஏற்படுத்தினால் மூளையின் எந்தப் பகுதி தூண்டுதல் சமிக்ஞை பெறுகிறது என்பதை இந்தக் கருவியைக் கொண்டு கண்டுபிடித்து விடலாம். எதிர்பார்த்தது போலவே விக்டர் (மற்றும் அவரைப்போல கரம் துண்டிக்கப்பட்டவர்களுக்கு) முகத்தைத் தொட்டபோது அது மூளையின் முக தூண்டல் பகுதியை மட்டுமல்ல, கரம் பற்றிய தூண்டல் பிரதேசத்தையும் சேர்த்து சமிக்ஞைபெற வைப்பதைக் காணமுடிந்தது. இந்த பென்ஃபீல்டு அமைப்பு (படம் 1.6 ல்) வரை படத்தில் விவரிக்கப்பட்டுள்ளது. இது சாதாரண மூளையில் முகத்தின் தூண்டல் சமிக்ஞைகள் கார்டக்ஸின் முகத்தூண்டல்

பிரதேசத்திற்கு மட்டுமே சமிக்ஞைகளை அனுப்பும் விக்டரின் மூளையில் இணைப்பிகளில் குறுக்கு மாற்றம் நிகழ்ந்துள்ளதை இது காட்டுகிறது. இந்தப் பரிசோதனை மிகவும் அவசியமானது. ஏனெனில் இது மூளை அமைப்பாக்கத்தை அறியவும், மாற்றங்களை பதிவு செய்து ஆராயவும், மூளையின் உணர்வு வரைபடங்கள் பற்றிய புலன் அறிவை விரிவாக்கவும் உதவுகிறது. மூளை அமைப்பியலுக்கும் உளவியலுக்கும் இடையிலான தொடர்பை ஆய்வு செய்தல் அறிதல் நரம்பியல் அறிவியல்துறையின் நீண்ட நாளைய பிரதான நோக்கங்களில் ஒன்று

இந்தக் கண்டுபிடிப்பிற்கு மேலும் பரந்துபட்ட முக்கியத்துவம் உண்டு. பொதுவாக மருத்துவ மாணவர்கள் கற்று உணர்வது என்னவென்றால், கருவிலிருக்கும் போதே மூளையின் இணைப்பு வளர்ச்சிகள் நிறைவு பெற்று விடுகின்றன என்பது. அப்படியான மூளை அமைப்பு ஒருமுறை உருவாகிவிட்டால் அதுவே முடிவானது. அதிகம் எந்த மாற்றமும் சாத்தியமில்லை என்றே அவர்கள் கற்கிறார்கள். இதனால் நரம்புமண்டலப் பாதிப்பு, வலிப்புநோய் போல ஏற்பட்டு விட்டால் அதை நிரந்தரமாக குணப்படுத்த வைத்தியமே இல்லை எனும் பொதுவான அவப்பெயர் உள்ளது... அப்படித்தான் மாணவராக நாங்கள் நம்பவைக்கப்பட்டோம். இது உண்மை அல்ல என்பதையும், ஒரு வயதானவரின் மூளை கூட உருமாறும் தன்மையும் மாற்றமுடிந்த அளவு நெகிழ் தன்மையும் கொண்டுள்ளதையும் கரம் நீக்கப்பட்ட ஒரு நோயாளி மீது நிகழ்த்தப்பட்ட இந்த ஐந்து நிமிட பரிசோதனை விளக்குவதாக உள்ளது.

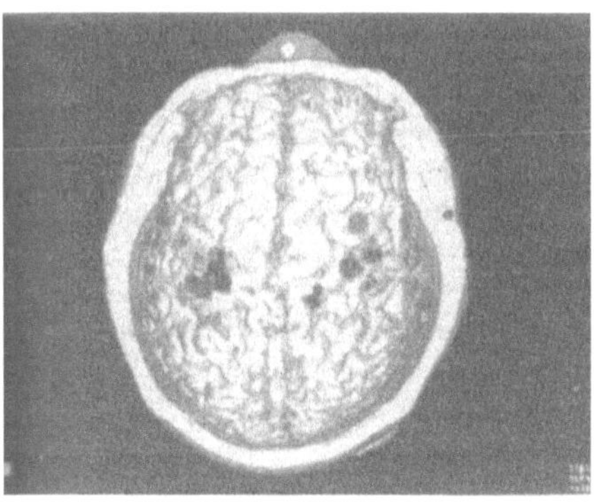

படம் 1.6: மாக்னெட்டோ என் சொபெலோ கிராஃபி (meg) மூலம் மறு படமாக்கப்பட்ட காந்தப்புலன் நேர்த்தி (mr) வரைபடமாக்கலின் பிரதி. இவரது வலதுகரம் முழங்கைக்குக் கீழே வெட்டப்பட்டுள்ளது.

மூளையின் உடல் வரைபட உருமாறும் தன்மை மருத்துவ முறைக்கு எப்படிப் பயன்படலாம் என்பது இன்னமும் தெளிவாகவில்லை என்றாலும், ஒரு உதாரணத்தை என்னால் காட்ட முடியும். பொதுவாக கரம் நீக்கப்பட்டு கற்பனைக் கரம் கொண்ட நோயாளிகளில் சிலரால் அதை ‘அசைக்க முடியும்’ … அவர்கள் சொல்வார்கள்: ‘இப்போது டாட்டா சொல்கிறேன்’, ‘இப்போது உங்களுடன் கை குலுக்குகிறேன்’ இப்படி, ஆனால் அதற்கு நேர்மாறாக நோயாளிகளில் சிலர் ‘முற்றிலும் செயலிழந்துள்ளது’, ‘உறைந்து போயிருக்கிறது’… ‘சிமெண்ட் காங்கிரீட் போல நகராது’ அல்லது, ‘ஒரு இஞ்ச் கூட நகராது’ இப்படி சொல்கிறார்கள். கற்பனைக் கரம் என்பது நோயாளிகளுக்கு அனிச்சை அசைவுகளைக் கொண்ட வலிப்பு வாதமாகவோ அல்லது அவர்களால் மாற்றமுடியாத அசையா நிலையிலோ இருந்து வலியைத் தருவதாக உள்ளது. உடைந்த கரத்தை அறுவைசிகிச்சை மூலம் நீக்குவதற்குமுன் இவர்களில் சில நோயாளிகள் அந்தக் கரம் உணர்ச்சியற்று தூளிக்கட்டில் தொங்கவிடப்பட்டு சில காலத்தை கழித்தார்கள். அறுவை சிகிச்சைக்குப் பின்னும் இவர்கள் உணர்ச்சியற்று தூளிக்கட்டில் தொங்கும் கரத்தையே கற்பனைக் கரமாகக் கண்டார்கள்… ஏதோ இழந்த உணர்ச்சியற்று வலிப்பு பாதிப்படைந்த கரம் இன்னும் இருப்பதாகக் கருதுகிறார்கள். அதாவது, இந்தக் கரம் உணர்சியற்றுத் தொங்கிய காலத்தில் மூளை இக் கரத்திற்கு நகருமாறு அசையுமாறு பலமுறை சமிக்ஞை அனுப்பியும் முடியாது… அசைக்கமுடியவில்லை’ என்ற பதிலையே திரும்ப திரும்பப் பெறுகிறது. மூளையின் மேல் கதுப்பிலோ அல்லது எங்கோ இந்த பதில் எப்படியோ நிரந்தரமாக பதிவாகி இருக்கிறது. (இதை நாம் ‘கற்றறிந்த வலிப்புநிலை’ என்று அழைக்கிறோம்) இந்த வெறும் ஊகத்தின் அடிப்படையில் விவரிக்கப்படும் இந்த நிலையை சோதித்துப் பார்க்கமுடியுமா? தன்னால் கண்ணால் பார்த்து ஒரு முறை அசைக்கமுடியும் எனும் நிலையை அவரால் மூளைக்கு அனுப்பமுடியும் என்றால், இந்த கற்றறிந்த வலிப்புநிலை மாறி கற்றலை மறக்கடிக்கமுடியும். நாங்கள் முகம்பார்க்கும் கண்ணாடி ஒன்றை அவரது மார்பில் செங்குத்தாக இருக்கும் கரத்தின் பக்கம் தெரியும் வண்ணம் பொருத்தினோம். (அவரது இல்லாத கரம் இடது) வலது கையால் செய்து காட்டுமாறும் கண்ணாடியில் காணும் அதன் பிம்பம் இடது கரமாக உணரப்பட வைத்தோம். இல்லாத கரத்தைக் கற்பனைக் கரமாக்கி அது கண்ணாடி வழி தெரிவதாக மூளையில் பதிய, நோயாளியை கண்ணாடியில் தெரிவது இடக்கரமாகக் கொள்ளுமாறு கூறினோம். பிறகு நாங்கள் இரு கரத்தாலும் செய்யக்கூடிய கை தட்டுதல், இசைக் குழுவை ஒருங்கிணைத்தல் போன்ற செயல்களில் முயற்சிக்குமாறு

வேண்டிக் கொண்டோம். தனது இல்லாத கரத்தை சரளமாக இயக்க முடிந்ததோடு, அதன் பாரம் குறைந்து கண்ணாடி இல்லாத போதும் அந்தக் கற்பனைக் கரம் வேலை செய்த போது, நோயாளி அடைந்த திகைப்பை எண்ணிப் பாருங்கள். இந்த சோதனையை நான் எனது பலநோயாளிகளிடம் மேற்கொண்டு இந்த கண்ணாடி வழி காட்சிப்பதிவின் மூலம் மூளை கிளர்ச்சியுற்று சிலர் பல ஆண்டுகளாக 'அசைக்க' முடியாத கற்பனைக் கரங்களை இயக்கம் பெற்றுள்ளனர். பல நோயாளிகளுக்கு இப்படியான திடீர் விடுவிப்பும் சுதந்திரமாக கற்பனைக் கரத்தைக் கட்டுப்படுத்துதலும், வலிப்பு நிலையில் வலியோடு போராடியதிலிருந்து முற்றிலும் குணமடைந்த ஆறுதல் நிலையையே கொடுத்தது.

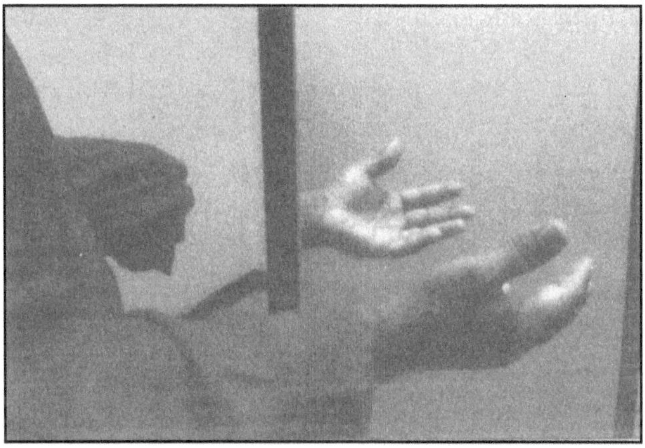

படம் 1.7: முகம் பார்க்கும் கண்ணாடியைப் பயன்படுத்தும் மாயக்கர சிகிச்சை.

கற்பிதக் கரம் கொடுத்து வந்த வலி, முகக் கண்ணாடி சிகிச்சை மூலம் முற்றிலும் குணமடைந்தது ஆச்சரியம்தான் என்றாலும் இதே யுத்தியை நாம் இருக்கும் கரம் அல்லது வலிமிகுந்த காலுக்குப் பொறுத்த முடியுமா! வலி என்பது நாம் எப்போதும் ஒரே விஷயமாய் ஒற்றைப் பிரச்சனையாக கருதுகிறோம். உண்மையில் இருவித செயல்பாடுகளுக்காக பரிணாமம் அடைந்த இரண்டு வகையாக, வலியைப் பிரிக்கலாம். ஒன்று, உடனடியான கூர்மையான வலி. இது நெருப்பில் கைபட்டால் முள்குத்தினால் ஏற்படும் நுழைபுலம் சார்ந்தது. தற்காலிகமானது. மற்றொன்று, நீண்ட காலம் நீடிக்கும் தீராத வலி. இது உடைந்த கை காயம்பட்ட இடத்தில் ஏற்படும் நாட்பட்ட வலி. முதலாவது ஒருவித பாதுகாப்பு அரண். தொடுவதிலிருந்து தவிர்க்க. இரண்டாவது வகை பழுதுபட்ட

இடம் விரைவில் குணமடைய உங்களை அசைக்காமல் எதிலும் படாமல் பாதுகாக்க உருவானது. உண்மையில் வலி என்பதே மிகவும் பயனுள்ள பழக்க யுக்தி. ஒரு வரம். சாபமல்ல. ஆனால் இந்த அமைப்பு சில சமயம் மோசமாக எதிர்வினையாற்றிவிடுகிறது. ரிஃப்லக்ஸ் சிம்பதடிக் டிஸ்ர்ரோபி அல்லது ஆர்.எஸ்.டி எனும் பதத்தால் அழைக்கப்படும் 'டைப் 1 ரக கூர்மை வலி' நிலையை நாம் அடிக்கடி இப்போது நோயாளிகளிடம் பார்க்கிறோம். ஒரு பூச்சிக்கடி அல்லது விரல் நுனியில் எற்படும் சிறு எலும்பு முறிவு, பெரியவலியாகி நிரந்தர வேதனையாய் மாறி முழுக் கரத்தையும் அசைக்கமுடியாத அளவிற்கு வலி மிகுந்ததாக அசைக்க முடியாமல் வீக்கம் பெற்று, அடிபட்ட சிறு காயத்திற்கு பெரிய எதிர்வினையாக தங்குகிறது. அதுவும் நிரந்தரமாக.

கட்டமைப்பின் பரிணாமம் நமக்கு இந்த நிலை எப்படி ஏற்படுகிறது என்பதை ஓரளவு விளக்குகிறது. மிகக் கூர்மையான வலி என்பதன் அடிப்படை நோக்கத்தை நினைத்துப் பாருங்கள். அது, கை விரைவில் குணமடைய, அதை அசைக்காமல் வைக்க மூளை அனுப்பிய 'வலி' எனும் சமிக்ஞைதான். அது தற்காலிகமானது. மூளை அனுப்பிய ஒருவகை கட்டளை. பொதுவாக வந்து போகும் சாதாரண வலிதான் என்றாலும், சில சமயம் இது சரியாக செயல்படாமல், 'கற்றறிந்த வலி' என நான்அழைக்கும் நிலைக்குத் தள்ளப்படுவதாகக் கருதுகிறேன்: கையை அசைக்க வேண்டும் என்கிற உடல் அசைவுகளின் சமிக்ஞையும், நோய் சார்ந்த வேதனை தரும் வலி சமிக்ஞையாக உருவெடுத்து நிரந்தரமாக தங்குகிறது. இதன் விளைவாக வலித் தூண்டுதல் ஏற்பட்ட நோய் தீர்ந்து முற்றிலும் குணமான பிறகும், நோயாளி கற்பனை வாத நோய் நிலையில் கற்றறிந்த வலியில் வீழ்கிறார். 1995ல் இவ்வகை டைப் 1, கூர்மை வலி நிலையையும் முக கண்ணாடி சிகிச்சைமூலம் குணமாக்கமுடியும் என நான் முன்வைத்தேன். நோயாளி, கண்ணாடி வழியே இயல்பான கரம் சிறப்பாக வலியின்றி இயங்குவதை பார்வை வழியே அனுப்பு வதைக் கற்பனை செய்யுங்கள். இப்போது பழுதான கரத்தைச் சட்டென அவரால் வலியின்றி அசைத்து நிரந்தர வலியிலிருந்து விடுபட்டு விட முடிகிறது. இது ஆர்.எஸ்.டி நோயாளியை அவர் கற்றறிந்த வலியை, மூளையில் தங்கிய வலிக்கும், கையசைவிற்குமான ஒரே நிலையை விடுவித்து வலியை முடிவுக்கு கொண்டு வந்து உடலசைப்பை இயல்பாக்கியது. 1995ல் இது வெறும் ஊகத்தின் அடிப்படையில் பிறந்த யோசனையாக ஏற்கப்பட்டிருந்தது, ஆனால் சமீபத்தில் 2003 ம் வருடம் மெக்கேப் நிறுவனம் இதே முகக்கண்ணாடி சிகிச்சை முறையை, ஒன்பது மருத்துவமனைகளில் கட்டுப்படுத்தப்பட்ட

சோதனைகளில் முயற்சி செய்துள்ளது முகக்கண்ணாடி சிகிச்சை பெற்ற குழுவில் ஏராளமானோர், அந்த சிகிச்சை பெறாத குழுவைவிட அதிகம் வலி மற்றும் அசைவின்மையிலிருந்து ஆச்சரியப்படும் வகையில் விடுவிப்பு பெற்றனர். இந்த சோதனை வெற்றி பற்றி, அதை நடத்தியவர்களில் வலி குறித்த உலக நிபுணத்துவம் பெற்ற பேட்ரிக் வால் என்பவரும் ஒரு நூலாசிரியராக இணையாமலிருந்திருந்தால் ஒருவேளை நான் அதிகம் நம்பி இருக்கமாட்டேன். ஊர்ஜிதமானால், இந்த மருத்துவமுறை தற்காலிக வலியை நிரந்தர நிலையாய் கொண்ட பல நோயாளிகளுக்கு சிறந்த சிகிச்சை முறையாகிவிடும் என்பதில் சந்தேகமில்லை.[3]

சிலசமயம் இந்த குறுக்கு இணைப்பு மூளையில் ஏற்படுவதற்கு மரபணு மாற்றமும் முக்கிய காரணமாகிறது. ஒவ்வொரு சமிக்ஞையையும் தரம் பிரித்து அறியும் வழக்கத்திற்கு மாறாக அவை ஒன்றுக் கொன்று இணைந்து எதிர்பாராத முடிவுகளைத் தந்து சைனஸ்தீசியா எனும் உளநிலையைத் தருகிறது. பத்தொன்பதாம் நூற்றாண்டில் பிரான்சிஸ் கால்டன் இந்த நிலையை முதலில் விரிவாக விளக்கினார். மரபியலடிப்படையில் சந்ததிகளுக்கும் பரவும் சைனஸ்தீசியா, உணர்திறனை இணைத்துக் குழப்பும் மனநிலை ஆகும். உதாரணமாக, ஒரு குறிப்பிட்ட இசை ஸ்வரம் ஒரு குறிப்பிட்ட நிறத்தைத் தூண்டும்: சிமேல் கட்டை சிவப்பு. எஃப் மேல்கட்டை நீலம் இப்படி. பார்வையில் படும் எண்கள் சில சமயம் நிறங்களாவது உண்டு. 5 எப்போதும் சிவப்பாக தெரியும், 6 பச்சை வண்ணமாக, 7 இண்டிகோ.... 8 எப்போதும் மஞ்சளாக தெரியும் சைனஸ்தீசியா ஆச்சரியப்படும் வகையில் நிறையபேருக்கு வருகிறது.. இருநூறு பேரில் ஒருவர் சைனஸ்தீசியாவால் பீடிக்கப்பட்டவர்கள். இப்படி சமிக்ஞைகளைக் கலக்கும் நிலை எப்படி ஏற்படுகிறது? என் மாணவர் எட் ஹுபார்டும் நானும் மூளை அட்லஸைப் புரட்டினோம். குறிப்பாக பியுசிஃபார்ம் ஜைரஸ் எனும் நிறத்தைப் பகுத்துணரும் பகுதியை ஆராய்ந்தோம். எண்களை இனங்கண்டு குறிப்பாக எண்வடிவங்களைப் பகுத்துணரும் பகுதியும் அதே பியுசிஃபார்ம் ஜைரஸில் இருப்பதும் அவை ஒன்றை ஒன்று தொட்டபடி அருகருகே இருப்பதையும் எங்களால் அறிய முடிந்தது. சைனஸ்தீசியா இந்த நெகிழ்பிரதேசத்தை பெற்றோரிடமிருந்து இறக்குமதியான மரபணுமாற்ற சீரற்ற நிலையில் குறுக்கு இணைப்பு செய்து விடுகிறது. சைனஸ்தீசியா, கால்டனால் நூற்றாண்டுகளுக்கு முன்பே விளக்கப்பட்டிருந்தாலும், இயற்கைத் தெரிவு நமது பிரதான நரம்பியலில் இடம் பெறாமலே இருந்தது. இம்மாதிரி மனிதர்கள் - ஒன்று, அப்படி நடந்துகொள்வதை அற்பத்தனமாகப்

பின்பற்றுகிறவர்கள் அல்லது தங்கள்மீது பிறர் கவனத்தை ஈர்க்க அப்படி நடந்து கொள்கிறார்கள் என்று தான் எடுத்துக் கொள்ளப்பட்டது... அல்லது அது ஏதோ குழந்தைப் பருவத்தில் நேர்ந்ததாக இருக்கலாம்... குளிர்சாதனப்பெட்டியின் காந்தம் அல்லது முதலில் படித்த வண்ணப்புத்தகம் அதில் 5 சிவப்பாகவும், 6 நீலமாகவும் 7 பச்சையாகவும்... ஆனால் அது தான் உண்மை என்றால், பரம்பரை பரம்பரையாக சில குடும்பங்களில் இப்படி இருப்பது ஏன்? சைனஸ்தீசியா என்பது உணர்வு நேர்வு நிலை, அது ஏதோ கற்பனை அல்லது நினைவாற்றல் சம்பந்தமானது அல்ல என்பதை நானும் என் சகாக்களும் நிருபிக்க விரும்பினோம்.

படம் 1.8: சைனஸ்தீசியா நோய் நிலைக்கான மருத்துவ சிகிச்சை படம், 5 களுக்கு இடையே 2 களை கவனிக்க முடிகிறதா?

அதற்காக ஒரு கம்ப்யூட்டர் ஸ்டில் காட்சியை நாங்கள் எண்களை வைத்து உருவாக்கினோம். வெள்ளை பின்னணியில் கருப்பு நிற 5 களை அங்கொன்றும் இங்கொன்றுமாக உருவாக்கினோம். இவற்றுக்கு இடைஇடையே 2 களை ஒளித்து அச்சேற்றினோம். (படம் 1.8) கணினி உருவாக்கியது என்பதால் 2 என்பது 5 ன் கண்ணாடி பிம்பமாக அச்சாகி இருந்தது. பெரும்பாலானவர்கள் இந்த காட்சிப் பெட்டகத்தில் அங்கங்கே 2 கள் இருப்பதை

மட்டும்தான் இனம் காணுவார்கள். ஆனால் சைனஸ்திசியா தாக்கப்பட்டவர்கள் 5 களை பச்சை நிறத்திலும் 2 களை சிவப்புநிறத்திலும்... பசுமைக் காட்டின் சிவப்புப் பூக்களாக (நிற வேற்றுமையுடன் படம் 4.1 ல் காட்டப்பட்டுள்ளவாறு) கண்டார்கள். சாதாரண மனிதர்களை விட சைனஸ்தீசியாக்காரர்கள் 2 களை எளிதில் அடையாளம் காட்டியது - அவர்கள் வேண்டுமென்றே அப்படி நடந்து கொள்ளவில்லை - உணர்வுநேர்வு நிலை ஒன்றினால் அவர்கள் பீடிக்கப்பட்டுள்ளார்கள் என்பதை நிரூபித்தது. அது மட்டுமல்ல; இது அவர்களது நினைவாற்றல், அறிவாற்றல் சம்பந்தமானதும் அல்ல. லா ஜோல்லாவிலும் ஜெர்ரிகிரே, மைக் மார்கண் மற்றும் லண்டனில் ஏனையவர்களும் ஆய்வில் கண்டது என்ன வென்றால், சைனஸ்தீசியா பாதிக்காதவர்கள் இந்த கணினி ஸ்டில் காட்சியைக் கண்டபோது அவர்களது பியூசிபார்ம் ஜைரஸ், எண்களுக்கான பகுதி மட்டுமே தூண்டல் பெற்றது. சைனஸ்தீசியாக்காரர்களுக்கு வண்ணங்கள் பகுதியும் சேர்ந்தே தூண்டல் பெற்றது. (சாதாரணர்களுக்கு வண்ணங்களுக்கான பகுதி, வண்ணம் தீட்டப்பட்ட எண்களை காட்டியபோது மட்டுமே தூண்டுதல் பெற்றது)

கற்பனைக் கரம், சைனஸ்தீசியா மற்றும் காப்க்ராஸ் அறிகுறி போன்றவை பகுதியாகவாவது இப்படி மூளை நரம்பு இணைப்பு அமைப்பைக்கொண்டு விளக்கப்படமுடியும். ஆனால் வலி குறியீடுமாற்று நிலை (பெயின் அசிம்போலியா) என்று அழைக்கப்படும், மேலும் வினோதமான அறிகுறி கொண்ட ஒருவரை நான் சந்திக்க நேர்ந்தது. எனக்கு அதிர்ச்சி அளிக்கும் விதத்தில் இந்த நோயாளி குண்டூசியில் குத்தி வலி உருவாக்கப்பட்டால் ‘ஆ’ என்று கத்தவில்லை. அவர் விழுந்து விழுந்து சிரித்தார். இங்கே எவ்வளவு பெரிய முரண்? ஒரு மனிதர் வலியை அநுபவித்து பார்த்து சிரிக்கிறாரே? ஒருவர் ஏன் இப்படி நடந்துகொள்ளவேண்டும். முதலில் அடிப்படை விஷயத்தைக் கேட்போம். ஒருவர் ஏன் சிரிக்கவேண்டும். கண்டிப்பாக சிரிப்பு என்பது நகைப்புணர்வோடு இறுக்கிக் கட்டப்பட்ட, உலகளாவிய மனித இயல்பு. ஒவ்வொரு சமூகமும், ஒவ்வொரு நாகரீகமும், ஒவ்வொரு கலாச்சாரமும் ஏதோ ஒரு அமைப்பில் நகைப்புணர்வை, சிரிப்பை வெளிப்படுத்தவே செய்கிறது. பரிணாம வளர்ச்சியில், இயற்கைத் தேர்வில் சிரிப்பதும் ஒரு அங்கமாக இடம்பெற்றது ஏன்? சிரிப்பின் உயிரியல் தேவை என்ன?

சிரிப்பு ஜோக்குகளின் அடிநாதம். அது எதிர்பார்க்கும் வழி ஒன்றை ஏற்படுத்தி சட்டென எதிர்பாராத திருப்பம் ஒன்றை, முந்தைய எல்லாவற்றையும் உடைக்கும் ஒரு பஞ்ச் வரி வரியாக வெளியிடுவதில்

உள்ளது. ஆனால் வெறும் திருப்பம் சிரிப்பு ஆகாது. இல்லையேல் முன்னதை முற்றிலும் மறுக்கும் அறிவியல் கண்டுபிடிப்புகளை உலகம் வேறு மாதிரி எதிர் கொண்டிருக்கும் (தவிர, தனது கண்டு பிடிப்பு தவறு என்றால், விஞ்ஞானி யாரும் கேட்கத் தயாராக இல்லை. நம்புங்கள். நான் அனுபவித்திருக்கிறேன்). எனவே வெறும் திருப்பமும் காரணமல்ல. அது போதாது. புதிய மாற்றமைப்பில் பின் விளைவு ஏதுமற்ற விளைவை முன் வைக்கவேண்டும். உதாரணமாக ஒரு டிப்டாப் ஆசாமி தனது காரை நோக்கி நடக்கும்போது வாழைப்பழத்தோல் சறுக்கி பொத்தென விழுகிறார் என்று வைத்துக் கொள்வோம். விழுந்ததில் தலை உடைந்து ரத்தம் கொட்டினால் சிரிப்போமா? உடனடியாக ஆம்புலன்சுக்குப் போன் செய்ய ஓடுவோம். அதே அவர் சட்டென எழுந்து சுற்றிலும் பார்த்து வழிந்தால்... நீங்கள் சிரிக்கத் தொடங்குவீர்கள். காரணம், நான் முன் வைப்பது, உங்களுக்குத் தெரிகிறது... அதில் ஆபத்து, பின் விளைவு ஏதுமில்லை. சிரிப்பு 'அடேய் இது பொய்யான அழைப்புமணி' என்பதற்கான சமிக்ஞை என்பது எனது வாதம். பரிணாமவியல் பார்வையில் இது தேவைப்படுவது ஏன்? இந்த சிரிப்பொலி இசை ஓசை நமது ரத்த சொந்தங்களுக்கு, இது ஒன்றுமில்லை இங்கே நேரத்தை வீணாக்கவேண்டாம். இது பொய்யான பாசாங்கான பயமுறுத்தல் என்பதைக் காட்டும் நடவடிக்கை. ஆக சிரிப்பு என்பது இயற்கை நமக்குள் வகுத்த ஓக்கே சமிக்ஞைதான்.

ஆனால் இது வலி குறியீடு மாற்றுநிலை அடைந்த நோயாளிக்கு எப்படிப் பொருந்தும்? சி.டி. ஸ்கேன் பயன்படுத்தி அவரது மூளையை நாங்கள் ஆராய்ந்தபோது காப்புப்புறணி (இன்சுலார் கார்டெக்ஸ்) எனும் மூளையின் இருபுறமும் அமைந்தபகுதி அடிபட்டு பாதிப்படைந்ததைக் காணமுடிந்தது. இந்த காப்புப்புரணிதான் விசெரா எனும் பகுதியிலிருந்தும், தோலில் இருந்தும் வலிக்கான சமிக்ஞைகளைப் பெறுகிற மூளையின் பகுதி. வலியில் பிரதான உணர்வு ஏற்படும் இடம் அதுதான். ஆனால் வலியின் பல அடுக்குகள் உண்டு. அதுமட்டுமே முழுமையான வலிப்பகுதிகளல்ல. அங்கிருந்து அடுத்து வலி செய்தி அமைக்டாலா எனும் பகுதியை எட்டும். ஏற்கனவே நாம் காப்க்ராஸ் அறிகுறிபாதிப்பில் பார்த்த அதே அமைக்டாலா, அதை உடல்கூறு பகுதிக்குச் செலுத்தி இன்குலேட் உணர்வு பகுதி மூலம் நாம் நமது உணர்வை வெளியிடுகிறோம். வலியின் கடுமையை அனுபவித்து பின் நாம் அது குறித்த எதிர்வினையில் இறங்குகிறோம். இந்த நோயாளியைப் பொருத்தவரை காப்புப்புறணி இயல்பாக சிக்கல் இன்றி இருக்க வேண்டும். ஏனெனில், அவருக்கு வலியை உணருவதில் பிரச்சனை

இல்லை. ஆனால் காப்புப் புறணியிலிருந்து அமைக்டாலா செல்லும் கம்பி அறுந்திருக்க வேண்டும். லிம்பிக் எனப்படும் உடல்கூறு வரைபடப் பகுதி, இன்குலேட் உணர்வுப் பகுதி இவை அறுபட்டுவிட்டன. காப்கராஸ் நோயாளிக்கு ஏற்பட்ட அதே நிலை. இது மாதிரி சூழல் நகைப்புணர்வு மற்றும் சிரிப்புக்குத் தேவையான இரண்டு இடுபொருட்களை உருவாக்கிவிடும். மூளையின் ஒருபகுதி மிகப் பெரிய நம்பகமான ஆபத்து என சமிக்ஞை செய்கிறது. அதே சமயம் இன்குலேட்டே பகுதி அதற்கான சமிக்கையை பெறவில்லை. எனவே 'இது பொய்யான பயமுறுத்தல்' எனும் நிலையை மூளை அடைகிறது. நோயாளி கட்டுப்படுத்த முடியாமல் குலுங்கிக் குலுங்கி சிரிக்கத் தொடங்குகிறார். இதே போலத்தான் கிச்சு கிச்சு மூட்டும் போதும் ஏற்படுகிறது. ஒரு குழந்தையை நோக்கித் தன் இரு கைகளையும் எடுத்துச் செல்லும் முதியோர், உடல் பகுதிகளை தாக்குகிறது போல சென்று சட்டென 'கிச்சு... கிச்சு' எனும் போது சிரிப்பாக வெளிப்படுகிறது. முதலில் ஆபத்து போல பிறகு இது ஒன்றுமில்லை எனும் நிலை இங்கே சிரிப்பை தூண்டுகிறது.[7]

மூளையின் நரம்பியல் அமைப்புகளை உற்று நோக்கும் போது இப்படியான நோய்க்குறியீடுகள் வழியே ஒரு சராசரி மூளை எப்படி செயல்படுகிறது என்பது பற்றி நிறைய அறிய முடிகிறது. நான் 'மூளைக்குள் மாயாஜாலம்' நூலில் இப்படி எழுதினேன்.

'உடம்பில் முடி இல்லாது பரிணாம வளர்ச்சி கண்டு புதிய உயிரினமாகி, தனது கடந்து வந்த பாதையை திருப்பிப் பார்த்து தனது சொந்த இனத்தின் தோற்றத்தை ஆராய முடிந்த இந்த இனம் மிகவும் விநோதமானதாக உருவெடுக்கிறது. விநோதங்களிலும் விநோதமாக இந்த மூளை ஏனைய மூளைகள் எப்படி செயல்படுகின்றன என்பதை ஆராய்வதோடு, தன்னைப் பற்றியும் வினவுகிறது. நான் யார்? எனது வாழ்க்கையின் அர்த்தம் என்ன? நான் ஏன் சிரிக்கிறேன்? நான் கனவு காண்பது ஏன்? கலை, இசை கவிதைகளை நான் ரசிப்பது ஏன்? எனது மனம் என் மூளையின் நியூரான்களது செயல்பாடுதானா? அப்படியானால் நான் சுதந்திரமாய் சிந்திக்க என்னவழி? இப்படியாக அடுக்கடுக்காய் கேள்விகளை எழுப்பிக் கொண்டே மூளை அவை யாவற்றிற்கும் விடைகாணப் போராடி நரம்பியலை மிகவும் சுவாரசியமான துறையாக ஆக்கியதுதான் உள்ளதிலேயே விநோதமானது.

மேற்கண்ட இக்கேள்விகளுக்கு விடைசொல்வதுதான் வரும் நூற்றாண்டின் மிகவும் சிக்கலான; அதே சமயம் அதிகம் உழைப்பு தேவைப்படும் வேலையாக இருக்கும் என்றாலும், இதுவரை நமது

மனித இனம் அனுபவித்த ஆக சிறந்த சாகசமாயும் அதுவே அமையப் போகிறது.

படம் 1.1. ஒரு நியூரான். தகவல்பெறும் டெண்ட்ரைடஸ் மற்றும் மற்ற நியூரான்களுக்குத் தகவல்களை அனுப்பும் ஆக்ஸானுடன்.

BRAIN

1. Procencephalon	-	முன்மூளை
2. Mesencephalon	-	இடைமூளை
3. Rhombencephalon	-	பின்மூளை
4. Cerebrum	-	பெருமூளை
5. Cerebellum	-	சிறுமூளை
6. Medulla Oblongata	-	முகுளம்
7. Spina cord	-	தண்டுவடம்
8. Infundibulum	-	கீழ்நீட்சி
9. Gyri & folia	-	மடிப்புகள்
10. Sulci	-	பள்ளங்கள்
11. Cerebral cortex	-	பெருமூளை புறணி
12. Frontal lobe	-	முன்கதுப்பு
13. Parietal lobe	-	மேல் கதுப்பு
14. Tamporal lobe	-	பக்கக் கதுப்பு
15. Occiputal lobe	-	கீழ்க்கதுப்பு
16. Duramater	-	மேல்உறை
17. Arachnoid	-	மையஉறை
18. Piamater	-	கீழ் உறை
19. Brain Stem	-	மூளைத்தண்டு
20. Corpus callorum	-	நரம்பு திசு பட்டை
21. Corpora quadrigemina	-	அரைவட்டக் கோளங்கள்

22. Pons	-	நரம்பு நாரிழை பாலம்
23. Thalamus	-	தலாமஸ்
24. Lateral Hemisphere	-	பக்கக் கோளங்கள்
25. Vermis	-	மைய, குறுகிய பகுதி
26. Flocconodulare lobe	-	சிறிய மேல் அமைப்பு

மூளையின் பாகங்கள்

1. Frontal lobe	-	முன்கதுப்பு
2. Occipital loby	-	கீழ்க்கதுப்பு
3. Parietal lobe	-	மேல்கதுப்பு
4. Temporal loby	-	பக்கக்கதுப்பு
5. Medulla oblongata	-	முகுளம்
6. Pons	-	நரம்பு நாரிழைபாலம்
7. Spinal cord	-	தண்டுவடம்
8. Cerebellum	-	சிறுமூளை
9. Lateral fissure	-	பக்கப்பிளவு
10. Central fissure	-	மையப்பிளவு
11. Motor cortex	-	இயக்கப்புறணி
12. Sensory cortex	-	உணர்வுப்பகுதிபுறணி
13. Corpus callosum	-	நரம்புதிசுபட்டை

படம்: 1.2: மனித மூளை முழுப் பகுதி (a) இடது அரைக் கோளத்தின் உட்பகுதி (b) மற்றும் கீழிருந்து மேல் நோக்கிய இரு அரைக் கோளங்களின் படம் (c) படம்: ராமச்சந்திரன் (a) மற்றும் (b) (c) ஸெகி *(1993)*

1. Cerebral Cortex	-	பெருமூளைப்புறணி
2. Optic tract	-	பார்வைப் பரப்பு
3. eye	-	கண்கோளம்
4. reticular formation	-	வலை உருவாக்கம்
5. Pituitary gland	-	தலைமைச் சுரப்பி (அ) பிட்யூட்டரி சுரப்பி
6. Thalamus	-	தலாமஸ்
7. Hypothalamus	-	ஹைப்போதலாமஸ்

8. Hippo campus - ஹிப்போகேம்பஸ்

9. Amygotala - அமைக்டாலா

படம் 1.3. ஓவியரால் திறம்பட வரைந்து உட்பகுதி அறிய திறந்து காட்டப்படும் மூளையின் குறுக்குவெட்டுத் தோற்றம். தலாமஸ் நடுவே காணப்படுகிறது. படம் brain mind and beliation (புளூம் மற்றும் லாசெரான் (1988).

படம் 1.4: உடம்பில் மாயக்கரத்தின் மன உருவாக்கத்தை விளக்கும் படம் (நாம் பரிசோதிக்கும் பத்தாண்டு முன்பு அவரது இடது கை அகற்றப்பட்டது)

படம்: 1.5: மைய சுல்கஸ் பகுதியில் நமது உடல் பாகங்களின் உணர்வு மையங்கள் பிரதிநிதித்துவமாகி உள்ளன. (குட்டி மனிதன் தலைகீழாய் படுத்திருப்பது தெரிகிறதா)

படம் 1.6: மாக்னெட்டோ என் சொபெலோ கிராஃபி (meg) மூலம் மறு படமாக்கப்பட்ட காந்தப்புலன் நேர்த்தி (mr) வரைபடமாக்கலின் பிரதி. இவரது வலதுகரம் முழங்கைக்குக் கீழே வெட்டப்பட்டுள்ளது.

படம் 1.7: முகம் பார்க்கும் கண்ணாடியைப் பயன்படுத்தும் மாயக்கர சிகிச்சை.

படம் 1.8: சைனஸ்தீசியா நோய் நிலைக்கான மருத்துவ சிகிச்சை படம் 5 களுக்கு இடையே 2 களை கவனிக்க முடிகிறதா.

2

நம்புவதைத்தான் காண்கிறோம்

நம்மைச் சுற்றிய உலகை நாம் கண்டு உணர்தல், நாம் அதைச் சாதாரணமாக எடுத்துக் கொள்ளுமளவுக்கு முயற்சி இன்றி நடக்கிறது. என்னவெல்லாம் அதில் உள்ளடங்கி உள்ளது என்பதை நினைத்துப் பாருங்கள். உங்களது விழிக்கோளத்தின் உள்ளே தெளிவற்ற தலை கீழான இரண்டு பிம்பங்கள் மட்டும் உள்ளன. நீங்களோ விரிவான முப்பரிமாண உலகை உங்கள் முன் காண்கிறீர்கள். ரிச்சர்ட் கிரிகரி சொல்வதைப் போல இது அற்புதம் என்பதற்குக் குறைவானதல்ல. இது எப்படி சாத்தியமாகிறது? புலனுணர்வு என்பது என்ன?

நமக்குள் புகுத்தப்பட்டுள்ள ஒரு பொய் கருதுகோள் என்ன வென்றால், நமது விழிக்கோளத்தின் உள்ளே புகைப்படம் போல ஒரு நிழலுரு பதிவதாகவும், ரெட்டினாவில் அது நமது காட்சி ஏற்பு நரம்புகளைத் தூண்டுவதாகவும், பார்வை இழைகள் பார்வைப் புறணியில் அக்காட்சியை திரையில் விழவைத்து அது என்ன என்பதை மூளை முடிவு செய்வதாகவும் கருதுவது. இது ஒரு பொய்யான, பகுத்தறிவுக்குப் பொருந்தாத கருதுகோள். ஏனென்றால், இப்படி ஒரு நிழலுரு ஒரு திரையில் போய் விழுகிறதென்றால் அதைப் 'பார்க்க' வேறு ஒருவர், அதைக் காண வேறு ஒருவர் என முடிவின்றிக் குழப்பம் தொடர்கிறது.

நமது புலனுணர்வை புரிந்துகொள்ளும் முதல்படி என்பது 'இப்படி திரை பிம்பம் விழுவது' எனும் விஷயத்தை மறந்து, அதற்கு மாறாக வெளி உலகின் விஷயங்களைக் குறியீடுகளாக பிரதிநிதித்துப்படுத்துவதை நினைக்க வேண்டும். வளைவளைவான ஒழுங்கற்ற, மையில் வரையப்பட்ட, கோடுகள் எழுத்து என்றாகி அவை தம் வடிவத்தால் பிரதிநித்துவப் படுத்தாத பொருட்களை விஷயங்களை குறியீடுகளாகி உணர்த்துவது போலவே, மூளையில் உள்ள நரம்பு செல்களில் குறியீட்டு அமைப்புகளைக் கொண்டு புற உலகக் காட்சிகளை, சம்பவங்களைப் புரிந்து கொள்ளும் செயல்பாடும் அமைந்துள்ளது.

நரம்பியல் விஞ்ஞானிகள் என்போர் அப்படி பிறருக்கு விளங்காத மொழியை சமிக்ஞை உடைப்பு செய்யும் வல்லுனர்களாக, இந்த

விஷயத்தில் புற உலகை நமது நரம்பு மண்டலம் எப்படி சமிக்ஞை முறையில் சின்னச்சின்னத் தூண்டல்களால் கட்டுடைக்கிறது என்பதைப் புரிய முயல்பவர்களாக உள்ளனர்.

பார்ப்பது என்றால் என்ன; நம்மைச் சுற்றி நடப்பவைகள் குறித்து காத்திர உணர்வு (Consisous) கொள்வர்களாக நாம் எப்படி இருக்கிறோம், ஆகியனவற்றைக் குறித்தது இந்த அத்தியாயம். முதல் அத்தியாயத்தில் முயன்றது போலவே முதலில் விநோதப் பார்வைக் கோளாறுகள் கொண்ட நோயாளிகளின் உதாரணங்களை முன்வைத்து அதன் வழியே இந்த அறிகுறிகளின் விரிவான விளைவுகளை - காரணிகளை ஆராய்ந்து காத்திரஉணர்வு கொளல் எனும் மனித அனுபவத்தை விவரிக்க நான் முயல்கிறேன். புரோட்டோ பிளாசத்தின் வைக்கோல் பிரிதிரிகளான வெறும் நியூரான்களின் செயல்பாடு நமது மூளையின் பார்வைப் பகுதியாகி காத்திர உணர்வு எனும் சிறப்பு அனுபவத்தை சிவப்பின் சிவப்பை, நீலத்தின் நீலத்தைக் காணும் திறத்தை எப்படிப் பெறுகிறது? எதிரில் நிற்பது ஒரு திருடன் அல்லது அன்பின் காதலன் என எப்படி இனம் காண்கிறது?

உயர்நிலை உயிரிகளான நாம், ஆகச் சிறந்த பார்வைத் திறன் வாழ்பவர்கள். இவ்வுலகைக் காண நமது மூளையில் பார்வைபுறணி என்ற ஒரே ஒரு பகுதி மட்டும் அல்ல. முப்பது வெவ்வேறு அமைப்புகள் நாம் உலகைத் துல்லியமாகக் கண்டறிய உதவுகின்றன. இதைச் செய்ய முப்பது பகுதிகள் எதற்கு? ஒரே அமைப்பு போதாதா? என்பது இன்றுவரை விளங்காத புதிராகவே உள்ளது. ஆனால் இந்த ஒவ்வொரு பகுதியும் பார்வை சம்பந்தமான வெவ்வேறு கூறுகளுக்கான நிபுணத்துவம் பெற்றுள்ளது. உதாரணமாக வீ4 எனும் பகுதி வண்ணங்களை ஆய்ந்தறிதல் தொடர்பானதாக உள்ளது, வேறொரு பகுதியான மூளையின் மேல் கதுப்பில் உள்ள எம்.டி எனப்படும் மய்யபக்க பகுதி பிரதானமாக அசைவுகளை காண உதவுகிறது.[1]

இதற்கான அதிர்ச்சியூட்டும் சாட்சிகள் வண்ணங்களை இனம் காணும் பகுதியான வீ4 அல்லது அசைவுகளைக் காண உதவும் எம்.டி பகுதி மட்டும் அடிபட்ட கோளாறான நோயாளிகள் வழி தெரிய வருகிறது. உதாரணமாக வீ4 பகுதி பாதிப்பாதிப்படைந்த ஒரு நோயாளி, மூளையின் இருபுறமும் வீ4 பாதிப்படையும் நிலையில், புறணியல் நிறக் குருடு அல்லது அக்ரமோட்டோப்சியா எனும் அறிகுறிக்குத் தள்ளப்படுகிறார். உலகை அவரால் சாம்பல் நிற சாயல்களாகவே பார்க்கமுடியும். கருப்பு வெள்ளைப் படம் பார்ப்பது போல. ஆனால் அவர்களால் ஒரு செய்தித்தாள் வாசிப்பது,

முகங்களை அடையாளம் காணுதல், எந்தத் திக்குநோக்கி எது நகர்கிறது. போன்றவற்றைப் பார்ப்பதில் எந்த சிக்கலும் கிடையாது. இதுபோல எம்.டி, அதாவது மய்யபக்க பகுதி பாதிப்படைந்த நோயாளி, புத்தகம் வாசிக்கிறார், வண்ணங்களை கச்சிதமாய் அறிகிறார். ஆனால் எது எதை நோக்கி நகர்கிறது என்பதையோ, எவ்வளவு வேகத்தில் அது நகர்கிறது என்பதையோ அவரால் உங்களுக்குச் சொல்ல முடியாது.

ஜூரிச் நகரில் இப்பிரச்சனையால் பீடிக்கப்பட்ட ஒரு பெண், சாலைகளைக் கடக்க பேரச்சம் கொண்டவராக இருக்கிறார். காரணம் அவரைப் பொறுத்தவரை ஊர்தி எதுவும் நகரும் ஊர்திகளாக கண்ணில்படவில்லை. அவை நிற்கும் பிம்பங்களாக, டிஸ்கோ விளக்குகள் இப்படி அப்படி ஒளியிடுவது போல அவருக்குப் படுகிறது. ஒரு காரின் நம்பர் சொல்கிறார். வண்ணம் சரியாக தெரிகிறது. ஆனால் அது குத்துமதிப்பாக என்ன வேகத்தில் வருகிறது என்பது தெரியாது. கண்ணாடி டம்ளரில் வைன் ஊற்றுவது அதைவிட பெரிய பிரச்சனை. அப்பெண்மணியால், வைன் மட்டம், டம்ளரில் ஏறும் வேகத்தைக் காணமுடியாததால் எப்போதும் வைன் டம்ளரைத் தாண்டி வழிந்து விடுகிறது. நம்மில் பெரும்பாலோர் டம்ளரில் பானத்தை வழிந்தோடாமல் சகஜமாக ஊற்றி அதுபற்றிக் கண்டுகொள்ளாமல் அது ஏதோ சாதாரண விஷயம் என இருந்து கொண்டிருக்கிறோம். ஆனால் கோளாறு ஏற்படும் போதுதான் அது

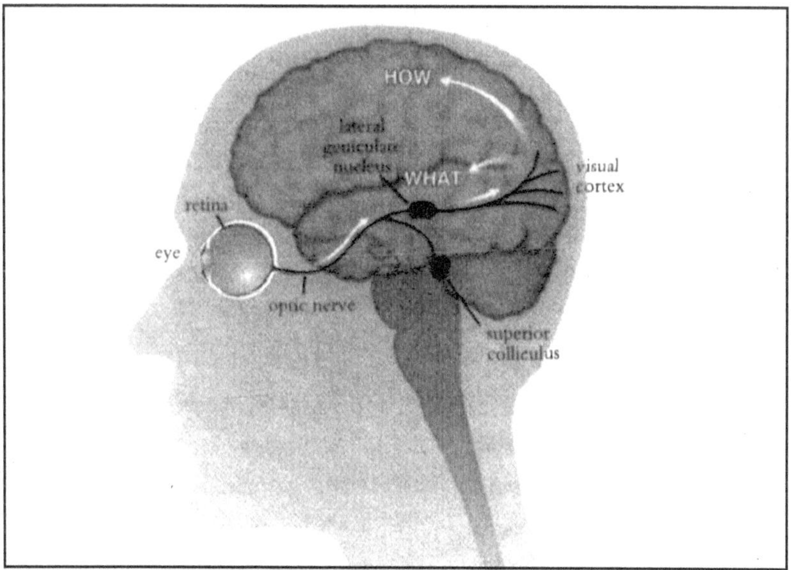

படம்: 2.1. நம் பார்வை இரு தனித்தனி வழிகளின் காட்சியாக்கம் பெறுவதை விளக்கும் படம்.

எப்பேற்பட்ட நுணுக்கமான பிரமாண்ட அமைப்பு செய்யும் வேலை என்பதும், சிக்கல் மிக்க அதன் வழிமுறையும் பிடிபடுகிறது.

'பார்வை' பகுதிகளான மூளையின் இந்த முப்பது அங்கங்களின் உடற்கூறியல் அமைப்பு முதல் பார்வைக்கு பிரமிப்பையும் புரிவதில் ஒரு வித சிக்கலையும் கொடுத்தாலும், அமைப்பாக்கத்தில் ஒரு ஒட்டுமொத்த செயல் திட்டம் இருக்கவே செய்கிறது. நமது விழிக்கோளத்திலிருந்து விழித்திரை பெறும் செய்தி, பார்வை நரம்பின் வழியாகக் காட்சி தொடர்பான இரண்டு முக்கிய மையங்கள் நோக்கிச் செல்கிறது. இவற்றில் பழமை வழி, அமைப்பு என நான் பெயரிடும் முதல் வழி பரிணாம வளர்ச்சி மூலம் வந்த ஒரு பார்வை வழிமுறை. இது சுப்பீரியர் கொலி குலஸ் என்று அழைக்கப்படும் மூளைத்தண்டை உள்ளடக்கியது. இரண்டாம் வழி, புதிய வழிஅமைப்பு. அது மூளையின் பின்பகுதியில் உள்ள (படம். 2.1) பார்வைப் புறணிக்குப் போகிறது. இந்தப் புதிய வழி அதாவது புறணிவழிதான் காத்திர உணர்வு என நாம் பெரும்பாலும் கருதும், காட்சிகளை உணர்வுப்பூர்வமாக இனம்காணுதலைச் சாத்தியமாக்குகிறது. பழைய பாதை பொருட்களை இடம் கொண்டு பார்வைவெளியில் நமது விழியை அவற்றை நோக்கிச் சுழல வைத்து அடைய உதவுகிறது. இது அப்பொருளை நோக்கி விழி வழியே ரெட்டினாவின் குழி குவியத்தைப் பதியவைத்து புதிய வழி அதனை ஆய்வு செய்து கண்டறிந்து அதை நோக்கிய நமது உணர்வுப்பூர்மான நடவடிக்கையை செய்யத் தூண்டுகிறது: அதைச் சாப்பிடு, காமத்தில் ஈடுபடு, அதை விட்டு ஓடு, அதற்குப் பெயரிடு ஏனையவை...

அசாதாரணமான, வியக்கத்தக்க ஒரு நரம்பியல் நோய் அறிகுறியை ஆக்ஸ்போர்டின், லாரி வைக்ஸ்கிராண்ட்ஸ் மற்றும் ஆலன் கவேவும், ஜெர்மனியின் எர்னஸ்ட் பாய்ல் என்பவரும் கண்டுபிடித்து அதற்கு பிளைண்ட் சைட் என்று பெயரிட்டுள்ளனர். ஒரு நூறு ஆண்டுகளாகவே அறியப்பட்டுள்ள ஒரு உண்மை என்ன வென்றால் பார்வைப் புறணி (புதிய பார்வை வழியின் ஒரு பகுதி) மூளையின் ஒரு பக்கம் பழுதடைந்தால் அது எதிர்பக்கத்தில் பார்வை இழப்பை ஏற்படுத்துகிறது. உதாரணமாக வலப்புற பார்வைப் புறணி பழுதடைந்துள்ள ஒரு நோயாளி நேராக காண்கிற காட்சியால் தனது மூக்கிற்கு இடப்புறமுள்ளவற்றைக் காணமுடியாதபடி குருடாகிறார் (மருத்துவரீதியில் இடப்புறப் பார்வை வெளி என்று பெயர்) ஜிவொய்(GY) என பெயரிடப்பட்ட அவ்வாறான ஒரு நோயாளியைப் பரிசோதித்தபோது மிக விநோதமான ஒரு விஷயத்தை வைக்ஸ்கிராண்ட்ஸ் கவனித்தார். நோயாளியின் பார்வை இன்மைப் பகுதியில் ஒரு ஒளிப் புள்ளியைக் காட்டி அவர்

என்ன பார்க்கிறார் என்பதை வினவினார். எதிர்பார்க்கப்பட்டது போலவே நோயாளி ஜிவொய் ஒன்றும் பார்க்கவில்லை என்று கூறினார். ஆனால் இத்தோடு நிறுத்தாமல் ஒளிப்புள்ளியைப் பார்க்க முடியவில்லை என்றாலும், அதை தொட்டுக் காட்டுமாறு கூறினார். 'என்னால் அதைக் காணமுடியவில்லை'. நோயாளி அதிர்ந்தார். 'அதை நான் கைநீட்டித் தொடமுடியும் என்று எப்படி எதிர்பார்க்கிறீர்கள்' வைக்ஸ்கிராண்ட்ஸ் எப்படி இருந்தாலும் முயற்சி செய்ய வேண்டினார். ஒரு ஊகத்தின் அடிப்படையில் ஆராய்ச்சி செய்யலாம். ஆய்வாளர் அசந்து போகுமளவு நோயாளி புள்ளியை, அதனை காட்சிரூபமாக காணமுடியாத போதும், துல்லியமாக தொட்டுக்காட்டினார். பலநூறுமுறை இந்தப் பரிசோதனையை திரும்ப திரும்ப நிகழ்த்தியபோது 99 சதவிகிதம், நோயாளியால் ஒளிப்புள்ளியை கைநீட்டி சரியாக தொடமுடிந்தது. காணமுடியாத அதை ஊகத்தின் அடிப்படையில் சுட்டியதாகவும் அது சரியா தவறா என்று கூட தெரியாது எனவும் நோயாளி கூறினாலும், பெரும்பாலும் ஊகம் சரியாகவே இருந்தது. இந்த முடிவின் உட்பொருள் நம்மை அதிரவைப்பது, ஒருவர் கண்ணால் காணமுடியாத ஒன்றைச் சரியாக அடைந்து தொடுவது எப்படி சாத்தியமாகும்?

இதற்கான விடை எளிதில் விளக்கவல்லது. ஜி வொய், தனது புதியவழியான பார்வைப் புறணியில் பழுதைச் கொண்டுள்ளார் வைத்துவிட்டார். ஆனால் பழைய வழி பாதிப்படைய வில்லை என்பதை நினைவில் வையுங்கள். அதாவது, மூளைத் தண்டின் வழியே சுப்பீரியர் கொலிகுலஸ் வழி செல்லும் பார்வை பாதையில் எந்தப் பாதிப்பும் இல்லை. பார்வைப்புறணிக்கு எந்தக் காட்சியும் பதிவாக புதிய வழியான அது பாதிப்படைந்துள்ளது. ஆனால் மற்றொரு அமைப்பான இணைப்பாதையான சுப்பீரியர் கொலிகுலஸ் பொருட்களின் இடத்தை குறிப்பிட்டுக்காட்டும் அமைப்பு செயல்படுகிறது. அங்கே வழக்கம்போல் காட்சி சமிக்ஞைகள் பதிகின்றன. மூளையின் உயர் மையங்களான, மேல் கதுப்பின் உறுப்புகளில் இது தூண்டுதலை வழக்கம்போல மேற்கொண்டு, கைகளை சரியான இடம் நோக்கி நகர சமிக்ஞைகளை அனுப்புகிறது! கிட்டத்தட்ட இதன் அர்த்தம் என்னவென்றால், ஜி.வொய் எனும் மனிதருக்கு என்ன நடக்கிறது என்றே தெரியவில்லை என்றாலும் அவருக்குள் வெளியே தெரியாத வேறொருவர் அல்லது ஆவி அவரது கைகளை இயக்குகிறார் துல்லியமாக!

இந்த விளக்கம் நமக்கு இன்னொன்றையும் புரியவைக்கிறது. புதியவழித்தடம் நமது காத்திர உணர்வுக்குத் தெரிந்து செயல்படுகிறது

பழைய வழித்தடமான பரிணாமவழியால் சுப்பீரியர் கொலிகுலஸ் பாதை செயல்படுவதை நாம் உணருவதில்லை. இது ஏன்? ஒரு செயல்பாடு, அது சிக்கலான கணக்கீடு நிறைந்த செயல்பாடு நடக்கும் வழிமுறை நமக்கு நன்குதெரிந்து நடக்கிறது. ஆனால் அதற்கு இணைவழியான அதே சிக்கலான கணக்கீடு நிறைந்த செயல்பாட்டின் வேறொரு வழிமுறை நமது காத்திர உணர்வுக்கு வராது நடப்பது ஏன்? மூளையின் செயல்பாடு நமது காத்திர உணர்வுக்குத் தெரிந்து முதலில் அதன் இருப்பை நிரூபித்தபடி நடப்பது எதற்கு; அல்லது கொலிகுலஸ் வழிநடக்கும் இந்த பழைய வழித்தடம் போல சில செயல்பாடுகள் நாம் உணராமல் மிகச் சரியாக நடப்பது ஏன்? அல்லது, மூளையின் ஏனைய செயல்பாடுகளும் நமது புலனுணர்விற்கு உட்படாமல் நம்மை முற்றிலும் இருட்டடிப்பு செய்து நடந்தால் என்ன? [3]

இந்தக் கேள்விகான நேரடி பதில் இன்றைக்கு நம்மிடம் இல்லை என்றாலும், விஞ்ஞானிகளாக நாம் செய்யமுடிந்த ஆகசரியமான முயற்சி என்னவென்றால், நாம் சில ஒப்புமைகளை இயைபுபடுத்துவதன் மூலம் விடைக்கு வெகு அருகில் வரை செல்லமுடியும். மூளை செயல்களில் எவை எல்லாம் நாம் உணர்கிறோம்; எதுவெல்லாம் நாம் உணராமலே நடக்கிறது என்பதைப் பட்டியலிடமுடியும். பிறகு அவை இரண்டையும் ஒப்பிட்டு ஒன்றை ஒன்று வேறுபடுத்த, ஏதாவது பொதுக் காரணிகள் இருக்கமுடியுமா என்பதை ஆராயலாம். குறிப்பிட்ட சில கணக்கீட்டு நுட்ப செயல்பாடுகள் நமக்கு உணர்ந்து நடப்பவையாக இருக்குமா? அல்லது சில மூளை அமைப்பு இடங்கள் இந்த உணர்ந்து செயல்படுதலோடு தொடர்புடையதா? இது அனுபவ ரீதியில் விளங்கமுடிந்த கேள்வி; விளக்கம் அளிக்க முற்பட்டால் புலனுணர்வின் செயல்பாட்டை அறிய, விடைக்கு வெகு அருகே அது நம்மை இட்டுச் செல்லும், அப்படி ஒன்று உள்ளதென்றால், அது பரிணாமமடைந்த காரணம் என்ன என்பது உட்பட விளங்கும். (சந்ததி மரபாக்கம் டி.என்.ஏ எனும் மரபணுவில் உள்ளதை நாம் அறிந்ததால் அதைக் கட்டுடைத்தது போலத்தான் இது)

முதலில், இந்த இரு பட்டியல்களைத் தொகுக்க, நமக்கு குருட்டுப்பார்வைப் பகுதியின் வரம்புகள் தெரியவேண்டும். அதன் வசதி வாய்ப்புகள் என்ன? அது ஆகச் சரியாக இன்னும் அறியப்படவில்லை. நமக்கு ஆலன் கவாய், பெட்ரா ஸ்டொயரிக் ஆகியோர் மூலம், அதனால் நிற வேற்றுமை ஓரளவு காணமுடிகிறது என்பது தெரிய வருகிறது. பழைய பாதையால் முகங்களை அடையாளமிட முடியாது, அதை நாம் அறிவோம், ஆனால்

முகபாவத்தை உணரமுடிகிறதா?

பார்வை விழிப்புணர்வு அல்லது காத்திர உணர்வு குறித்த கருதுகோள் என்னவென்றால், ஒரு பொருளின் காட்சி வேறுபாடுகளை தொகுத்து உணர்தல் என்பது ஆகும். உங்களுக்கு ஒரு சிகப்புப் பொருள் தெரிகிறது. அது வலப்பக்கமாக நகர்கிறது. ஒரு பச்சைப் பொருளும் தெரிகிறது. அது அதே சமயம் இடப்புறமாக நகர்கிறது. உங்கள் மூளையின் நிற அறிதல் பகுதியும், நகர்வு அறிதல் பகுதியும் ஒரே சமயத்தில் சமிக்கைகளை அனுப்புகிறது என்றால் உங்களுக்கு எந்த நிறம் எந்தத் திசையில் நகர்கிறது என்பது எப்படித் தெரியவருகிறது? பொருள் நிறம். நகர்வு திசை... என தனித்தனியே ஆரம்பநிலையில் நமது உள்ளுணர்வு தேவையல்ல, இவற்றைத் தொகுத்து உணரத்தான் உள்ளுணர்வு தேவை. அதாவது, எந்த நிறம் எந்தத் திசையில் நகர்கிறது என்பதை உணர என்பது பொதுக் கருத்து. ஜி.வெய். போன்ற நோயாளிகள் நமக்கு இந்தக் கோட்பாட்டை பரிசோதித்துப் பார்க்க உதவியாய் இருக்கிறார்கள். அவருக்கு பார்வைக்கு உட்படாத பகுதியில் வேறு நிறப் பந்துகளை எதிர்எதிர் திசையில் நகர்த்தும் போது சிவப்பு வலப்புரம் பச்சை இடப்புறம் அவரால் ஒன்று வலப்புரமாய் ஒன்று இடப்புறமாய் நகர்வதைச் சுட்ட முடியும். ஆனால் எந்த நிறம் எந்தப் பக்கமாக நகர்கிறது என சுட்ட முடியுமா? அல்லது நாம் நிறத்தை விட்டு இரண்டு பொருட்கள் ஒன்றின் கீழ் ஒன்றாக (இரண்டும் அவரது பார்வைக் குருட்டு இடது வெளியில்) ஒரே சமயம் எதிர் எதிர்திசையில் நகர்த்தினால் ஜி வொய். யால் சரியாக சொல்ல முடியுமா?

நோயாளி ஜி. வொய் போன்றவர்களுக்கு வந்துள்ள பகுதி குருட்டுப் பார்வை குருடு எனும் நோய் அறிகுறி இயல்பிற்குப் பொருந்தாத ஒன்றாக இருக்கிறபடியில் என் சக விஞ்ஞானிகள் பலர் அதை சந்தேகத்தோடு அணுகுகிறார்கள். இதற்குக் காரணம், இந்த நோய் அறிகுறி மிக அபூர்வமாக வருவது மட்டுமல்ல; இது நமது பட்டறிவிற்குப் பொருந்தாதாகவும் படுகிறது. உங்களால் பார்க்க முடியாத ஒன்றை எப்படி உங்களால் தொட்டுச் சரியாகக் குறிப்பிடமுடிகிறது? ஆனால் இதை வைத்து நாம் இந்த விஷயத்தைப் புறந்தள்ள முடியாது. எனென்றால், நாம் அனைவருமே பிளைண்ட் சைட் அறிகுறி யால் அவதிப்படுபவர்கள்தான்! அதை முதலில் விளக்கிவிடுகிறேன்.

நீங்கள் கார் ஓட்டிக்கொண்டே பக்கத்து இருக்கையில் அமர்ந்துள்ள உங்கள் நண்பரோடு தீவிரமாக ஒரு விஷயம்

பற்றி காரசார விவாதத்தில் ஈடுபட்டுள்ளீர்கள் என்று வைத்துக் கொள்வோம். உங்கள் கவனம் முழுவதுமே அந்த விவாதத்தில் தான் உள்ளது. உணர்வு பூர்வமாக அதில்தான் ஈடுபட்டுள்ளீர்கள். உங்கள் உள்ளுணர்வு முழுதும் விவாதத்தில் இருந்தாலும் சாலைப் போக்கு வரத்தைத் துல்லியமாக உங்களது வாகனம் பின்பற்றுகிறது... ஒரு நடை பாதையை தவிர்க்கிறது, பாதசாரிகள் மீது இடிக்காமல் செல்கிறது... சிவப்பு விளக்கில் நிற்கிறது... இவை அனைத்தையும் சிக்கலாக கணக்கிட்டுச் செய்யவேண்டிய அனைத்தையும் எந்த விதக் கவனமும் உள்ளுணர்வு ஈடுபாடும் இல்லாமலேயே உங்களால் செய்யமுடிகிறது.. எதாவது ரொம்ப விபரீதமாக நடக்கும் வரை (ஒரு சிறுத்தைப் புலி சலையைக் கடப்பது போன்ற). எனவே ஒரு அர்த்தத்தில் நோயாளி ஜி.வொய் யும் நீங்களும் வேறு வேறு அல்ல; உங்களிடமும் சாலைப் போக்குவரத்தைக் கடக்க 'பிளைண்ட் சைட்' இருக்கிறது. என்ன.. ஜி. வொய்க்கு இருப்பது ஆழமான நோய்மயமாகிய நிரந்தர நிலை. ஆனால் அடிப்படை நமக்கு இருப்பதிலிருந்து வேறானது அல்ல.

ஆவலைத்தூண்டும் ஒரு விஷயம் என்ன தெரியுமா? இதையே திருப்பிப் போட்டுப்பாருங்கள். வாகனத்தை ஓட்டுவதில் முழுக்கவனம் செலுத்தியபடியே காத்திர உணர்வு இல்லாமல் உங்களது பக்கத்து இருக்கை நண்பருடன் காரசார விவாதத்தில் ஈடுபடமுடியுமா? கொஞ்சம் சிறுபிள்ளைத்தனமாகக் கூட தோன்றும் இந்த விஷயம் ஒரு சிந்தை சோதனை; இது ஏற்கனவே மிக அவசியமானதொரு செய்தியைக் கொண்டுள்ளது: மொழியை அர்த்தமுள்ளதாக்கும் கணக்கீடுகளுக்கு மூளையின் முழுக்கவனம் தேவை, ஆனால்

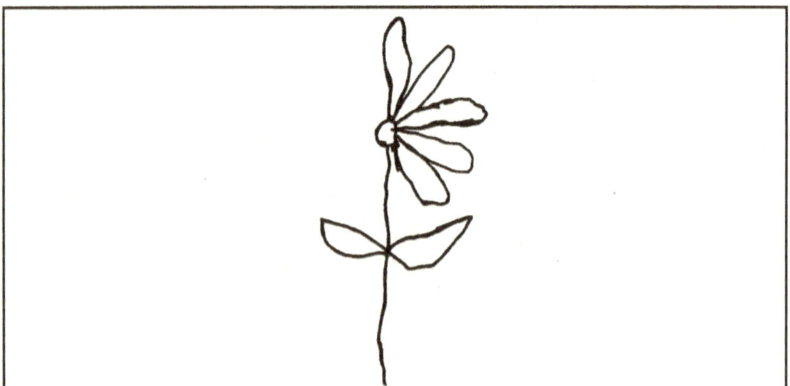

படம் 2.2 ஒரு பக்க குருட்டுப்பார்வையால் பாதிக்கப்பட்டவர் வரைந்த படம். ஒரு பாதியே வரையபட்டுள்ளதைக் கவனிக்கவும்.

சாலையில் வண்டியை ஓட்டிச்செல்லுதல் என்பது எவ்வளவுதான் சிக்கலானதாக இருந்தாலும், அதற்கு காத்திரஉணர்வுநிலை தேவையில்லை! இருக்கலாம். தூக்கத்திலேயே பேசுபவர்கள் இருக்கிறார்கள். காத்திரஉணர்வு இல்லாமலும் வார்த்தைகள் வெளிப்படுகின்றன. ஆனால் அது ஒரு வழிப் பேச்சு. ஒருவர் பேசுவதைக் கவனித்து அதற்கு எதிர்வினை புரியும் உரையாடல் அது அல்ல. காத்திர உணர்வுக்கும் நமதுமொழிக்கும் இடையிலான உறவுபற்றி நாம் ஐந்தாம் அத்தியாயத்தில் விரிவாக விவாதிக்க இருக்கிறோம்.

இந்த வகையான பிரச்சனையை அணுகுவதன் மூலம் காத்திர உணர்வு என்றால் என்ன - அது பரிணாமம் பெற்றதன் நோக்கமென்ன; அதனால் நமக்குக் கிடைக்கும் பயன்பாடுகள் என்ன என்பனபோன்ற பிரதான கேள்விகளுக்கு பதில் போகப்போக கிடைக்கக் கூடும். இந்த விஷயத்தை குறித்த எனது தத்துவார்த்தமான நிலைப்பாடு. முதல் ரீத் சொற்பொழிவாளர், பெட்ரண்ட்ரஸல் அவர்களால் முன்மொழியப்பட்டதோடு ஒத்துப்போகும் நிலைப்பாடு ஆகும். 'மன விஷயம்' மற்றும் 'உடல் விஷயம்' என தனித்தனியாக உலகில் ஏதுமில்லை. இரண்டும் ஒன்றேதான்.[5] (ஆரம்பகாலத்தில் இதற்கு நடுநிலை மோனிசம் (Neutral Monisum) என்று பெயர்) மனமும், உடலும் மோபிஸ்பட்டையின் இருபக்கங்கள் போல பார்ப்பதற்கு இரு தனித் தனி போல தோன்றும் ஒரே விஷயமே ஆகும்.

இந்த புதிய பார்வைவழித்தடத்தின் செய்திப் பரிமாற்றமும் அப்படித்தான். நாம் இப்போது சற்றே நமது கவனத்தைப் பழைய பார்வை வழித்தடமான பிளைண்ட்சைட் பகுதியை வழிநடத்தும் கொலிகுலஸ் வழியே மூளையின் இருபுறமும் அமைந்த மேல் கதுப்பு.... செல்லும் வழி மீது செலுத்துவோம். புற உலகின் இடஅமைப்பைத் திட்ட வரைபடம் நிற உருமாதிரியாய் பிரதிநிதித்துவப்படுத்தும் படைப்பாக்கத்தோடு மூளையின் இருபுறமும் உள்ள மேல் கதுப்பு தொடர்புடையது ஆகும். இடங்களைத் தேடி சரியாக அடைதல், தடைகளைத் தாண்டுதல், பனிக்கோளத்திடமிருந்து விலகிச் செல்லுதல், கால்பந்தை சரியாக அடிப்பது... இப்படியான திறன்கள் அனைத்தும் மூளையின் முன் கதுப்புகளைதான் நம்பி உள்ளன.

இதில் வலப்புறமுன் கதுப்பில் ஏற்படும் பாதிப்பு, மிகவும் வசீகரமாக பிளைண்ட் சைட் பிரச்சனைக்கு எதிர்நிலையான 'புறக்கணிப்பு' எனப்படும் நோய் அறிகுறிக்கு இட்டுச் செல்கிறது. நோயாளி தன் விழிகளை இடப்புறமாக நகர்த்தி தன்னை நோக்கி நகரும் பொருளைப் பார்க்க மாட்டார். அதைச் சரியாகக்

குறிப்பிட்டுக் காட்டவும் அவரால் முடியாது. பிடிக்கவும் முடியாது. இடப்புற உலகு அவருக்குத் தெரியாமல் இல்லை. ஏனெனில் அவரது கவனத்தை, பார்வையை அதன் பக்கம் திருப்பினால் அதைக் காணவும், அது என்ன என்பதைக் குறிப்பிடவும் அவரால் முடிகிறது. இவ்வகை 'புறக்கணிப்பு' நோய்க்கான சரியான விளக்கம், இடப்புறம் குறித்த கவனமின்மை என்பது ஆகும். இவ்வகை நோய் பாதிக்கப்பட்ட நோயாளி தனது உணவுத் தட்டிலிருந்து வலப்புறமாக பரிமாறப்பட்ட உணவை மட்டுமே எடுத்து உண்பார். இடப்புறம் பரிமாறப்பட்ட எந்த உணவுப் பொருளையும் தொடமாட்டார். யாராவது அதை நோக்கி அவரது கவனத்தை ஈர்த்தால் மட்டுமே அந்த இடப்புறம் உள்ளவற்றையும் எடுத்து அவர் உட்கொள்வார். ஒரு ஆண்மகனாக இருந்தால் முகச் சவரம் வலப்புறம் மட்டுமே செய்வார். பெண்ணாக இருப்பின், முகப் பூச்சு அலங்காரம்கூட வலது முகத்திற்கு மட்டும்தான். இவ்வகை நோய் பீடித்த ஒரு நோயாளியிடம் ஒரு வரைபட அட்டையையும் பென்சிலையும் கொடுத்து மலர் ஒன்றை வரையச் சொல்லும்போது ஒரு பாதி மலரைத்தான் வரைவார் (படம் 2.2) வலப்புறமலர்!

'புறக்கணிப்பு' நோய் வலப்புறம் நடந்த பாதிப்பினால் ஏற்படுகிறது, ஏனெனில், நோயாளி இடதுபக்கமாக உடல் இயக்கத்தை இழக்கிறார். வலப்புற மூளைதான் நமது இடதுபக்க உடல் உறுப்புகளின் இயக்கத்தைக் கட்டுப்படுத்துகிறது. இந்த 'புறக்கணிப்பு' நோய் நிலையைக் குணப்படுத்த முடியுமா என நான் வியந்தேன். தொடர்ந்து அவர்கள் கவனிக்க மறுக்கும் இடதுபக்க உலகை நோக்கி அவர்களது கவனத்தை திருப்பி ஒரு சிகிச்சையை முன் வைக்க முடியுமா?

நான் திரும்பவும் முகம்பார்க்கும் கண்ணாடியை, நாம் மாயக் கரம் விஷயத்தில் செய்ததைப்போல, பயன்படுத்திட, நினைத்தேன் (அத்தியாயம்.1) நோயாளியை மிகவும் வசதியாக ஒரு நாற்காலியில் அமரவைத்து அவரது வலப்புறமாக நின்று கண்ணாடியைப் பிடித்தேன். அவர் வலப்புறம் திரும்பினாலே கண்ணாடி பார்க்கும் வண்ணம் அமைத்தேன். அதுவரை தன்னால் 'கவனிக்கஇயலாத' இடப்புறத்தை கண்ணாடியில் எதிரொளித்தால் அப்போது அவரால் அதைப் பார்க்கமுடியும். இப்படிச் செய்தால் இடப்புறமும் ஒரு உலகம் உள்ளது என சட்டென உணர்ந்து, இதுவரை கவனிக்கத் தவறிவிட்டோம் என உணர்ந்து விடுவாரா? அது நடக்குமே யானால், அவரது 'புறகணிப்பு', நோய் நிலையை நாம் ஒருமுகம் பார்க்கும் கண்ணாடி கொண்டு குணப்படுத்தி விட வாய்ப்புள்ளது. அல்லது அவரது மூளை 'அது இடதுபுறம் உள்ளது.

என்னைப் பொறுத்தவரை அப்படி ஒரு உலகம் இல்லை... நான் தொடர்ந்து அதைப் புறகணிப்பேன்' என்று (எதிர்வினையாக) சொல்லிவிடுமா?.

விடை...., அறிவியலில் அடிக்கடி நடப்பதைப்போல இரண்டுமல்ல! அப்பெண் நோயாளிக்கு வலப்புறம் கண்ணாடி பிடித்த நான் இடப்புறம் என் மாணவர் ஜானைக் கையில் ஒரு பேனாவுடன் நிற்க வைத்தேன். கண்ணாடியை உயர்த்தி நோயாளியிடம் அவர் என்ன பார்க்கிறார் எனக் கேட்டேன். நான் கையில் வைத்திருப்பது என்ன? நோயாளி கண்ணாடியை அடையாளம் கண்டு அவரால் அதில் தனது பிம்பத்தைக் காணமுடிகிறது என்று சொன்னதோடு, மேலே கீறல் விட்டுள்ளது என்றார் உண்மை. கீறல் விட்டுள்ளது.

அப்புறம் சொன்னார்: அவரால் ஜானைப் பார்க்கமுடிகிறது.. அவர் கையில் பேனா பிடித்திருக்கிறார்! நான் அவரை தனது வலக்கையில் (ஏனெனில் அது வலிப்புநோயால் பாதிப்படையவில்லை) அந்த பேனாவைப் பெற்று அதைக் கொண்டு தனது பெயரை எழுதக் கூறினேன். எந்தச் சாதாரண மனிதரும் தனது இடப்புறமாக பேனாவைப் பெறுவார், ஆனால் என் நோயாளி கண்ணாடியின் மேல் பரப்பைத் தீண்டத் தொடங்கினார்... பிறகு அதற்குப் பின்புறம் துழாவி, என் டையைப் பிடித்து இழுத்து பெல்ட்டைப் பிராண்டினார். பிம்பத்தை எடுக்கச் சொல்லவில்லை. உண்மையான பேனாவைத்தான் எடுக்கச் சொல்கிறேன் என விளக்கம் தந்தேன். உண்மையான பேனா கண்ணாடிக்கு உள்ளே இருக்கிறது டாக்டர்' அல்லது மற்றொரு சமயம் 'பேனா இந்தக் கண்ணாடிக்குப் பின்னால்தான் இருக்கிறது டாக்டர்' என பதில் வந்தது.

இந்தப் பிரச்சனை உண்மையில் சர்வ சாதாரணமாக ஒரு மூன்று வயதுக் குழந்தையால் எளிதில் தீர்த்துவிடக் கூடியது. கண்ணாடி பிம்பத்தையும் நிஜத்தையும் ஒரு சிம்பன்சி கூட குழப்பிக் கொள்வது கிடையாது. ஆனால் திருமதி. டி எழுபது வருடங்கள் பிம்பங்களுடன் எத்தனையோ முன் அனுபவம் இருந்தும் கண்ணாடிக்கு உள்ளே துழாவுகிறார். இந்த நிலையை நாங்கள் 'மிரர் அக்நோசியா' அல்லது 'பார்க்கும் கண்ணாடி' நோய்நிலை என ஒரு கண்ணாடிக்குள் அது நிஜம் என்று நினைத்து நுழைந்து விடும் ஆலீஸ் (லுக்கிங் கிளாஸ் நாவல்) நினைவாக அழைக்கிறோம்.

இந்த 'மிரர் அக்நோசியா' எதனால் ஏற்படுகிறது? நோயாளிக்கு அவர் பார்ப்பது ஒரு பிம்பம்தான் என்பது நன்றாகத் தெரிகிறது என்றே நினைக்கிறேன். எனவே, பொருள் அவரது இடப்புறம் உள்ளது. ஆனால் அவரது உலகில் இடப்புறம் என்ற ஒன்று

இல்லாததால் அது எவ்வளவுதான் நடைமுறை சாத்தியமற்றதாக இருப்பினும், பொருள் கண்ணாடிக்குள் உள்ளது எனும் விளக்கத்தை ஏற்கிறார். குறிப்பிடத் தகுந்த விஷயம் என்னவென்றால், அவரது ஆடியியல் குறித்த அடிப்படை விதிகள் குறித்த அனைத்து வகைப் புரிதலும், அவர் சிக்கியுள்ள இந்த விநோத உணர்வு நிலையால் முற்றிலும் தகர்க்கப்பட்டுள்ளது என்பதுதான். இது நினைவில்லாமல் அகஸ்மாத்தாக நிகழும் விஷயமல்ல. அவர் கண்ணாடி இருப்பதை உணர்கிறார். ஆனால் அதை ஒரு தடையரணாக உணர்ந்து அதனுள் இருந்து பொருட்களை எடுக்கப் போராடுகிறார்.

இதே வலது முன் கதுப்பில் ஏற்படும் பாதிப்பு மறுத்தல் அல்லது அனோஸ்க்னோசியா எனும் அசாதாரண நோய் நிலைக்கும் இட்டுச் செல்கிறது. வலது முன் கதுப்பில் ஏற்படும் பாதிப்பினால் மூளையின் உள் பொதியுறையில் ஏற்படும் சேதம் காரணமாக நோயாளி தனது இடப்புறம் முழுதும் செயலிழக்கும் நிலையை அடைகிறார். இதற்கு பக்கவாதம் என்று பெயர், அதாவது உடலின் ஒரு பக்கம் முற்றிலும் செயலிழத்தல். பெரும்பாலான இவ்வகை நோயாளிகள் இந்த தனது நிலை குறித்து எப்போதும் குறைப்படுகிறார்கள். ஆனால் இவ்வகை பாதிப்படைந்தவர்களில் ஒரு சிறு சதவிகிதம் பேர் மட்டும், தங்களது இடது கரம் வாத நோய்க்கு ஆட்பட்டதை மறுக்கிறார்கள்... இவர்களுக்கு 'புறக்கணிப்பு' நோய் நிலையும் இல்லை. தங்களது இடதுகரம் எப்போதும் போலவே இயங்குவதாக அவர்கள் சொல்லிக் கொண்டே இருக்கிறார்கள்.

பெரும்போலும் வலதுபுற மூளை முன்கதுப்பு பாதிப்பு அடையும் போது துகள் ஒவ்வொன்றிற்கும் இதுமாதிரி நடத்தை மாறுதல்களை நாம் சந்தித்தாலும், அபூர்வமாக இடப்புற மூளை முன்கதுப்பு சேதமடையும் போதுதான் நமக்கு என்ன நடக்கிறது என்பது புரிகிறது. இந்த புறக்கணிப்பு நோய்நிலை, மூளையின் அறைக்கோள சிறப்பியல்புகளுடன் தொடர்புடையதாக இருக்கிறது. பெருமூளையின் இரு அறைக் கோளங்களும் புற உலகு சம்பந்தமாக தங்களுக்குள் எப்படி உணர்வு பகிர் மாற்றம் செய்கின்றன என்பதைப் புறஉலகு குறித்த உணர்வு உள்ளீடுகளை ஏற்பது நம்பிக்கைக்கள் ஆகியவற்றில் இரண்டிற்குமுள்ள முரண்பாடுகளை எப்படி அணுகுகின்றன என்பதைப் பொருத்ததாக உள்ளது. குறிப்பாக, ஒரு முரணை எதிர்கொள்ளும்போது இடப்புற பெருமூளை அரைக்கோளம் அதை கண்டுங்காணாமல் கடந்து இருக்கிறது... அப்படி ஒன்றே இல்லை என்பது போல மிருதுவாக எந்தப் பாதிப்பும் இல்லாத நிலை இது.. (ஃபிராய்டிய தற்காப்பு அமைப்பு இந்த நிலை சார்ந்ததே). ஆனால் அதே முரணை வலப்புற அறைகோளம் அணுகும் முறை நேர்

எதிரானது. அது சிறு முரணைக்கூட உடனடியாக பதிவு செய்து துல்லிய உணர் ஊட்டியாக உள்ளதால், அதை நான் ஒழுங்கின்மை கண்டுணரும் அமைப்பு என்றே சொல்வேன்.

வலப்புற அரைக்கோளம் வாத நோய்க்கு ஆளான (இடதுபுறம் செயலிழக்கும் நிலை) ஒரு நோயாளி தனது (இடக்) கரத்தை நகர்த்தக் கட்டளை தரும்போது அவருக்கு அது நகரவில்லை எனும் காட்சி பதிலாக கிடைக்கிறது. எனவே இப்போது இது ஒரு முரண்நிலை. அவரது வலதுபக்க அரைக்கோளம் சிதைவடைந்துள்ள அதே சமயம், எந்தப் பாதிப்பும் அற்ற இடப்பக்க அரைக்கோளம், இந்த பிரச்சனையை அளவளாவி, மறுப்புகளைச் சரியாகவே உள்ளது என நம்பவைத்து விடுகிறது. அதே சமயம் இடப்புற கதுப்பு சேதமடைந்து வலப்புறம் செயலிழந்து வலது பக்க அரைக்கோளம் தெளிவாகச் செயல்படும் நிலையில், கொடுக்கப்பட்ட உடல் ரீதியான கட்டளைக்கும் அது நடக்காததற்கும் இடையிலான முரணை உடனே இனம்காண்பதால்தான் வாத நோயால் பாதிப்பாயுள்ளதாக நோயாளிக்கு தெரிகிறது. ஒரு ஊகத்தின் படியான முடிவாக இருந்த இது, இப்போது நேரடியாகப் பரிசோதிக்க முடிந்த மூளைப் பதிவுச் சோதனை மூலம் உண்மை என்று நிரூபணமான ஒன்றாக ஆகி உள்ளது.

தான் பக்க வாதத்தால் பாதிப்படையவில்லை என ஒரு நோயாளி மறுக்கும் நிலை விசித்திரமானது என்றால், ஏழெட்டு ஆண்டுகளுக்கு முன் நாங்கள் அதைவிட விநோதமான நம்பமுடியாத ஒன்றைக் காண நேர்ந்தது. சில நோயாளிகள் தங்கள் அருகே உள்ள அதே போலப் பக்கவாத நோய் பாதிப்படைந்த மற்ற நோயாளிகளும் நோயால் பாதிப்பு அடையவில்லை என திட்டவட்டமாக மறுத்தனர். உதாரணமாக, இடது புறம் செயலிழந்த நோயாளியின் b, கரத்தை அசைக்கச் சொல்லுகிறோம்... அவரும் அசைக்கவில்லை, ஆனால் அருகிலிருக்கும் மறுத்தல் (அனோஸ்க்னோசியா) பாதிப்பு கண்டநோயாளி a யிடம், நோயாளி b, கரத்தை அசைத்தாரா என கேட்டால் அவர் அசைத்தார் என்று பதில் வருகிறது. எனவே நோயாளி a, தன் இயலாமையை மட்டுமல்ல; அடுத்தவரின் இயலாமையையும் சேர்த்தே மறுக்கிறார்.

ஆரம்பத்தில் இந்த நிலை எனக்கு எந்த அர்த்தத்தையும் தரவில்லை. ஆனால் பிறகு ஜியோகோமோ ரிஸோலாட்டி, குரங்குகளை வைத்து மேற்கொண்ட சோதனைகள் என் கவனத்திற்கு வந்தன. தசை இயக்கத்தைத் தன் கட்டுப்பாட்டில் வைத்துள்ள முன் கதுப்பு, குரங்கு சில குறிப்பிட்ட அசைவுகளை செயலாற்றும்

போது ஊக்கம் பெறும் செல்களால் ஆனது என்பது நன்கறிந்த உண்மை. குரங்கு நிலக்கடலையை எடுக்கக் கைநீட்டும் போது ஒரு செல்லில் பொறிபோல ஊக்கம் தூண்டப்படும்.. குரங்கு ஒன்றை இழுக்கும் போது வேறு ஒரு செல் ஊக்கம் பெறுகிறது. அதே போல குரங்கு ஏதோ ஒன்றைத் தள்ளும் போதும் அதேபோல ஒரு செல் ஊக்கத்தூண்டலைப் பெறுகிறது. தசை இயக்கத்தைக் கட்டுப்படுத்தும் நியூரான்களே இவை. வேறொரு குரங்கு, அதே இயக்கத்தில் ஈடுபடுவதைப் பார்த்தாலும் அதே செல்களில் ஊக்கத் தூண்டல் நடப்பதை ரிஸோலாட்டி கண்டார். உதாரணமாக, நிலக்கடலையை பொறுக்கும்போது ஊக்கத் தூண்டல் நியூரான், வேறு ஒரு குரங்கு நிலக்கடலையைப் பற்றுவதைப் பார்க்கும் போதும் ஊக்கத் தூண்டல் பெறுகிறது. மனிதர்களுக்கு இதே போன்றுதான் நடக்கிறது. இது அசாதாரணமானது. ஏனெனில் வேறு ஒருவர் நிலக்கடலை பொறுக்குவதும், ஒருவர் தனது சொந்தக் கரங்களால் பொறுக்குவதும் முற்றிலும் வேறான காட்சி அனுபவங்கள். எனினும், உங்கள் மூளை தனக்குள் மனவெளி உருமாற்றம் ஒன்றை மேற்கொள்கிறது. அப்போதுதான் ஒருவரது சொந்த அசைவுகளுக்காக தூண்டல் பெறும் நியூரான் மற்றவரின் அதே அசைவுக்கும் தூண்டல் பெறமுடியும். ரிஸோலாட்டி இவற்றை ஆடி நியூரான்கள் (Mirror Newrons) என்று அழைத்தார். அவற்றுக்கு 'செய்வதைச் செய்யும்' குரங்கு நியூரான்கள் என்றும் மற்றொரு பெயர் உண்டு. இவை, என் கணிப்புப்படி, நமது நோயாளிகளுக்கு சேதமடைந்திருக்கவேண்டும்.

மற்றவர்களின் அங்க அசைவுகளைக் கண்டு பரிசீலிக்க என்ன தேவை என்று நினைத்துப் பாருங்கள். அவர் செய்வதை உங்களது மெய்மை செயல் திறனுச்குள் பொருத்தி நடித்துக் கற்பனையாக மனதில் மாற்றுருக்கொண்டு அவர் என்ன செய்கிறார் என்பதை ஊகிப்பீர்கள். இதற்கு அதே ஆடி நியூரான்களது செயல்பாடு தேவையாய் இருக்கலாம். வெறும் ஆர்வத் தூண்டலாக அன்றி, இந்த ஆடி நியூரான்கள், மனித செயல்பாடுகளின் முக்கியபங்களிப்பைச் செய்து அடுத்தவரின் அங்க அசைவுகள் வழியே அவர்களது மனதை நோக்கத்தை அறிய உதவுகின்றன. அனோஸ்க்னோசியா நோயால் பாதிக்கப்பட்ட நமது நோயாளிகளுக்கு இந்த வகை நியூரான்களின் அமைப்பு சிதைவடைந்திருக்கவேண்டும். பக்கத்திலிருப்பவர் தனக்கு வழங்கப்படும் கட்டளைகளுக்கு உடலை அசைக்கிறாரா என்பதை சரியாக மனதில் ஏற்றிப் பரிசீலிக்கும் திறத்தை அவர்கள் இழந்துவிட்டனர்.

மனிதனின் பரிணாம வளர்ச்சியில் இந்த நியூரான்கள் பெரிய

அளவில் பங்களித்திருக்கவேண்டும் என நான் கருதுகிறேன். நமது இனத்தின் 'ஹால் மார்க்' இயல்புகளில் ஒன்று நமது கலாச்சாரம். கலாச்சாரம் என்பதே பெற்றோர்கள் மற்றும் ஆசிரியர்களைப் பார்த்து அதுபோலவே செயல்படுவதை அடிப்படையாகக் கொண்டது.. மிகச் சிக்கலான திறன்களைக் கூட கற்றுக் கொள்வதற்கு இந்த ஆடி நியூரான்களின் பங்களிப்பு அவசியம். சுமார் 50,000 ஆண்டுகளுக்கு முன் எங்கோ இந்த வகை ஆடி நியூரான் அமைப்பு சிக்கலான அங்க அசைவுகள், செயல்பாடுகளை அப்படியே திரும்பச் செய்து பிரதிபலித்து பரிணாமப் பெருக்கத்திற்கு வழிகண்டு தகவல்களை கலாச்சாரக் கூறுகளாகக் கடத்தி மனித இனத்தின் சிறப்பியல்பாக மாற்றி இருக்கவேண்டும்.

மற்றவர்களின் மனப்போக்கை அங்க அசைவுகளை வைத்து மனதில் மெய்ம்மை உறு பரிசீலனை செய்ய ஆடி நியூரான்களால் முடியும் என்பதைக் கொண்டு மனிதன் சூட்சுமம் மிக்கவனாக அடுத்தவர், மனவெளிகளை கோட்பாட்டாக்கி அவர்களது நடத்தைகளை முன் உணர்பவனாக இருக்கிறான். மனிதர்களுக்குள் உறவாடுவது தவிர்க்க இயலாமல் இந்த ஆடி நியூரான் அமைப்பு சார்ந்ததாக இருப்பதால் சமீபத்திய ஆய்வுகளின்படி ஆடிஸ மனப் பிறழ்வு கொண்ட குழந்தைகள் விஷயத்தில் இந்த அமைப்பு செயல்பாட்டில் ஏற்படும் பழுது சமூக நடத்தைத் தடுமாற்றங்களுக்குக் காரணமாக இருக்கலாம் என்பது கண்டறியப்பட்டுள்ளது.

ஆயினும் நோயாளிகள்மீதான இவ்வகை சோதனைகள், ஒவ்வொன்றும் ஒவ்வொரு ஆய்வில் ஆவலைத் தூண்டினாலும், நமது நோக்கம் ஒரு இயல்பான மூளை எப்படிச் செயல்படுகிறது என்பதை புரிந்து கொள்வதுதான். மனித இனத்தின் இயல்புகளை அது உடல் அசைவாக இருந்தாலும், மொழி, கலாச்சாரம் அல்லது திரட்டப்பட்ட சிந்தனை யானாலும் இந்த நியூரான் செயல்பாடுகள் எப்படி சாத்தியமாக்குகின்றன என்பதே நமது ஆவல். மூளைகுறித்த இத்தகைய ஆழமான புரிதல்கள், அறிவியல் குறித்து மட்டுமல்ல; பொதுவாக, மானுடவியல் குறித்தேகூட நமது புரிதல்களை மாற்றும் தன்மை கொண்டவை என்பதே எனது நம்பிக்கை. தத்துவ வாதிகள் எங்கள் இந்தியாவிலும், மேற்கிலும் மூவாயிரம் ஆண்டுகளாக மனம் பற்றி ஏராளமாக கேள்வி எழுப்பி வருகிறார்கள் ஆனால் அவை யாவற்றுக்குமான விடைகளை மூளைக்குள்தான் நாம் தேடிக்கண்டு பிடிக்கமுடியும்.

3
கலைத்திறன் மிக்க மூளை

இந்த நூலிலேயே துணிச்சல் வாய்ந்த யூகங்கள் கொண்ட இந்த அத்தியாயத்தில் நான் ஆதிகாலத்திலிருந்து தத்துவ இயல், உளவியல் மற்றும் மானுடவியல், ஆகியன தொடங்கிய பிரதான கேள்விகளில் ஒன்றுக்கு பதிலுரைக்க முயல்கிறேன். கலை என்றால் என்ன? பிக்காசோ, 'உண்மையினை வெளிக் கொணரும் பொய் - கலை' என்று எதைக் குறிப்பிடுகிறார்?

நாம் ஏற்கனவே கண்டதைப்போல நரம்பியல் விஞ்ஞானிகள் உடல் பிரதிபலிப்பு மற்றும் மனக்காட்சி புலனுணர்வு போன்ற உளவியல் கூறுகளின் நரபியல் அடிப்படைகளை புரிந்து கொள்வதில் சில முன்னேற்றங்களை சாதித்துள்ளனர். ஆனால் கலையை (அதுவும் மூளையில் உதிக்கும் ஒன்று என்பதும் வெட்டவெளிச்சமான உண்மை ஆயிற்றே) பொறுத்தவரை அப்படிச் சொல்லமுடியுமா?

குறிப்பாக, கலைத்திறன் உள்ளடக்கிய கூறுகள் என ஒன்று இருக்கமுடியுமா என்று கேட்கலாம். உலகம் முழுவதும் கலைத்திறன் பாணி வகைவகையாக ஏராளமான எண்ணிக்கையில் உள்ளதை அறிவோம்: திபெத்தியக் கலை, பழங்கால கிரேக்கக் கலை, மறுமலர்ச்சிக் கலைவடிவம், கியூபிஸம், எக்ஸ்பிரஷனிஸம், இம்பிரஷனிஸம், இந்திய பாரம்பரியக்கலை, கொலம்பயிற்கு முந்தைய அமேரிக்க இந்தியக் கலை... அது ... இது... என பட்டியல் முடிவற்றது. ஆனால், தடுமாறவைக்கும்படியான வேற்றுமைகள் நிறைந்து கிடப்பினும், நம்மால் இந்தக் கலாச்சார எல்லைகள் பாணிகளை மீறி கலைகுறித்த பொதுவான விதிகள், கோட்பாடுகள் என்று அடையமுடியுமா?.

இந்தக் கேள்வி சமூக விஞ்ஞானிகளைப் பொறுத்தவரை அர்த்த மற்றதாக இருக்கலாம்: அறிவியல் எப்போதும் ஒட்டுமொத்த பரந்து விரிந்த பொது விதிகளைக் கொண்டது.. கலையோ தனிமனித திறன்களை தனித்துவங்களை கொண்டாடுவதாக, சீரான அறிவியல் விளைவுகளுக்கு மாற்றாகப் பார்க்கப்படுகிறது. இதில் உண்மை உள்ளது என்றாலும், இந்த அத்தியாயத்தில் நான் அவ்வகையான கலைகுறித்த பொதுவான விதிகள் உள்ளன என வாதிட விரும்புகிறேன்.

முதலில் ஒரு எச்சரிக்கை. 'கலையம்ச பொது விதி' பற்றி வரும்போது, கலாச்சாரத்தின் பிரமாண்ட பங்களிப்பை நான் மறுக்கவில்லை. கலாச்சாரத்தின் பங்கு இன்றி கலையில் இத்தனை வேறுவேறு பாணிகள் உருவாவது சாத்தியமில்லை என்பது கண்கூடு எனினும் அது விதிகளுக்குக் கட்டுபடாதது என்றோ, முழுக்க முழுக்க தனிமனித மனநிலை சார்ந்தது என்றோ அர்த்தமல்ல.

வேறு விதமாகச் சொல்வதானால், கலை என்பதன் தொன்னூறு சதவிகித வேறுபாடு கலாச்சாரம் சார்ந்ததாகவும்; - கொஞ்சம் இழிவாய்ச் சொன்னால் ஏலக் கடையின் சுத்தியலைச் சார்ந்ததாகவும் வெறும் பத்து சதவிகிதம் எல்லார் மூளைக்கும் பொதுவான பொது விதி முறைகளின் அடிப்படையில் இயங்குவதாகவும் வைத்துக் கொள்வோம். கலாச்சாரத்தால் இயக்கப்படும் 90 சதவிகிதத்தை எல்லாரும் ஆய்வு செய்கிறார்கள். அதற்கு கலையின் வரலாறு என்று பெயர். ஆனால் விஞ்ஞானி எனும் முறையில் நான் மீதமுள்ள அந்த பத்து சதவிகித பொது விதியால் கவரப்படுகிறேன், கலாச்சாரங்களால் வேறுபடுத்தப்படும் தொன்னூறு சதவிகிதம் அல்ல. தத்துவ வாதிகள் போலன்றி விஞ்ஞானிகளின் இன்றைய மேம்பட்ட நிலை என்னவென்றால், அவர்களால் அனுமானங்களை, மூளைகுறித்த அனுபவங்களின் வழியான ஆய்வுகள் மூலம் நேரடியாக பரிசீலித்து சரிபார்க்கமுடியும். இப்படியான இந்தத் துறைக்கு ஒரு புதிய பெயர்கூட உண்டு. என் சக ஆய்வாளர் சமீர் ஸெகி அதனை நியூரோ ஏஸ்தடிக்ஸ் (கலையுணர்வு நரம்பியல்) என்று அழைக்கிறார் தத்துவவாதிகளுக்குக் கிலி ஏற்படுத்த...

படம் 3. 1 : பன்னிரண்டாம் நூற்றாண்டு சோழர்கால சிலை (பார்வதி)

சமீபத்தில் நான் இந்தியக் கலைகள் மீதான விக்டோரிய வாதிகளின் எதிர்வினை குறித்தும், கலைமீதான எண்ணங்களின் வரலாறு பற்றியும் வாசித்தேன் அது மிகவும் ஆர்வமூட்டிய தனிக்கதை. உதாரணமாக, நாம் தென் இந்தியாவில் சோழர்கால, பன்னிரண்டாம் நூற்றாண்டின் பார்வதி தேவியின் வெண்கலச் சிலைக்குச் செல்வோம். (படம் 3.1) இந்தியப் பார்வையில் அவள் ஒட்டுமொத்தப் பெண்ணின் அடையாளம். அச்சம், நாணம், பயிர்ப்பு, மடம் இன்னும் சாந்தம், மேன்மை, செம்மை அதே சமயம் நமக்குள் இன்பக் கிளர்ச்சியைத் தூண்டும் வனப்பு எனப் பெண்குறித்த அனைத்தும். மேலும் அவள் எடுப்பான கட்டுடல் உடையவள்.

ஆனால் விக்டோரிய ஆங்கிலேயர்கள் அந்த விக்ரகத்தை முதலில் காண நேர்ந்த போது திகைத்து நின்றார்கள். மட்டுமீறிய கட்டுப்பெட்டித்தனம் ஒரு காரணம். அறியாமை மற்றொரு காரணம்.

அவர்கள் மார்பகங்கள் அளவுக்கு அதிகமாய் பருத்து உள்ளதாக முதலில் குற்றம் சாட்டினார்கள். இடுப்பு விரிந்து உள்ளது, அதன் மேல் இடை மிக குறுகியதாக இருக்கிறது. அது ஒரு சராசரி பெண் உருவை ஒத்திருக்கவில்லை. யதார்த்தம் சரியாக வரவில்லை. எனவே அது முதிர்ச்சியற்ற பண்டையக் கலை. கஜுராஹோவின் கிளர்ச்சியூட்டும் வனமலை தேவதை பற்றி ராஜஸ்தானி மற்றும் மொகலாய நுண்ணிய ஓவியக்கலை குறித்தும் கூட அதையே சொன்னார்கள். சரியான காட்சி விதிகள் இல்லை என்றும், உரு சிதைவுற்று இருப்பதாகவும் கருதினார்கள்.

விக்டோரிய ஆங்கிலேயர்கள் இந்தியக் கலை வடிவத்தைத் தங்களது மேற்கத்திய, குறிப்பாக பண்டைய கிரேக்க, மறுமலர்ச்சி யுக கலையின் தரத்தோடு ஒப்பிட்டுக் கருத்துக் கூறி இருக்கிறார்கள். ஏனெனில், அங்குதான் யதார்த்தமும் தத்ரூபமும் ஆழமாக வலியுறுத்தப்படுகின்றன.[2]

இது தர்க்க முரண் கொண்ட தவறானவாதம் என்பது வெளிப்படையாகத் தெரியும் உண்மை. இன்று தத்ரூப யதார்த்தத்திற்கும் கலைவெளிப்பாடிற்கும் எந்த சம்பந்தமும் கிடையாது என்பதை யார்வேண்டுமானலும் உங்களுக்குச் சொல்லிவிடமுடியும். வெளியே புற உலகில் என்ன இருக்கிறதோ, அதை அப்படியே இங்கே திரும்பப் படைப்பது கலை அல்ல. நான் என் வளர்ப்புப் பூனையை தத்ரூபமாக புகைப்படம் எடுத்து வைக்கலாம்... யாரும் ஒரு தபேடி தரமாட்டார்கள். உண்மையில் கலை, யதார்த்தத்தின் வடிவம் அல்ல. அது அதற்குமாறான ஒன்று. அதற்கு நமது மூளையில் ருசியான

ரசிப்புத் தன்மையை தூண்டிட, கருத்தூண்டல், உயர்வு நவிற்சி, அதீத மிகைப் படுத்தல், ஏன் உருச்சிதைவு கூட தேவை.

ஆனால் அதுவே முழுமையான விஷயமல்ல என்பது கண்கூடு. நீங்கள் ஏதாவது ஒரு உருவத்தைப் படத்தை எடுத்து அதை தொடர்பற்ற முறையில் உருச்சிதைவு செய்து அதைக் கலை என்றோ ஓவியம் என்றோ அழைக்க முடியாது (நான் வாழும் கலிஃபோர்னியாவில் பலர் அதைத்தான் செய்கிறார்கள் என்றாலும்) அந்த உருச்சிதைவும் விதிப்படி இருக்கவேண்டும். இப்போது கேள்விகள் எழுகின்றன. எந்த மாதிரி உருச்சிதைவுகள் சரியான விளைவை ஏற்படுத்துகின்றன? விதிகள் யாவை?

பேரா.ராமச்சந்திரன் முன் வைக்கும்
கலைகுறித்த 10 பொது விதிகள்

1. உச்ச இடமாற்றம் (peak shift)
2. அணி (grouping) படுத்துதல்
3. பேதப்படுத்தல் (confrasf)
4. தனித்துரைத்தல்
5. புலனுணர்வு வழி சிக்கல் தீர்வு.
6. சமச்சீர்மை (symmetry).
7. தற்செயல்நிகழ்வு மீதான வெறுப்பு (Abhorrence of concidencel genaic viewpoint) \ இனப்பொது இயல்புப் பார்வை.
8. மறு உருவாக்கம், சந்தம், மற்றும் ஒழுங்கு நிலை (Recephon rhythm and ardeluess).
9. சமநிலையாக்கம் (Balence)
10. உருவகம் (Metaphor).

இந்தியாவில் ஒரு கோயில் வளாகத்தில் ஏறக்குறைய பித்தாகிப்போன மனநிலையில் கலை குறித்து மனதில் தோன்றியதை எல்லாம் ஒரு காகிதத்தில் குறித்துக் கொண்டபோது, கலை குறித்த கலாச்சார எல்லை கடந்த பத்து பொதுவிதிகளை என்னால் அடைய முடிந்தது (பெட்டி பார்க்கவும்). பத்து என்பது கட்டாய எல்லை அல்ல. ஆனால் நாம் கலை குறித்து... தொடங்கிட அது போதும்.

நான் முதல் விதியை உச்ச இடமாற்றம் என அழைக்கிறேன். இதை விளக்க, எலி உளவியலில் இருந்து, விலங்கு நடத்தையியல் சார்ந்து கருதுகோள் அடிப்படையிலான ஒரு உதாரணத்தைப் பயன்படுத்த இருக்கிறறேன்.

நீங்கள் ஒரு எலியை, அது ஒரு குறிப்பிட்ட செவ்வகத்தைப்

பார்க்கும்போதெல்லாம் அதற்கு பாலடைக்கட்டி கொடுப்பதன் மூலம் ஒரு சதுரத்திற்கும் செவ்வகத்திற்கும் வேறுபாடு காண அதற்கு பயிற்சி அளிப்பதாகக் கொள்வோம். அது ஒரு சதுர வடிவத்தைக் காண நேர்கிறபோது அதற்கு எதுவும் கிடைப்பது இல்லை. விரைவில் செவ்வகம் என்றால் உணவு சம்பந்தப்பட்டது என்பதைப் புரிந்து கொள்ளும்... எனவே செவ்வக வடிவத்தை விரும்பிடத் தொடங்கும்... நடத்தையியல் நிபுணர்கள் அதையே வேறுமாதிரிச் சொல்வார்கள் என்றாலும், அதுவே உண்மை. அது செவ்வகத்தை நோக்கியே ஓடுவது சதுரத்தை விட செவ்வகத்தை அது விரும்புவதால்தான் என்று வைத்துக் கொள்வோம்.

ஆனால் நீங்கள் அதிக நீளமான மெலிதான செவ்வகம் ஒன்றை சேர்க்கும்போது முதலில் கண்டதை விட இந்த செவ்வகத்தை நோக்கியே அது ஈர்க்கப்படுகிறது ஏனெனில், அது விதிகளை செவ்வகப்பூர்வமாக கற்கிறது. மெலிதாய் நீண்ட செவ்வகம் மேலான செவ்வகமாக எலிக்குப் படுகிறது. செவ்வகத்தன்மை 'அதிகம்' இருந்தால் நல்லது!

இதைக் கலையில் எப்படிப் பொருத்த முடியும்?

கேலிச் சித்திரங்களை நினைத்துப் பாருங்கள். உதாரணமாக, ரிச்சர்ட் நிக்சனை வைத்து கேலிச்சித்திரம் (அதாவது கார்டூன்) வரைய ஒருவர் முடிவெடுப்பதாக வைத்துக் கொள்வோம். முதலில் அவர் கேட்டுக் கொள்வார், அவரது முகத்தின் சிறப்பு எது? மற்றவர்ளைவிட அவரது முகத்தை வேறுபடுத்திக் காட்டுவது எது? அந்தக் கலைஞர் ஒட்டுமொத்த ஆண்களின் முகம்பற்றிய ஒரு கணித சராசரியை அடைந்து அதில் நிக்சன் முகத்து அம்சங்களைக் கழிப்பார்... அப்போது பெரிய 'பல்பு' மூக்கு மற்றும் பரட்டை புருவம் இரண்டுமே மிஞ்சும். எனவே அவை உருப்பெருக்கி வரையப்பட்டு நிக்சன் கேலிச்சித்திரம் நிஜநிக்சனைக் காட்டிலும் அதீதமான நிக்சன் போல தூக்கிக்காட்டுகிறது. உருவப்படக்கலை திறமைசாலிகள் இப்படித்தான் வேலை செய்கிறார்கள்; ஒருபடி அதிகம் வைக்கும் போது உங்களுக்கு அரசியல் கார்டூன் கேலிச்சித்திரம் கிடைத்துவிடும். அது பார்க்க கேலித்தனமாக, நகைச்சுவை உணர்வைத் தூண்டுவதாக, அதில் நிஜ நிக்சனை விட நிக்சன் தன்மை தூக்கலாக இருக்கிறது. உங்கள் நடத்தை அந்த எலியின் நடத்தை போலவே உள்ளது.

ஏனைய கலை வடிவங்களுக்குள் இது எப்படிப் பொருந்தும்? நாம் சோழர்கால வெண்கலப் பார்வதிதேவியிடம் செல்வோம், பெண் குறித்த அடையாளத்தைக் கலைஞன் எப்படி எடுத்துரைக்க முடியும்? அவர் பெண்குறித்த அனைத்தினது சராசரியை அடைந்து

அதிலிருந்து ஆண்குறித்த அனைத்தின் சராசரியை கழித்துவிட்டார்... கிடைத்தது விரிந்த மார்பகங்கள், பருத்த இடுப்பு மற்றும் மெலிந்த இடை.... பிறகு வித்தியாசத்தை உருப்பெருக்கிவிட்டார்... விளைவு: உடற்கூறியல் உண்மைகளுக்குப் பொருந்தாத; ஆனால் ரொம்பக் கவர்ச்சியான (செக்ஸி) பெண் தெய்வச்சிலை.

ஆனால் அத்தோடு முடியவில்லை. மேன்மை, சாந்தம், பயிர்ப்பு, நற்பாங்கு இவற்றைக் கொண்டு வந்தது எப்படி?

இந்த இடத்தில் அந்தச் சோழர்கால வெண்கலச்சிலைச் சிற்பி மிகுந்த புத்திசாலித்தனமான ஒன்றைச் செய்திருக்கிறார். உடல் தோரணை, அதன் தோற்றநிலை வழியே ஆண்களால் நிற்கமுடியாத சில தோற்றநிலைகள் உண்டு. இடுப்பெலும்பு உடற்கூறியல் சார்ந்த இடுப்புடன் முதுகுத்தண்டு வளைந்து தொடும் இடம் மற்றும் கழுத்துக்கும் நடுத்தண்டுக்கும் தொடை எலும்புக்குமான வித்தியாசமான கோணங்களில் வளைந்து நிற்கும் நிலை அது. என்னால் நான் எவ்வளவு முயன்றாலும் அதுமாதிரி நிற்க முடியாது. ஆனால் ஒரு பெண்ணால் சர்வ சாதாரணமாக அந்தத் தோரணையில் நின்று காட்டமுடியும். அந்த சிற்பக் கலைஞர் தனிப்பட்ட கலைவெளியான உடல்தோரணை தோற்றவெளி என நான் அழைக்கும் அந்த ஒரு சிறப்பம்சத்தில் கவனம் திருப்பி இருக்கிறார். உடல் நிற்கும் தோற்றத் தோரணைகளின் ஆண் சராசரி பெண்ணின் உடல் தோற்ற தோரணையின் சராசரியிலிருந்து கழித்து எடுத்து இருக்கிறார். பிறகு அதை உருப்பெருக்கிகாட்டி சிலையின் தன்மையில் பொருத்தி இருக்கிறார். இப்படிச் செய்ததால் கிடைத்தது, மிகவும் நேர்த்தியான மும்முறை வளைந்த அல்லது மூன்றாய் நெளிந்த காட்சி. தலை ஒருபுறமாகவும் உடல் அதற்கு நேர் எதிர்புறமாகவும் மீண்டும் இடுப்பு மறுபுறமாகவும் வளைந்து நிற்கும் வாகு. பார்வையாளரின் எண்ணம் யாராலும் அப்படி நிற்கமுடியாது என்பதால் உடற்கூறியல்படி பார்த்தால் சரி இல்லை என்பதாக அன்றி, அவருக்குத் தோற்றமளிப்பதோ மேன்மை பொருந்திய அழகும் தெய்வீக அம்சமும் கண்ட அம்மனின் உரு. உணர்வுபூர்வமாக இத்தனை விஷயங்களை வெளிக் கொணரும் இந்தப் பிம்பம் இந்தியக் கலையில் உச்ச இடமாற்றத்திற்கு சிறந்த எடுத்துக்காட்டாகும்.

முகங்கள், கேலிச்சித்திரங்கள், உடல்பாங்கு மற்றும் சோழர் கால வெண்கலச் சிலைகள் பற்றி பார்த்தோம். ஆனால் மீதமுள்ள கலை வடிவங்கள்? தனித்துவக் கலைகள், அரை தனித்துவக் கலைகள், பொதுமை வரைவுகலை, கியூபிஸம் இவற்றைப் பற்றி? அப்புறம்

பிக்காசோ, வான்கோ, மோனே, ஹென்றிமோர் பற்றி? இப்படியான விதவிதமான கலைப் பாணிகள் பற்றிய எனது எண்ணங்கள் என்ன... இவற்றை விளக்க எதிலிருந்து தொடங்குவது?

இந்தக் கேள்விக்கு விடையளிக்க நாம் விலங்கு நடத்தையியல் சார்ந்த ஆதாரம், குறிப்பாக ஆக்ஸ்போர்டு பல்கலைக் கழகத்தில் ஐம்பது ஆண்டுகளுக்குமுன் ஐரோப்பியக் கடற் பறவைக் குஞ்சுகள் குறித்து சில அற்புத சோதனைகளை நிகழ்த்திய விலங்கு நடத்தையியல் விஞ்ஞானி நிக்கோ டின்பர்ஜனின் முடிவுகளை ஆராயவேண்டும்.

கடற் பறவைக் குஞ்சுகள் முட்டையிலிருந்து உடைத்துக் கொண்டு வெளியேறியதும், அது உடனடியாகக் காண்பது தனது தாய், பறவையின் சிவப்புப் புள்ளிவைத்த நீண்ட மஞ்சள் நிற அலகு. அது அந்த சிவப்புப் புள்ளியை உணவு கேட்டுக் கெஞ்சியபடி கொத்துகிறது. தாய்ப் பறவை தான் பாதி செரித்த உணவை வெளியே கக்கி அதற்கு ஊட்டும்.. சீகல் பறவைக் குஞ்சு அதனை உண்டு மகிழ்ச்சியாக இருக்கும். டின்பர்ஜன் தன்னைத்தானே கேட்டுக்கொண்டார்: ‘குஞ்சு தனது தாயை எப்படி அடையாளம் காண்கிறது? தன்னைக் கடந்து போகும் ஒருவரிடமோ அல்லது வளர்ப்புப் பன்றி... என மற்றவரிடம் உணவு கேட்டுக் கொத்தாதது ஏன்?

பிறகு அவர் நமக்கு அவ்விஷயத்தில் தாய் தேவையில்லை என்பதைக் கண்டார். முட்டையிலிருந்து வெளியே வந்த ஒரு குஞ்சு, அலகு போல சித்தரிக்கப்பட்ட, தாய் இணைக்கப்படாத செயற்கை அலகைக் காணும் போதும் அதேபோல் நடந்து கொள்கிறது.

வெறும் மரக்கட்டையில் அலகு போல வரைந்து விஞ்ஞானி நீட்டினாலும் அதைத் தனது தாய் கடற் பறவையாக குஞ்சுப் பறவை நினைப்பது ஏன்? பார்வையின் நோக்கம் மூளையில் சில கணக்கீடுகளும் வகை பிரித்தலையும் உள்ளடக்கியதாக உள்ளது.. தாயை அடையாளம் காண்பதற்காக. மில்லியன் கணக்கான ஆண்டுகளின் பரிணாம வளர்ச்சிப்படி நிலைகள் மூலம் பறவைக் குஞ்சு, மஞ்சளாக நீளமாக சிவப்பு புள்ளியுடன் இருக்கும் ஒன்று எப்போதும் தாயுடன் இணைக்கப்பட்ட ஒன்று என்பதைத் தனது நிரந்தர நினைவிலி புத்தியில் இருத்தி உள்ளது. உருமும் மொன்னைப் பன்றியைக் காட்டிலும் ஏமாற்றும் நடத்தையியலாளரை விடவும் அந்த மஞ்சள் கூர் கழி தாயுடன் பொருத்தப்பட்டது என நினைக்கிறது. இயற்கையாக அடையப்பட்ட கணக்கியல் நிலைப்பாட்டின்படி: சிவப்புப்புள்ளி வைக்கப்பட்ட நீளமான மஞ்சள் எப்போதும் ‘தாய்’ க்குச் சமம். என்ற சமன்பாட்டு நிலைகோள்

மூலம் மூளையின் கணக்கீடு.. வகைபிரிதல் எளிதாக்கப்பட்டு 'வேலை' யைக் குறைக்கிறது.[6]

இது சரிதான் என்றேபடுகிறது. ஆனால் டின்பர்ஜன் அடுத்து கண்டது என்னவென்றால், நமக்கு அலகு கூத் தேவையில்லை என்பது கூராக அலகுபோல சீவப்பட்ட கட்டைக்குப் பதிலாக சிவப்புப் பட்டை பெரிதாய் அச்சான உருட்டுக் கட்டையை நீட்டியபோது பறவைக் குஞ்சுகள் நிஜமான தாய் அலகை விட அதிகம் ஆர்வத்தோடு அதை உணவுக்காகக் கொத்தி எடுத்தன.[7] அலகு மாதிரி இல்லாத அதை நிஜ அலகைவிட சிறப்பான அலகாக அவை பாவித்தன. ஒரு சூப்பர் அலகு... அல்லது அதீதக் கவர்ச்சி அலகு... அதுவே டின்பர்ஜன் கண்டடைந்தது.. பறவைக் குஞ்சின் மூளை சட்டெனக் கூவுகிறது... 'வாவ்... என்ன அழகான அலகு!'

இது நடப்பது ஏன்? துல்லியமாகத் தெரியவில்லை என்றாலும், முட்டையை உடைத்துக் கொண்டு வெளியே வந்ததும் பறவைக் குஞ்சு, அலகு ஒன்றைக் கண்டுபிடிக்க வாகாக அதன் மூளைப் பார்வை அறிதல் பாதையின் நரம்பியல் இணைப்பு கட்டமைக்கப்பட்டுள்ளது. அவை அலகு ஒன்றைப் பார்த்ததும் எழுச்சி பெறுகின்றன. அவை கட்டமைக்கப்பட்டுள்ள விதம் அவற்றை அலகைவிட உருட்டுக் கழி சிவப்புப் பட்டை பூசிக் காட்டப்பட்டால் அதிகம் கவர்வதாக உள்ளது என்றும் கொள்ளலாம். நியூரான்களின் ஏற்பிகள் 'சிவப்பு அதிகமிருந்தால் நன்மை அதிகமாகலாம் எனும் விதமாக அமைக்கப்பட்டுள்ளன. இந்த மூன்று சிவப்புப் பட்டை தீட்டிய கழி அலகுபோல இல்லை என்றாலும், உண்மை அலகை விட அதிக வேகத்தில் அலகு உற்றறியும் பொறிகளால் அலகு என்று ஏற்கப்படுகிறது. இந்த நியூரான்களிலிருந்து உணர்வுப் புலன் சார்ந்த பகுதிகளுக்கு அழுத்தமான முக்கியத்துவத்துடன் செய்தி விரைந்து அனுப்பப்படுகிறது... இதோ ஒரு சூப்பர் அலகு' பறவைக் குஞ்சு தன்னிலை இழக்குமளவு ஈர்க்கப்படுகிறது.

இவை எல்லாம் சேர்ந்து நம்மை கலை ஓவியம் குறித்த எமது பிரதான மகாவாக்கியத்திற்கு இட்டுச்செல்கிறது. உண்மையில் சீகல் கடற்பறவைகள் தங்களுக்கு என்று ஒரு ஓவியக் கூடம் வைத்திருந்தால் அவை நீண்டதொரு மஞ்சள் கழியை மூன்று சிவப்புப் பட்டைகளுடன் அவற்றில் மாட்டிவைத்து அதைக் கடவுளாகத் துதித்து, மில்லியன் கணக்கான டாலர்கள் கொடுத்து ஏலத்தில் எடுத்து பிகாசோ என பெயரிடும், ஏன்என்று புரியாமலேயே. அது அவைகளுக்குத் தொடர்புள்ள எதுமாதிரியும் இல்லை என்றாலும் அவை அதனால் கவர்ந்திழுக்கப்படுகின்ற அதே வழியில் தற்கால

ஓவியங்களை நேசிக்கும் விலை தரும் ஒருவர் அதையே செய்கிறார். இந்த சீகல் கடற்பறவைக் குஞ்சுகள் போன்ற அதே நடத்தைதான்.

இதையே வேறுமாதிரி சொல்வதானால் மனிதக்கலைஞர்கள்.. ஓவியர்கள் தங்களது பல்வித முயற்சிகளுக்கிடையேயும் மன உந்துதலுடன், அறிவு ஜீவிதத்துடனும் நமது ஆழ்மன ஆதி பார்வைக் கோணத்தின் அடிப்படைகளை அடைந்து விட்டார்கள். அவர்கள் அதைப் பயன்படுத்தி மனித மூளைக்கு மூன்று சிவப்புப் பட்டைகளுடன் கூடிய உருட்டுகட்டை மாதிரி ஒன்றைப் படைக்கிறார்கள். ஹென்றிமோர் அல்லது ஒரு பிக்காசோவாக அதுவே உருவாகிறது.

இம்மாதிரி யோசனைகளின் ஒரு வசதி என்னவென்றால், அவற்றை நாம் ஆய்வுகள்மூலம் பரிசீலித்து பார்க்க முடியும். தனிப்பட்ட முகங்களை நோக்கிய நம் எதிர் வினைகள் குறித்து மூளையில் உள்ள பியூஸிபார்ம் ஜைரஸ் பகுதி செல்களின் அதிர்வுகளைப் பதிவு செய்வதன்மூலம் நம்மால் துல்லியமாய் அறியமுடியும். ஒரு முகத்தின் குறிப்பிட கோணத்தில் பார்த்தால் மட்டுமே தூண்டல் பெறும் செல்கள் உண்டு. எந்த மாதிரி முகமானாலும் தூண்டப்படும் (பக்கவாட்டு தோற்றம் மற்றும் முன்புற முழுதோற்றம் எதுவானாலும்) நியூரான்களும் உண்டு. எனது தீர்மானமான கருத்து என்னவென்றால் கியூபிஸமுறையில் முன்புறம், பக்கவாட்டுத் தோற்றம் என மாறிமாறி வரையப்பட்ட ஒரு குரங்கு ஓவியத்தைக் காணும் ஒரு குரங்கின் மூளை அதே மூன்று சிவப்பு பட்டை தீட்டப்பட்ட உருட்டுக்கட்டையைக் கண்ட சீகல் பறவைக் குஞ்சுகளுக்கு நடந்ததைப் போலவே தூண்டப்பெறும். இங்கே நாம் காண்பது [8]பிக்காசோ மற்றும் கியூபிஸம் பற்றிய நரம்பியல் விளக்கம்.

எனது கலைகுறித்த பொதுவிதிகளில் உச்ச இடமாற்றம் மற்றும் அதீத இயல்பூக்கம் எனும் முதல் விதியை விவரித்து விளக்க முற்பட்டுள்ளேன். இதற்குப் மனிதர்கள் அர்த்தம் சிதைந்த கலையம்சங்களை ஏன் விரும்ப வேண்டும் என்பதற்கான காரணங்களை மனிதன் பண்பியல், நரம்பு உடற்கூறியல் மற்றும் எலி உளவியல் துணை கொண்டு விளங்கிக் கொள்ள முயன்றுள்ளோம்.

இரண்டாம் விதி நமக்கு அதிகம் பரிட்சயமான அணிபடுத்துதல் என அழைக்கிறோம். ரிச்சர்ட் க்ரிகரியின் டால்மேஷன் நாய் போன்ற புதிர்ப் படங்களை நம்மில் பெரும்பாலோர் அறிவோம் (படம். 3.2). முதல் பார்வைக்கு உங்களுக்குத் தெரிவதெல்லாம் எங்கும் விரிந்த கருத்த, கொத்துக் கொத்தான கரைகள் மட்டுமே.

படம்: 3. 2 கிரிகரியின் டால் மேஷன் நாய் (புகைப்படம் - ரான் ஜேம்ஸ்)

ஆனால் விரைவில் உங்கள் காட்சி மூளை தன்முன்னே உள்ள அகக்காட்சி சம்பந்தப்பட்ட புதிரை விடுவிக்க செயலில் இறங்குவதை உணர்வீர்கள்.. குழப்பமான கரைகளை ஒன்று படுத்திப் பார்த்து அதனை அர்த்தம் கொள்ள அது முயல்கிறது. 30 அல்லது 40 வினாடிகளில் சட்டென விளங்கி சரியாக கோர்வையாக புள்ளிகள் இணைய ஒரு டால்மேஷன் நாய் தெரிந்து விடுகிறது (படம் 3.2).

உங்களது மூளை ஒரு வகை அர்த்தத்தைத் துழாவுகிறது என்பதை உங்களால் உணரமுடிகிறது... உங்களால் புள்ளிகளை ஒரு கோர்வையாக அணிப்படுத்தி உருவத்தைக் கண்டுபிடிக்க முடிந்ததும் நான் நினைப்பது என்னவென்றால், செய்திகுறித்த சமிக்ஞை உடனடியாக பார்வை மையங்களிலிருந்து உணர்வு வெளிப்பாட்டு மண்டலத்தை நோக்கி அனுப்பப்படுகிறது, நாம் உடனே ஒரு வகை விழிப்பை உணர்கிறோம்: ஆஹா... ஒரு உருவம் உள்ளது... நாய் வடிவம் 'அல்லது' ஆ ஹா, ஒரு முகம் தெரிகிறது' என சொல்கிறோம்.

டால்மேஷன் நாய் உதாரணம் மிகவும் முக்கியம், ஏனெனில் அது பார்வை என்பது எவ்வளவு சிக்கலான, உயர்திறன் செயல்பாட்டு அமைப்பு என்பதை நமக்குக் காட்டுகிறது. ஒரு சாதாரண காட்சியை கண்டுணர்தல் கூட சிக்கலான படிநிலைகளைக் கொண்டது. படிநிலை வழிமுறையில் பகுதி அளவு தீர்வு அடையப்பட்டதும் நாயின் சிறுபகுதி அறியபப்பட்டதும் அதற்கான படிநிலைகளை நோக்கி

அனுப்பப்பட்டு நாம் நாயின் பிற அங்கங்களை கோர்வைப்படுத்த ஊக்குவிக்கிறோம். இந்தக் கூட்டிணைப்பு முயற்சி இறுதியில் முழுநாயை அடையாளம் காட்ட பெரிதாய் ஆ ஹா வை அடைகிறோம்! அகக் காட்சி உணர்வு என்பதும்-இருபது கேள்வி புதிர் விடுவிப்பு போலவே-பொதுவாக நாம் உணர்வதை விட ஆச்சரியங்கள் கொண்டது.

இந்த தனிபடுத்துதல் கோட்பாடு இந்திய மற்றும் ஐரோப்பியக் கலைகளில் ஏன் ஆடை ஆபரண வடிவமைப்பில் கூட செயலூக்கம் பெறுகிறது. உதாரணமாக, நீங்கள் துணிக் கடைக்குச் செல்லும் போது கழுத்துப்பட்டை (ஸ்கார்ஃப்) சிவப்புப்புள்ளிகளுடன் வாங்கினால் சட்டையும் அதேபோல சிவப்புப் புள்ளிகளுடன் தேடுகிறீர்கள். ஏன்? அது அதீத அழகுணர்சியா, சந்தை நுணுக்கமா அல்லது அது உங்கள் மூளை எப்படிச் செயல்படுகிறது என்பது குறித்த ஆழமான புரிதலைத் தரும் விஷயமா? மூளையின் பரிணாமத்தை அது உருவானது பற்றிய ஆழமான விஷயத்தை இது பறை சாற்றுகிறது என்பது என் நம்பிக்கை.

நமது பார்வை உருமறைப்பிற்கு எதிராய் அதை வென்று பொருட்களைக் கண்டறியவே பரிணாமமடைந்தது. உங்களைச் சுற்றி நோட்டமிட்டு தெளிவாக, வரையறையான பொருட்களை சரியாகக் காணும்போது இதை நீங்கள் உணர்வது கிடையாது. ஆனால் பச்சையான புதர் மறைவில் அதனிடையே மறைந்துள்ள சிங்கத்தின் அவயங்களைத் துழாவிய மரத்தின் மேல் இருந்தபடி பரிதவிக்கும் உங்கள் பழங்கால முன்னோர்களைக் கற்பனை செய்து பாருங்கள். உங்களது விழிப் பந்து படலத்தில் படுவதெல்லாம் இலைகளுக்கு இடையிடையே பரவிய சிங்கத்தின் உடைந்த மஞ் சள் பாகத்துண்டுகள் மட்டுமே. அவை அனைத்தும் தனித்தனியான மஞ்சள் பாகங்களாக ஏதேச்சையாக இருப்பதற்காண காரணம், பூஜ்யமே என்பதை உங்கள் பார்வை மண்டலம் ‘அறிந்துள்ளது’ அவை அனைத்தும் ஏதோ ஒரு பொருளின் அங்கங்களாக இருக்கவேண்டும். அது அவற்றை ஒன்றிணைத்துப் பரிசீலித்து அது ஒரு சிங்கம் என்பதைக் (ஒட்டுமொத்த உருவத்தை கடைந்தெடுத்து) கண்டுணர்ந்து உங்கள் உணர்வு மண்டலத்திற்கு ஒரு பெரிய ‘ஆஹா’ சமிக்ஞையை அனுப்பி, உங்களை ஓடிவிடச் சொல்கிறது.

மெய்த்தூண்டலின் மூலம் கவனம் பெறவைத்து விழித்தெழுதலை உச்சம் பெறவும் வைக்கும் முறை. நமது கவனத்தை, ஆர்வத்தை பார்வை வழியின் ஒவ்வொரு படிநிலையிலும் மறைந்துள்ள பொருள் மாதிரியான உரு புரிதலின் பகுதி புரிதலின், போதும் ‘ஆஹா’க்களை

நமது பார்வை மண்டலம் தூண்டுவதாக நான் கருதுகிறேன். எதார்த்த, இயற்கைக் காட்சிகளிடையே இவ்வகை படிநிலையை அது சிற்பமோ ஓவியமோ ஒரு கலைஞன் உருவாக்கி வெற்றி கொள்ளமுடிகிறது. நீங்கள் சரியாக யோசித்தால், இது கலைபற்றிய மோசமான வரையறுப்பு அல்ல.

இது என்னை எனது அடுத்த விதியை நோக்கி புலனுணர்வு வழிச் சிக்கல் தீர்வு அல்லது கூர்நோக்குத் தீர்வு நோக்கி இட்டுச்செல்கிறது.

ஒரு முழு நிர்வாணப் பிளேபாய் புகைப்படத்தைவிட சிப்பெண்டேல்ய் மாதிரி இதழ் பின்அப் படங்களைவிட, ஊடு மறைவான மெலிதான ஆடை உடுத்திய நிர்வாணம் அதிகக் கவர்ச்சியாய் சுண்டி இழுக்கும் என்பது அனைவரும் அறிந்ததே. ஏன்? (இந்தக் கேள்வியை முதலில் எழுப்பிக்கொண்டவர் பத்தாம் நூற்றாண்டின் இந்திய தத்துவ அறிஞர் ஆவார்) ஒரு இதழ் பின் அப் முழுதும் திறந்து எல்லாமும் காட்டினால் நமக்கு ஆகக்கூடுதலான நியூரான்களைத் தட்டி எழுப்பவேண்டுமே.

நான் ஏற்கனவே சொன்னதைப்போல நமது மூளை உருமறைப்பிற்கு எதிராகப் பொருட்களைக் கண்டுணரவே பரிணாமமடைந்துள்ளது. உருமறைச் சூழல்களே நமது பார்வையைக் கட்டமைத்தன. ஒரு அடர்பனியில் உங்களது ஜோடியைத் துரத்திச் செல்வதாகக் கற்பனை செய்து கொள்ளுங்கள் அத்தேடலின் ஒவ்வொரு படிநிலையையும் மறைந்து தெரியும் அங்கஅவயக் காட்சிகளையும் உட்படாது தொடர்வதை விரும்புவீர்கள். ஒரு ஜிக் ஷா புதிரில் மறைபொருளைக் கண்டுபிடித்து அந்த கடைசீ 'ஆஹா' வை அடைவது போலவே அத்தேடலின் முடிவில் ஒரு திருப்திகரமான மகிழ் உந்தல் உண்டு என நம்பி உங்கள் பார்வை மைய உணர்வுகளைத் தூண்டி, பின் தொடர்வீர்கள். மறுபடியும் அது உங்கள் மூளையில் கூடுதல் எண்ணிக்கையிலான 'ஆஹா' க்களைத் தூண்டும் நிகழ்ச்சிப் போக்காகவே அமைகிறது. ஒரு இறுதி உச்சகட்டக் காட்சிக்கு முன்பின் காட்சிப் படிநிலைகளைக் கலை ஒத்திருப்பதாக கருதமுடியும்.

இதுவரையும் நாம் மூன்று விதிகளைக் குறித்து அலசி இருக்கிறோம் உச்ச இடமாற்றம், அணி படுத்துதல் மற்றும் புலணுணர்வு வழிச் சிக்கல் தீர்வு. அடுத்து நாம் பயணிக்கும்முன் மீண்டும் ஒரு விஷயத்தை ஊர்ஜிதம் செய்ய விரும்புகிறேன். இப்படி கலைகுறித்த பொது விதிகள்மூலம் நான் கலாச்சாரக் கூறுகளின் முக்கியத்துவத்தையோ அல்லது கலைஞனின் தனித்தன்மை மற்றும் அறிவு ஜீவிதத்தையோ

அவற்றின் பங்கையோ குறைத்து மதிப்பிட்டு விடவில்லை. விதிகள் பொதுவானவையாக இருப்பினும் அவ்விதிகளைத் தனியாகவோ ஒரு கோர்வையாகவே வழங்குவது என்பதை ஒரு கலைஞன் தனது சொந்த அறிவு ஜீவிதத்தினால், ஆழ்மன உந்துதலினால்தான் முடிவு செய்கிறார். அமைப்பாக்கத்தை பிரதானப்படுத்த ரோடின், ஹென்றிமோர் போன்றவர்கள் முடிவுசெய்யும்போது வான்கோவும் மோனேயும் ஒரு 'பிரித்தறியப்படும்' நிறங்களின் வெளியில் உச்ச இடமாற்றத்தை கார்டீசிய இடைவெளியை, புள்ளிகளை மறுதலித்து அடுத்தடுத்த புள்ளிகளிடையே நிற வெளியை அமைத்துப் பயன்படுத்துகின்றனர். அதனால் நமக்குக் கிடைப்பது செயற்கையாக ஒளிர்வூட்டம் பெரும் யதார்த்தம் சிதைந்த அவர்களது சூரியகாந்திப் பூக்களும் நன்னீர் அல்லிமலர்களும். இந்த இரு ஓவியங்களும் இயற்கை வர்ண மையங்களைத் தெளிவற்று மங்கவைப்பதன் மூலம் பிரதான நிற பிரதேசங்களின் மேலான நமது கவனத்தைச் சிதைக்கின்றனர். பிற ஓவியர்கள் அதை விட ஒருபடி மேலேறி, நிழலுருவாக்கம் மூலமோ அல்லது ஒப்பனையாய் ஒளியேற்றியோ (வெர்னர்) அதைச் செய்கிறார்கள்.

அது நம்மை நமது நான்காவது விதிநோக்கி இட்டுச்செல்கிறது தனித்துரைத்தல் அல்லது குறைத்துரைத்தல் குறித்தவிதி.

பாப்லோ பிக்காசோ, ரோடின் அல்லது கிளிம்த் போன்றவர்களின் அரைகுறை நிர்வாண கோட்டோவியம் ஒரு பின் - அப் இதழ் நேரடி முழுக் கவர்ச்சிப் புகைப்படத்தை விடப் பன்மடங்கு கவர்ச்சி கொண்டதாக இருக்கிறது. அதேபோல லாஸ்காக்ஸ் குகைகளில் வரையப்பட்ட கார்டூன் போன்ற காட்டெருதுகள் நேஷனல் ஜியோகிரபிக் நேரடி புகைப்பட காட்டெருதுகளை விட அதிக சக்தியோடு நம்மை ஈர்க்கின்றன. எனவே அந்த முதுமொழி: குறைவே அதிகம்.

ஆனால் இது ஏன் இப்படி இருக்கவேண்டும்? கூடுமான வரை அதிக 'ஆஹா'...க்களை வெளிக்கொணரும் நமது உணர்வு நிவிற்சி தொடர்பான முதல்விதிக்கு எதிரானதுபோல் இது இருக்கிறது அல்லவா? ஒரு பின் அப் அல்லது முழுதான கவர்ச்சிப் படம் அதிகமான விஷயங்களைத் திறந்து காட்டுகிறதே. மூளையின் அதிக நியூரான்களைத் தூண்டி அதிகப் பகுதிகளை ஊக்கமடையச் செய்யமுடியுமே, அது அழகில் சிறந்ததாகத் தோன்றாதது ஏன்?

இந்தப் புதிருக்கான விடை 'கவன ஈர்ப்பு' எனும் மற்றொரு காட்சி தொடர்பான புலனுணர்வு வகைப் பாட்டில் உள்ளது. இரு வேறு நியூரான் செயல்பாட்டுக் கோலங்கள் ஒன்றின் மீது

ஒன்று தோய்வதாக நடைபெற முடியாது. நம் மனிதமூளையில் ஒரு நூறு பில்லியன் நரம்பு செல்கள் இருந்தும் இரண்டு உருமாதிரிகள் ஒருபோதும் கவிந்து கலந்து விடுவதே கிடையாது. வேறுமாதிரி சொல்வதானால் கவனப்படுதல் ஒருமுனைபடுத்தப்பட்டு கவன உணர்வெழுச்சி ஒரு சமயத்தில் ஒரு விஷயத்தின்மீது மட்டுமே பதிகிறது.

உள்ளும் புறமும் வளைந்தும், அதேசமயம் மிருதுவான எல்லை அமைப்பும் கொண்ட மூன்றாம் பக்க நிர்வாண புகைப் படத்தின் தகவல்கள் அப்புகைப் படத்தின் வெளிப்பரப்பு கோடுகள் வழியே மூளைக்கு அறிவுறுத்தப்படுகின்றன. அவரது தோல்நிறம், முடியின் நிறம் போன்றவை அவரது நிர்வாணக் கோலத்திற்கும் அழகிற்கும் தொடர்பற்றவை. இப்படியான தேவையற்ற அந்தப் பகுதிகள் அவரது உருவத்தின் உண்மை ரூபத்தைக் காண உதவும் மிருது பொருந்திய எல்லை அமைப்பைக் குழப்பமடையச் செய்கின்றன. இப்படியான வற்றை நீக்கிவிட்டு ஒரு கோட்டோவியம் அல்லது அமைப்பு படம் போடும் ஒரு ஓவியர், உங்களது மூளையின் பெரும்பான்மைத் தொல்லைகளைப் போக்கிவிடுகிறார். குறிப்பாக, ஒரு ஓவியர் உச்ச இடமாற்றத்தைக் கொண்டு அந்த ஓவியத்தில் சில 'வேலை' கள் செய்யும்போது அந்தப் படம் ஒரு அதீத நிர்வாணமாக.. சூப்பர் கவர்ச்சி அந்தஸ்த்தை பெற்றுவிடுகிறது.

இந்த கோட்பாட்டை நாம் மூளைப் பதிவு ஆய்வுகளுக்கு உட்படுத்தி, நரம்பியல் எதிர்வினைகளைப் பட்டியலிட்டு ஒப்பிடுவதன் மூலம் பரிசோதிக்கமுடியும். ஒரு புகைப்படம் மற்றும் ஒரு கோட்டோவியம் மீதான ஒருவரின் எதிர் வினைகளை எளிதில் ஆய்வுக்கு உட்படுத்தி விடலாம் என்றாலும், ஆட்டிஸம் எனும்

படம் 3. 3 a) ஆட்டிச பாதிப்பு கண்ட குழந்தை நாடியா (5 வயது) வரைந்த படம் b டாவின்சி வரைந்த குதிரை c எட்டு வயது சராசரிப் பையன் வரைந்த படம்.

உளவியல் குறைபாடுகொண்ட குழந்தைகள் விஷயத்தில் ஒரு ஆச்சரியமான நரம்பியல் முறையிலான ஆதாரம் உண்டு. இந்த வகைக் குழந்தைகளில் சிலருக்கு பண்டித நோய்நிலை (savant syndrome) எனும் நிலை உண்டு. பல விதத்தில் அவர்கள் மனப்பிறழ்வு அடைந்த போதும், ஏதேனும் ஒரு விஷயத்தில் ஏராளமான திறமை கொண்டவர்களாக இருப்பர்.

உதாரணமாக, இவ்வகையில் ஆட்டிச நோய்நிலையில் பாதிக்கப்பட்ட நாடியா மனப்பிறழ்வு பெற்று பேசுவதே சிரமம் எனும் நிலையிலும் மிக அசாதாரணமாக குதிரைகளை, சேவல் கோழிகளை இன்னும் பலவகை விலங்குகளை வரையும் ஆற்றல் பெற்றிருந்தார். நாடியாவால் வரையப்பட்ட ஒரு குதிரை, படத்திலிருந்து கிட்டத்தட்ட உங்கள்மீது தாவும் தத்ரூபம் கொண்டதாக (படம் 3.3 இடது) உள்ளது. இதனைப் தலைப்பிரட்டை மாதிரி சதுரக்கோடாக வரையப்பட்ட இயல்பான அதே ஏழு எட்டு வயது சிறுவர் சிறுமியர் படங்களோடும், ஏன் லியானார்டோ டாவின்சி வரைந்த குதிரை வீரன் படத்தோடு ஒப்பிட்டாலும் இது சிறந்ததாகவே படுகிறது.

இப்போது நாம் மற்றொரு புதிரில் சிக்குகிறோம். மனப்பிறழ்வு ஏற்பட்ட ஒரு குழந்தை தத்ரூபமான ஒரு வரைபடத்தை எப்படிப் படைக்கமுடியும்? இதற்கான விடையாகத் தான் நான் தனித்துரைத்தல் விதியை முன்வைக்கிறேன்.

நாடியாவைப் பொருத்தவரை, ஆடிஸம் காரணமாக அவரது மூளையின் பெரும் பகுதி பாதிப்படைந்து விட்டதாகவே இருக்கட்டும், வலது கதுப்பில் கார்டிகல் திசு எனும் அமைப்பு மட்டும் பாதிப்பு ஏதுமின்றி வலுவாக செயல்படுகிறது. எனவே கவனங் கொள்ளத்தக்க அனைத்தின்மீதுமான உடனடி செயலூக்கத்தை அவர் மூளை செயல்படும் ஒரே பகுதியான வலதுகதுப்பிற்கே அனுப்புகிறது. நம் மூளையின் வலது கதுப்பு கலைத்தன்மையோடு தொடர்புடையது ஆகும். இந்தப் பகுதி பாதிப்படைந்த சராசரி மனிதர்கள் கலைநேர்த்தித் திறன் இழப்பதை வைத்து நாம் இப்படிக் கண்டு பிடிக்கமுடியும். வலது கதுப்புச் சிதைந்து வலிப்புநிலை கண்ட நோயாளிகள் உருவாக்கும் படங்கள் அதீதமாய் நுணுக்கங்களை விவரித்தாலும் மிக அவசியமான பகுதி விடுபட்ட படங்களாகவே இருப்பதைக் காணலாம். அவர்கள் கலையம்சத்தின் அளவுப்பொருத்தப்பாட்டின் சரிவிகிதம் காணும் திறத்தை இழந்தவர்களாக இருக்கிறார்கள். ஏனைய அனைத்துப் பகுதிகளும் பழுதடைந்த நிலையில் நாடியா தனது கவனம் முழுவதையும் வலது கதுப்பின் மீதே செலுத்துவதால் அவர் தனது மூளையில் அதீதமாக செயல்படும் கலையம்சத்தைக்

கொண்டிருக்கிறார். சாதாரணர்களான நாம் பல வருடங்கள் பயிற்சி செய்தால் மட்டுமே கைகொள்ள முடிந்த நுணுக்கங்களுடன் குதிரையை, சேவலை வரைவது அவருக்கு சர்வ சாதாரண விஷயமாக இருக்கிறது. இந்த நிலையை ஊர்ஜிதம் செய்யும் வகையில், வயது செல்லச் செல்ல நாடியா ஓவியம் குறித்த திறன்களுடன் மொழித் திறனிலும் மிளிரத் தொடங்கினார்.

இதே போல அதிர்ச்சிதரும் மற்றொரு உதாரணமும் உண்டு. கலிபோர்னியா பல்கலைக் கழகத்தின் பேராசிரியர் ஸ்டீவ்மில்லர், நடு ஆயுட்கால வயதில் அதிவேகமாக ஆட்கொள்ளும் முன் பொறப்டு மனப்பிறழ்வு எனும் மனநிலை பாதிப்பு அடைந்த நோயாளிகளிடையே நிகழ்த்திய ஆய்வு அது. இவ்வகை மனப்பிறழ்வு பாதித்து ஆனால் வலது கதுப்பில் அதே காட்டிகல் திசு எனும் பகுதிமட்டும் தப்புகிறது. இவர்களில் சிலர் திடீரென்று மிகமிக அற்புதமான நுணுக்கங்களுடன் ஓவியங்களை வரையத் தொடங்குகிறார்கள். இத்தகையவர்கள் இவ்வகை மனப்பிறழ்வுக்கு முன் ஓவியத்திறமை ஏதும் அற்றவர்களாக இருந்தவர்கள். மறுபடி அதே தனித்துரைத்தல் விதி செயல்படுகிறது. மூளையின் வேறு எந்த செயல் பகுதியும் வேலை செய்யாத நிலையில் தனது மூளையின் வலது கதுப்பில் அதீத ஆற்றலை நோயாளி கண்டிருக்கிறார். ஆஸ்திரேலியாவிலிருந்து ஆலன் சைன்டர் அனுப்பிவரும் விபரங்களை வைத்துப் பார்த்தால் மூளையின் ஏனையபகுதிகளை ஏதோ ஒரு விதத்தில் தற்காலிகமாக மழுங்க வைப்பதன் மூலம், நாம் சாதாரண மனிதர்களின் அதீத திறமைகளை வெளிக் கொணரவும் முடியும்போது, உலகமே மாறி இருக்க வாய்ப்புண்டு.

இது என்னை அடுத்த பிரதான கேள்விக்கு இட்டுச் செல்கிறது. மனிதர்கள் மட்டும் கலையைக் கண்டுணரவும் படைக்கவும் இத்தனை பிரயத்தனம் மேற்கொள்வது ஏன்? நான் இந்தக் கேள்விக்கான விளக்கத்தை ஏற்கனவே குறிப்பிட்டிருந்தாலும் இப்போது சற்று விரிவாக அதை உய்த்துணர விழைகிறேன். நான்கு சாத்தியக்கூறுகள் குறைந்த பட்சம் உள்ளன. எதையுமே எது ஒன்றும் மற்ற சாத்தியத்தின் இருப்பை மறுக்காது.

முதலாவது, கலைகுறித்த அழகுணர்வுவிதிகள் பரிணாமம் அடைந்தபிறகு (கண்டுணர்தல், கவனம் செலுத்துதல் மற்றும் பொருட்களை அறிதல் இவை நோக்கங்களாக இருந்திருக்க வேண்டும்) செயற்கையாக அதீத உந்துதலுடன் அவற்றை உணர்வது நேரடி காரணகாரியமற்று நிகழ்ந்திருக்கவேண்டும். எந்த ஆற்றலும், சத்தும் தராதென்றாலும் சாக்கரின் பேரினிப்பாக உணரப்படுவது

போலத்தான் இதுவும்.

இரண்டாவது - மில்லர் சொல்வதுபோல, கலைத்திறன் என்பது விழிப்பார்வை மற்றும் கைகளுக்கிடையான இணைச் செயல்பாட்டின் வெளிப்பாடாகவும், அது நல்லமரபின் வெளிப்பாடாக உயர்பிறவியாக காட்டிக் கொள்ளும் சரியான இணையைக் கவர்ந்திழுக்கும் வழிமுறையாக (வா...வந்து என் செதுக்கும் திறனைப்பார்' கோட்பாடுதான்). இது மிகவும் புத்திசாலித்தனமான விளக்கமாக இருந்தும், எனக்கு ஏற்புடையதாக இல்லை. சரி; அத்தகைய ஒரு வெளிப்பாடு ஏன் அப்படியான நேர்த்தி கொண்ட இறுதி வடிவம் பெறவேண்டும்: நுண்கலை? சில பெண்கள் (பெண்ணியவாதிகள் கூட?) ஆண்களைக் கவர்ச்சியைத் தூண்டும் துணிப் பூ வேலைப்பாடு தைக்கும் கலையைக் கைக் கொள்கின்றனர் அது விழிப்பார்வையும் கை வேலையும் இணைந்து செயல் பட ஒரு நல்ல உதாரணம். ஆனால் என் கேள்வி இது! நேரடித் திறன்களான வில் அம்பு அல்லது ஈட்டி எறிதல் என்று கூட இருக்கலாமே (இது... கண்டிப்பாக ஆண்களை வசப்படுத்துமல்லவா!)

மூன்றாவதாக, ஸ்டீவ் பிங்கரின், மக்கள் கலையை சுவீகரிப்பது எவ்விலையும் தருவது ஒரு சமூக கவுரவம், அந்தஸ்த்து; அதை வெளிக்காட்டி தம்பட்டம் அடிக்கத்தான் எனும் நிலைப்பாடு: நான் ஒரு பிக்காசோ உரிமையாளன் எனது மரபு தழைக்க உதவுங்கள் என்பது கோட்பாடு. ஓவியக் காலரி மாலை விருந்துகளுக்குச் சென்றுள்ள யாவரும் இந்தக் கோட்பாட்டில் உண்மை இருப்பதை மறக்கமாட்டார்கள்.

நான்காவதாக - நான் பெரிதும் ஆதரிக்கும் கருத்து கலைத் திறன், ஒரு மெய்நிகர் எதார்த்தத்தை உணரச் செய்யும் முறையிடு. நீங்கள் காட்டெருமை வேட்டையோ அல்லது மோகங்கொள் சூழலையோ எதிர் கொள்வது குறித்து ஒத்திகை நிகழ்த்திப்பார்க்கும் படி கற்பனை செய்யும் போது, நிஜத்தில் அது நிகழும்போது எவ்வகை மூளை நரம்பியல் உணர் மண்டலங்கள் தூண்டல் பெறுமோ அதே தூண்டலைப் பெறுகின்றன. இது உங்களை உண்மை நிகழ்வுகளின் போது ஏற்படும் ஆபத்துகள், இழப்பு ஆற்றல், இவைகளின் பாதிப்பின்றியே மாற்றுணர்வு கொள்ள உதவுகின்றது.

ஆனால் சில நன்கு அறியத் தகுந்த வரம்புகள் உண்டு. பரிணாமம் நமது கற்பனா மாற்று என்பது முழுநிறைவான ஒன்றாகிவிடாமல் தடுத்துள்ளது. அடையாத படிநிலை ஆதிமனிதன் ஒரு உணவு விருந்து கற்பனையில் முழுமை அடைந்தாலும் ஒரு மோகச் சேர்க்கை நடக்காமலேயே சிந்தையில் முழு இன்பம் கண்டாலோ தனது சந்ததி

விருத்தியை மரபணுப் பரவலை நிகழ்த்தும் சாத்தியத்தை இழக்கிறது என்பதை நாம் கருத்தில் கொள்ள வேண்டும். கற்பனையான இந்த ஒப்பனை ஒத்திகைகள் குறித்த வரம்புகள் நமது மூதாதையர்க்கு இன்னும் ஆழமாக இருந்திருக்கவும் கூடும். இந்த வரம்புகள் அவர்களை நிஜ உருவங்களையே உருவாக்க வைத்திருக்கலாம். அதாவது, உண்மையான காட்டெருதை வரைவது, கற்சிலை அதனை வேட்டையாட தன் குழந்தைகளுக்கு 'பயிற்சி' இப்படி - எனவே கலை என்பது இயற்கையின் மெய்நிகர் எதார்த்த உருவாக்கச் செயலுருவாக இருக்கவேண்டும் (எப்படி எனது கண்ணாடிகள் கரம் இழந்த என் நோயாளிகள் கற்பனையில் இன்றி தங்களது இழந்த கரத்தைக் காண' உதவுகிறதோ அதே போலத்தான்)

எனது கலைகுறித்த ஏனைய பொதுவிதிகளை விரிவாக அலசிட முடியாததற்கு நூலின் இடப்பற்றாக்குறை ஒரு காரணம் என்றாலும், நான் எனது பட்டியலில் கடைசியாக உள்ளதைக் குறிப்பிட விரும்புகிறேன். பலவகைகளில் இதுவே பிரதானமானது. ஆனால் பெரும்பாலும் நம்மிடம் பிடிபடாமல் போவது அகக்காட்சி உருவகம். இலக்கியத்தில் உருவகம் என்பது சம்பந்தமற்ற இரு வெவ்வேறு விஷயங்களை அருகருகே, ஒன்றன் இயல்பை எடுத்துரைக்க, ஒப்பீட்டில்வைத்தல். (அதாவது ரவீந்திரநாத் தாகூர் தாஜ்மஹாலை, காலம் எனும் கன்னத்தின் கண்ணீர்துளி எனச் சொல்வது). இதுபோல காட்சிக்கு வைக்கப்படும் கலையிலும் சாத்தியமே. உதாரணமாக, சோழர்கால நடராஜர் அல்லது நடனமாடும் சிவன்

படம் 3. 4. நடராஜரின் சிவ தாண்டவம், சோழப்பேரரசின் காப்பர் செம்பு உலோக கலவையில் ஆன 13ம் நூற்றாண்டு சிற்பம்.

உருவச் சிலை (படம் 3.4) யில் பல கரங்கள் இருப்பதை விக்டோரிய கலை விமர்சகர் சர் ஜார்ஜ் பெர்டுஉட் போல, நாம் நேரடியாக எடுத்துக்கொள்ளக்கூடாது. (வேடிக்கை என்னவென்றால், அவர் நடராஜர் சிலையை பல கரங்கள் கொண்ட கோர உருவம் என வர்ணித்தார்... ஆனால் அவருக்கு தோளுக்குப்பின் பிதுங்கிய இறக்கை முளைத்த தேவதைகள் கோர உரு கொண்டவர்களாக படவில்லை. ஒரு மருத்துவ நிபுணராக, பல கரங்கள் கொண்டதாக இருப்பது உடற்கூறியல் ரீதியாக சாத்தியம். ஆனால் இறக்கை இருப்பது சாத்தியமற்ற ஒன்று என என்னால் சொல்ல முடியும்)

நடனமாடும் சிவனின் எண்ணில் பெருத்த கரங்கள் கடவுளின் விதவிதமான தெய்வீக செயல்பாடுகளை உருவகப்படுத்துகின்றன... பிற்காலத்தில் ஃபிரட் ஹாயில் போன்றவர்கள் முன் வைத்து வெற்றிகண்ட பார்வை, நடராஜன் நடனமாடும் தீ வளையம் உட்பட அனைத்துமே இந்த பிரபஞ்ச இயக்கத்தின் சுழல் வட்டமான படைத்தல் காத்தல் அழித்தலின் பிரமாண்ட உருவகம். பெரும்பாலான கலை வடிவங்கள், அவை மேற்கத்தியன வாகவோ இந்தியக் கலைவடிவமாகவோ இருக்கட்டும்; தன்னில் பல்லடுக்கு அர்த்தங்களை, உருவகங்களை கைக்கொண்டவையாகவே இருக்கின்றன.

உருவகம் மிகவும் அவசியமான ஒன்று என்பது யாவரும் அறிந்ததே என்றாலும், எதனால் அது முக்கியம் என்பது தெரியாத ஒன்றாக உள்ளது. நாம் 'ஜூலியட் சுடர்விடும் தகிக்கும் இயல்பு கொண்டவர்' என ஏன் சொல்லி திருப்தி அடையக் கூடாது. ஏன் 'ஜூலியட் ஒரு சூரியன்' என சொல்கிறோம். உருவகம் கொள்தலின் மனவியல் அவசியம் என்ன! நமக்குத் தெரியவில்லை. ஆனால் அதற்கு விடைதேடிட நான் நான்காவது அத்தியாயத்தில் முயற்சிசெய்து இருக்கிறேன்.

பெரும்பாலான சமூக விஞ்ஞானிகள், அழகு, கொடைக்குணம், அன்பு வயப்படுதல், காதல் இதெல்லாம் நமது மூளையின் நரம்பியல் செயல்பாடுகளே என விளக்கும் போது கடுங்கோபங் கொள்கின்றனர். அவர்களது ஏமாற்றத்திற்குக் காரணம், ஒரு சிக்கலான விஷயத்தை பகுதிபகுதியாக உடைத்துப் பிரித்து (பிரித்துய்த்தலியல்) விளக்கினால் அது முழுமையை விளக்கி நிராகரிக்கும் அணுகுமுறை. இது தவறு. நாம் இருபத்தி இரண்டாம் நூற்றாண்டில் வாழ்வதாகக் கற்பனை செய்யுங்கள். நான் ஒரு நரம்பியல் விஞ்ஞானியாக, நீங்கள் உங்களது துணையோடு காதலில் ஆழமாய் ஈடுபட்டுள்ளதை கண்காணிப்பதாக வைத்துக் கொள்ளுங்கள். நான் உங்களது ஜோடியின் மூளையை (சி.டி

ஸ்கேன்) நுண் பகுத்தலுக்கு உட்படுத்தி ஆராய்வதாக கொள்வோம். காதல்வயப்பட்டு உச்ச உணர்வு தலைப்படும் போதுதான் அவரது நாசியின் நடுமேற்புறத்தின் ஹைப்போதலாமஸ் பகுதியை உற்று நோக்கி சில வேதிப் பொருட்கள் உற்பத்தியாகி சில நரம்புமையங்கள் ஊக்கம் பெற்று புரோலாக்டின் எனும் ஹார்மோன் சுரப்பதை அறிவிப்பேன். நீங்கள் அவரை இந்த ஏமாற்றத்துடன் பார்த்து 'இவ்வளவுதானா... உனது அன்பு என்பது உண்மையல்ல.. அது சில வேதி அமிலங்கள் மட்டும் தானா?' என வினவலாம். ஆனால் அதற்கு அவர், 'இல்லை! மூளையின் இந்த அனைத்து செயல்பாடுகளும் நான் முழு ஈடுபாட்டோடு உங்கள் மீது அன்பைப் பொழிவதை ஊர்ஜிதம் செய்கிறது' 'நான் போலியாக நாடகமாடவில்லை... உண்மையில் இது என் மீதான உங்கள் நம்பிக்கையை, ஈடுபாட்டை அதிகரிக்கவேண்டும்!' இதே விவாதம், கலை, கடவுள் பக்தி, அல்லது நகைப்புணர்வு யாவற்றுக்குமே பொருந்தும்.

இந்த நரம்பியல் அழகுணர்வு குறித்த பொதுவிதிகள் கலை குறித்த அனைத்தையும் விளக்கிவிடமுடியுமா என்றால் கண்டிப்பாக இல்லை. நான் நுனிப்புல் மேய்ச்சலில் மட்டுமே ஈடுபட்டுள்ளேன். ஆனால் இவ்வகையில் நான் முன்வைத்துள்ள இந்த விதிகள் எதிர்காலத்தில் ஒரு நரம்பியல் விஞ்ஞானி கலைகுறித்த முழுமையான ஒரு மனித உளவியல் கோட்பாட்டை அடைய உதவலாம்.

அழகுணர்ச்சியை அறிவியல்பூர்வாக அறிதல் என்கிற பிரச்சனையின் தீர்வு, மூளையின் முப்பது அகக்காட்சி மையப்புள்ளிகள் நமது உணர்வு மண்டலத்தின் முனைப்பகுதியோடு இணையும் இடத்தைப் புரிந்துகொள்தலின் மூலம் (குறிப்பாக அவற்றின் அறிவார்ந்த தர்க்கம் மற்றும் அவற்றை முன்எடுக்கும் பரிணாமம் இவற்றை உள்ளடக்கி) தீர்க்கப்படமுடியும் என நான் கருதுகிறேன். இந்த இணைப்புகளை சரியாக புரிந்து கொள்வதன் வழியே நாம் சி. பி. ஸ்நோ) குறிப்பிடும் அறிவியல் ஒருபுறம், கலை, தத்துவம் மானுடவியல் மறுபுறம் எனும் இரு தனித்தனி உலகங்களை பாலமிட்டு ஒன்றிணைக்க முடியும்.

அப்போது ஒரு புதிய விடியலை அடைந்து சிறப்பியல்கள் பழைய நாகரீகமாகி இருபத்தோராம் நூற்றாண்டின் புதிய வகை மறுமலர்ச்சி கால மனிதன் தோன்றி இருப்பான்.

4

பழுப்புநிற எண்களும் கூர்மையான பாலாடைக்கட்டிகளும்!

என் செயல்முறை உனக்குத் தெரிந்ததுதானே... வாட்சன். அது அற்ப விஷயங்கள்மீதான கூர்ந்தாய்வால் ஆனது.

ஷெர்லாக் ஹோம்ஸ்

பத்தொன்பதாம் நூற்றாண்டின் விக்டோரிய விஞ்ஞானி சார்லஸ் டார்வினின் உறவினரான பிரான்சிஸ் கால்டன், வினோதமான ஒரு விஷயத்தைக் கவனித்திருந்தார். மக்கள் தொகையில் ஒரு சிறு கூட்டம் பொதுவாக சராசரி மனிதராக இருந்தும் இசையின் ஒரு குறிப்பிட்ட சுருதியைக் கேட்கும் ஒவ்வொரு முறையும் குறிப்பிட்ட நிறத்தை உணர்ந்தனர். உதாரணமாக இசையின் சி ஷார்ப் கட்டை எப்போதும் சிவப்பாக, எஃப் ஷார்ப் நீலமாக மற்றொன்று ஊதா என இசைக்கும் ஒவ்வொரு தருணமும் அவர்களது எண்ணம் வண்ணங்களையே அதே வண்ணங்களையே நினைக்கும். இவ்வகையிலான உணர் கலவைக்கு அவர் சைனஸ்தீசியா என பெயரிட்டார். இவர்களில் சிலர் எண்களை காணும் போதும் வண்ணங்களை கண்டனர். ஒவ்வொரு முறையும் உதாரணமாக ஐந்தைக் காணும்போது (கருப்பு வெள்ளை அச்சு) இவர்களுக்கு மட்டும் அது வேறு நிறத்தில் சிவப்பு எனத் தெரிகிறது. ஆறு என்பது பச்சையாக, ஏழு ஊதாவாக, எட்டு என்பது மஞ்சள் நிறமாக... இப்படி. கால்டன் இவ்வகை சைனஸ்தீசியா மனநிலை குடும்பப் பரம்பரை நிலையாக இருப்பதையும் கண்டார் அது சமீபத்தில் கேம்பிரிட்ஜ் பல்கலைக்கழக விஞ்ஞானிகளான சைமன் பாரன்-கோஹன் குழுவால் நிரூபிக்கப் பட்டுள்ளது.

சைனஸ்தீசியா மனநிலை கண்டறியப்பட்டு நூறாண்டு ஆகி இருந்தாலும் அது நரம்பியலின் மையநீரோட்டத்தில் அல்லது உளவியலில் ஒரு கூறாக ஆராயப்படாமல், மக்களின் ஆர்வக் கோளாறு வகையறாவிலேயே வைத்து இதுவரை பார்க்கப்பட்டது.

வழக்கத்திற்கு மாறான பிறழ்வுகள் (தாமஸ் கவுனின் சொற்களில் சொல்வதானால்) அறிவியலுக்கு அதி முக்கியமானதாகவும் இருக்கும். டெலிபதி, தேக்கரண்டியை வளைப்பது, பனிக்கட்டியில் உட்கார்ந்து சூடாக உணர வைப்பது போன்ற பிறழ்வுகள் பெரும்பாலும் பொய்த் திகில் சமாச்சாரங்களாகவே இருக்கும் என்றாலும் நீங்கள் சரியான ஒன்றை ஆய்வுக்கு உட்படுத்தும்போது அறிவியலின் புதியபாதையைக் கண்டடைந்து சில சமயம் ஒரு அறிவியல் புரட்சிக்கே வித்திட்டு விடவும் வாய்ப்பு உண்டு.

ஆனால் நாம் முதலில் சைனஸ்தீசியான மனநிலைக்கான பொதுவாக சொல்லப்படும் விளக்கங்களைப் பார்ப்போம்.

நான்கு பொது விளக்கங்கள் உண்டு. முதலாவது, ரொம்ப பட்டவர்த்தனமான விளக்கம்: இவர்களுக்கு ஏதோ ஒருவகைப் பித்து பிடித்துள்ளது. இப்படி நடந்துகொள்வது சும்மா ஷோ. வெறியார்வம். இதுதான் விஞ்ஞானிகளின் பொது எதிர்வினை: இது போல வழக்கத்திற்கு மாறாக ஏதாவது இருந்தால் ஒன்றுமில்லை என தரை விரிப்புக்கு அடியில் குப்பையைத் தள்ளி மூடிவிடுதல். இரண்டாவது பொது விளக்கம், அவர்கள் ஏதோ வகைப் போதை வஸ்துவிற்கு அடிமையாகி விட்டவர்கள் என்பது. அது உண்மை என்றால் அது என் ஆர்வத்தை மேலும் தூண்டுவதாகவே இருக்கும். ஏனெனில் ஒரு வேதிப்பொருள் சைனஸ்தீசியா மாதிரி மனநிலையை எப்படி ஏற்படுத்த முடியும் (அப்படி ஏற்படுத்தும் பட்சத்தில்), என்பது ஒரு நல்ல கேள்வி.

மூன்றாவது, பொது விளக்கம், சைனஸ்தீசியா மனநிலை கண்டவர்கள் தங்களது குழந்தைப் பருவ மனநினைவுகளை மறு ஆக்கம் செய்து கொண்டுவிடுகின்றனர் என்பது. உதாரணமாக, குளிர்சாதனப் பெட்டி காந்தங்களில் சிறுவயதில் ஐந்து சிவப்பாக, ஆறு நீலமாக மற்றும் ஏழு பச்சையாக... இப்படிப் பார்த்தவர்கள் எப்படியோ அதே இடத்தில் சிக்கிவிட்டனர். இது எனக்கு எப்போதுமே ஏற்புடையதாக இருந்ததே இல்லை. இது உண்மை என்றால் இந்த மனநோய் நிலை குடும்பங்களில் ஒரு சந்ததிக்கு ஒரு சந்ததி தொடர்வது ஏன்? (அதே காந்தங்கள் அதே நிறத்தில் குடும்பத்தில் தொடருமா...) நான்காவது விளக்கம், சாதுர்யமானதாக இருக்கிறது. அது நடந்து புலலுணர்வுகள் உருவாக்கம் உருவகங்கள் பற்றிப் பேசுகின்றது. இந்த விளக்கம் கலையை மையமாகக் கொண்டுள்ளது. நமது அன்றாட மொழி சைனஸ்தெடிக் முறையிலான உணர்வு இடமாற்று உருவகங்கள் பலவற்றைக் கொண்டதாக உள்ளது. உதாரணமாக: 'இந்த செடர் நிறுவன

பாலாடைக்கட்டி கூர்ப்பாக (sharp) இருக்கு. சூப்பர்.... சான்ஸே இல்லை' பாலாடைக்கட்டி மிகவும் இளகிய தன்மை மிக்கது. ஆனால் உண்மையில் நாம் சொல்லவருவது அதன் சுவை கூர்ப்பாக உள்ளது என்பதைத்தான். ஆனால் இந்த வகை வாதம் ஒரு வட்டத்திற்குகந்ததாக உள்ளது. தொட்டுணரும் வகைப்பாட்டு சொல் ஒன்று கூர்மை. சுவையுணர் வகைப்பாட்டு சொல்லாக மாறியது ஏன்?

அறிவியலில் ஒரு வகை மர்மத்தை மற்றொரு மர்மமின்றி விளங்கிக் கொள்ளவே முடியாது. சைனஸ்தீசியா ஒரு உருவகப் பிரச்சனை என்று சொல்வது, நமக்கு மூளையில் அது எப்படி நடக்கிறது என்று தெரியாததால், இந்த விளக்கம் எதையுமே அர்த்தப்படுத்தவில்லை என்றே தோன்றுகிறது. நான் இதற்கு நேர்மாறான திசையில் சிந்திக்கிறேன். சைனஸ்தீசியா மனநிலை என்பது புலன் சார்ந்த ஒரு இயல் காட்சி. அதன் நரம்பியல் அடித்தளத்தை மூளையின் செயல் பாடுகளைக் கொண்டு ஆராய்கின்ற போது, மனம் குறித்த பிடிபடாத தன்மைகளை உருவகம் உட்பட ஆராய்கிற ஒரு ஆய்வுக்களம் கிடைக்கிறது.

இத்தனை காலம் சைனஸ்தீசியா கண்டுகொள்ளாமல் விடப்பட்டது ஏன்? அறிவியலின் வரலாறு குறித்த முக்கிய பாடம் ஒன்று இங்கு உள்ளது. வழக்கத்திற்கு மாறான ஒரு முரண்காட்சியை இயல்காட்சியாக அறிவியல் ஏற்று ஆராய வேண்டுமானால் அது மூன்று அளவீடுகளைக் கடக்கவேண்டும். முதலில் அது செய்முறைகள் மூலம் சான்றாதாரங்கள் மூலம் விவரிக்கத் தகுந்த உண்மை நிலையாக இருக்கவேண்டும்.. கட்டுப்படுத்தப்பட்ட நிலைகளினிடையே திரும்பத்திரும்ப நிகழ்த்த முடிகிற ஒன்றாக அது இருக்கவேண்டும்.. இரண்டாவதாக, ஏற்கனவே அறியப்பட்ட மூலவிதி ஒன்றன் வழியே அதனை விளக்கும் நுட்பமான அமைப்பு அதற்கு இருக்கவேண்டும். மூன்றாவதாக, ஒரு இயல்காட்சி என்பதையும் மீறி அதன் நிரூபணம் பெரும் பயனை முக்கியத்துவமான விளைவுகளை ஏற்படுத்துவதாய் இருக்கவேண்டும். உதாரணமாக, டெலிபதியை எடுத்துக் கொள்ளுங்கள். இதன் நிரூபணம் பலவகை பெரும் விளைவுகளை ஏற்படுத்தும் தன்மைக் கொண்டது என்றாலும், முதல் அளவீட்டுக்குப் பொருந்தாது. அதனை அறிவியல் முறைப்படி திரும்பத்திரும்ப எங்கே வேண்டுமானாலும் நிகழ்த்துவதும் சாத்தியம் இல்லை. நமக்கு அது உண்மையான இயல்காட்சியா என்பதற்கான சான்றாதாரமும் இல்லை. அதனை ஆழமாக ஆராய ஆராய அது மேலும் சுருங்கிக் கொண்டே போகும்... ரொம்ப கெட்ட சகுனம். மற்றொரு உதாரணம் பாக்டீரியாவின் மறு உருவாக்கம்.. நிமோ

ககாக்கஸ் குடும்பத்தின் ஒருவகை பாக்டீரியாவை மற்றொருவகை பாக்டீரியாவோடு கலப்பினம் செய்து இரண்டாம் வகை பாக்டீரியாவும் முதல்வகை பாக்டீரியாவாக மாறவைப்பது. இந்த மறு உருவாக்கத்தை செய்த, இந்த ஆய்வு அன்று ஒரு கவுரவமான அறிவியல் ஏட்டில் வெளிவந்தது. ஆனால் அன்று அதனை யாருமே ஏற்கவில்லை. காரணம், அதனை செயல்படுத்தும் நுட்பமான அமைப்பு யாருக்குமே பிடிபடவில்லை. ஆனால் வாட்ஸன் மற்றும் கிரிக் ஆகியோர் பிறகு டிஎன்ஏவின் இரட்டைத் திருகு சுழல் அமைப்பை வெளியிட்டு மரபணு சமிக்ஞையை உடைத்தனர். அது நடந்துவிட்டதும் அறிவியல் உலகம் விழித்துக் கொண்டு பாக்டீரியா மறு உருவாக்கத்தை ஏற்று அதன் முக்கியத்துவத்தையும் உணர்ந்தது.

சைனஸ்தீசியாவுக்கும் ஏறக்குறைய அதே போன்ற ஒன்றை நான் முயற்சித்துள்ளேன். முதலில் நான் அது போலியான சித்தரிப்பு அல்ல; உண்மை நிலை என்பதைக் காட்டுவேன். இரண்டாவதாக, அதை நடத்தும் நுட்பமான அமைப்பை முன்வைத்து மூளைக்குள் என்ன நடக்கிறது என்பதை விளக்குவேன். பிறகு மூன்றாவதாக சைனஸ்தீசியா நிலை பெரும் விளைவுகளைக் கொண்டது என வாதிட விழைகிறேன். அது நமக்கு உருவகம் போன்றவற்றையும் மொழி மனித மூளையில் உருக் கொண்டது எப்படி என்பதையும், சாரமான அகச்சிந்தனை எனும் மனிதனுக்கே உரிய சிறப்பியல்பு தோன்றியது எங்ஙனம் என்பதையும் விளக்கிட முடியும்.1

சைனஸ்தீசியா ஒரு உண்மைநிலை இயற்காட்சி என்பதைக் காட்டிட நானும் என சகாக்களும் சைனஸ்தீசிய பாதிப்பு கண்டவர்கள் மீது சோதனை செய்து பார்க்க ஒரு மருத்துவ முறை ஆய்வை அறிமுகம் செய்தோம். முதலில் நாங்கள் இரண்டு சைனஸ்தீசிய நிலையாளர்களை கண்டறிந்தோம். அவர்களை பொருத்தவரை எண்கள் ஒவ்வொன்றும் ஒரு நிறம். நாங்கள் கணினி எண் காட்சிப்படுத்தல் மூலம் கலைத்துப்போடப்பட்ட 5 களை அச்சாக்கி அங்கங்கே (கணினி முறையில் 5 திருப்பிப் போட்டால் 2 வருமே) எண் இரண்டை ஒரு வரைபட இயல் அமைப்பு போல வருமாறு அச்சிட்டுக் காட்டினோம். சைனஸ்தீசிய மனபாதிப்பு அல்லாத சராசரி மனிதர் ஒருவருக்கு இந்த வேற்றுமை புலனாக இருபது வினாடி முதல் மூன்று நிமிடம் வரை பிடிக்கும் (காண்க படம் 1.8). ஆனால் இரு சைனஸ்தீசிய மனநிலை கொண்டவர்களும் படத்தைப் பார்த்த உடனேயே சிவப்பான 2 களை பச்சையான 5களிடமிருந்து பிரித்துணர்ந்து சொல்லி விட்டனர். அவர்களுக்கு 2 கள் எளிதில் தெரிந்தன (படம் 4.1 ல் இருப்பது போல). அவர்கள்

நடிக்கவில்லை. போலியாக பகட்டாக அப்படிக் காட்டிக்கொள்வது சாத்தியமில்லை. அப்படிப்பட்டவர்கள் சராசரி மனிதர்களை விட திறன் காட்டுவது முடியாத ஒன்று. நினைவுவெளி விளைவும் அல்ல. இது உணர்வெளி விளைவு. அல்லது அவர்கள் எண்களின் கோணவடிவத்தை கூட முன் உணரவில்லை. இப்படியான பல வகை பரிசோதனைகள் மூலம் நாங்கள் சைனஸ்தீசிய நிலை என்பது நினைத்தைவிட பரவலாக பலருக்கும் இருப்பதைக் கண்டோம்.. நாங்கள் உண்மையில் நூறுபேரில் இருவர் சைனஸ்தீசிய நிலைகண்டவர்களாய் இருப்பதைக் கண்டு பிடிக்கமுடிந்தது.

சைனஸ்தீசிய மனநிலையை ஏற்படுத்துவது எது? 1999 ல் என் மாணவர் எட் ஹப்பார்டும் நானும் மூளையின் பக்கக் கதுப்பில் புயூசிஃபார்ம் ஜைரஸ் பகுதியின் அமைப்பை நோக்கி

படம். 4.1 : சைனஸ்தீஸியாவுக்கான மருத்துவப் பரிசோதனை வரைபடம்.

'5' களுக்கு நடுவில் '2' கள் உள்ளன.

எங்கள் கவனத்தை செலுத்தியிருந்தோம். புயூசிஃபார்ம் ஜைரஸ் V4 எனும் நிறங்களின் பகுதியை தன்னகத்தே கொண்டுள்ளதை ஏற்கனவே செமிர் ஸெகி (ஸெகி மற்றும் மாரினி, 1998) யால் நிரூபிக்கப்பட்டிருந்தது. நிறங்களை வகையறிந்து மூளைக்கும் உணர்வு மண்டலத்திற்கும் அறிவிக்கும் பகுதி அதுதான் என்றாலும் எண்களைக் காட்சிப்படுத்தி அறியும் மூளையின் எண் பிம்பமையம் அதைத் தொட்டுக்கொண்டு அதன் அருகிலேயே அமைந்திருப்பதைக் கண்டு நாங்கள் வியந்தோம். (படம் 4.2). இது சற்றும் எதிர் பாராத எதேச்சையாக அமைந்த ஒன்று: சைனஸ்தீசிய மனநிலையில் பெரும்பாலான பாதிப்பு எண்கள், நிறங்கள் கலவையே நமது மூளையில் எண்களுக்கான பகுதியும் நிறங்களுக்கான பகுதியும் மிக அருகருகே ஒன்றை ஒன்று தொட்டுக்கொண்டு அமைந்துள்ளது. இவ்வகையினர் எனது கற்பனைக் கரம் கொண்ட நோயாளிகள் (காண்க: அத்தியாயம் 1) போலவே தங்களது மூளையில் கலப்பு இணைப்பை எப்படியோ தற்செயலாக பெற்றுள்ளனர் என்பதே உண்மையாக பட்டது. இங்கே வித்தியாசம் என்னவென்றால் அறுவை சிகிச்சை மூலம் உறுப்பை இழந்ததால் இந்த நிலை ஏற்படவில்லை. மாறாக, மூளையில் மரபணு மாற்றம் ஏற்பட்டதில் இந்த நிலையை அவர்கள் அனுபவிக்க நேர்கிறது. கருப்பு வெள்ளை எண்களைக் காட்டும்போதும் மூளையின் புயூசிஃபார்ம் ஜைரஸின் நிறங்களுக்கான பகுதி ஊக்கம் பெற்றதைக் காணமுடிகிறது.

இவ்வகை கலப்பு இணைப்பு அல்லது கலப்புத் தூண்டல் கோட்பாடு பற்றிய மேலும் ஒரு ஆதாரம் சற்றும் எதிர்பாராத கவனப் பதிவிலிருந்து கிடைத்தது. சமீபத்தில் நாங்கள் பகுதி அளவு

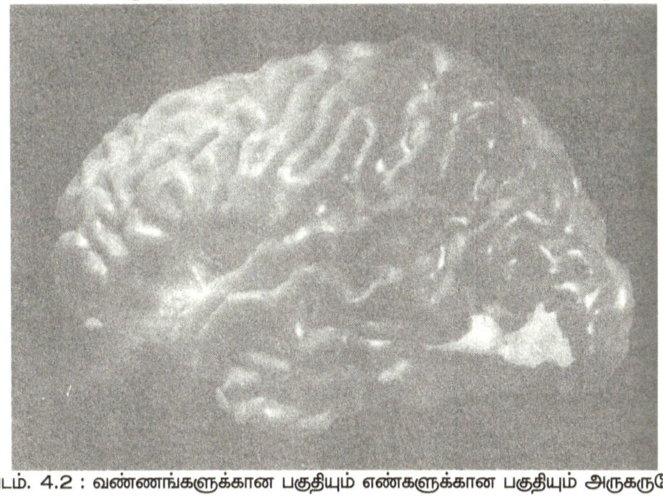

படம். 4.2 : வண்ணங்களுக்கான பகுதியும் எண்களுக்கான பகுதியும் அருகருகே அமைந்துள்ளன.

நிறக்குருடு ஆன - ஆனால் முழுமையான சைனஸ்தீசிய மனநிலை மனிதர் ஒருவரைச் சந்திக்க நேர்ந்தது. விழித்திரையின் கூம்பு நிறமிகள் பழுதடைந்ததால் அவரால் உலகின் எந்த நிறத்தையும் காண இயலாது. இருந்தும், எண்களைக் காணும் போது, மட்டும் வேறு எந்த விதத்திலுமே காண இயலாத நிறங்களை அவரால் கண்டுணர முடிகிறது. அவர் அதை விளையாட்டாக 'அயல் கிரஹ வண்ணங்கள்' என அழைத்துக் கொண்டார் இதற்குக் காரணம் கண்ணில் குறைபாடுகள் இருந்தாலும், மூளையின் நிறப்பகுதிகள் எந்தப் பிரச்சனையும் இன்றி எண்களின் தூண்டுதலோடு கலப்புத் தூண்டல் பெற்றால் உணர்வெழுப்புகின்றன என்பது எங்களது கருத்து. இந்தப் பதிவு சிறுவயது நினைவுகளை அப்படியே சுமப்பதால் சைனஸ்தீசியா தொடர்கிறது எனும் பொய்க் கோட்பாட்டை உடைத்தெறிகிறது: ஒருவர் தான் பார்க்காத ஒன்றை எப்படி நினைவில் வைத்திருக்கமுடியும்?[2]

இதில் இன்னும் நம் ஆர்வத்தைத் தூண்டும் ஒரு விஷயம் என்னவென்றால், சில சைனஸ்தீசியர்களுக்கு மறைவான எண்கூட (நேரடியாகப் பார்க்க மிகவும் சிரமமான எண்கூட) நிறத்தூண்டலை

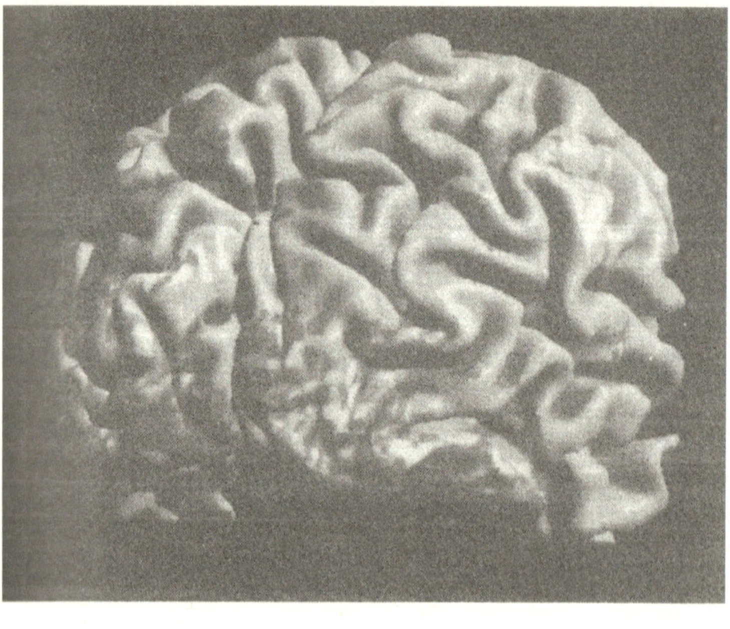

படம். 4.3 : சைனஸ்தீஸியா பாதிக்கப்பட்ட நபருக்கு மூளை வரைபடத்தின் வண்ணாங்களுக்கான பகுதி எண்களைக் கண்டதும் ஒளிவிடுதல்.

ஏற்படுத்துகிறது. ஒரு எண் (5 என கொள்வோம்) சுற்றிலும் எளிதில் அதைக் காணமுடியாத படி ஏனைய எண்களால் சூழப்பட்டு (அதை கவனச் சிதைவென்று அழைக்கிறோம்) வழங்கப்பட்டால் சராசரி மனிதர்கள் நடுஎண்ணைக் கண்டுணர்தல்-சிரமம். கும்பல் அச்சு எனும் சிக்கல் சார்ந்த விஷயம். பார்வை தொடர்பான காட்சி உணர்வு பிரச்சனை அல்ல இது. ஏனெனில், சுற்றிலும் உள்ள எண்கள் அகற்றப்பட்டால் போதும். எண்ணை அவர் எளிதில் அடைவார் (படம் 4.4) கும்பல் குழப்பம் ஏற்படக் காரணம் இரு எண்கள் அவரது கவனத்தை சிதறவைக்கின்றன.

ஆனால், ஒரு சைனஸ்தீசிய மனநிலையால் பீடிக்கப்பட்டவரோ எண்ணைப் பிரித்தறிய முடியாவிட்டாலும் 5 ஐ உடனடியாக அடையாளம் காண்பார். 'சிவப்பாக இருப்பதால் ஐந்து' எண்ணே தெரியவில்லை என்றாலும், நிறம் உணர்வுரீதியில் தூண்டுதல் பெற்றுவிடுகிறது என்பதைக் காட்டும் விதமாக இது அமைந்துள்ளது. எனது கருத்து என்னவென்றால், இந்தக் கலப்புத் தூண்டுதல் என்பது, எண்ணை அடையாளம் காணும்படி நிலையை எட்டுவதற்கு முன்பே நிறம் தூண்டல் பெற்று மூளையின் உயர் உணர்வு மையங்களில் தூண்டலை மேற்கொள்கிறது.. உடனடியாக அதை மறுபடி எண்ணாக அறிவார்த்தமாக்கி, அது எந்த எண்என்பது பிடிமானமாகி விடுகிறது. இரண்டாவது அத்தியாயத்தில் நாம் பார்த்த 'குருட்டுப்பார்வை'த் தன்மையை இது ஒத்ததாக இருக்கிறது. மேலும் பல சைனஸ்தீசியர்கள் எண் நினைவாற்றலுக்கு நிறங்களை ஏன் பயன்படுத்துகின்றனர் (உதாரணமாக, தொலைபேசி எண்கள் முதலியன) என்பதையும் இது எளிதில் விளக்கிவிடுகிறது.

இந்த கலப்பு இழை இணைப்பு அல்லது கலப்புத் தூண்டுதல் நடப்பது ஏன்? குடும்பங்களில் சந்ததி விஷயமாக இது தொடர்வதை வைத்துப் பார்த்தால், இவ்விஷயத்தில் ஒரு மரபணுவோ அல்லது

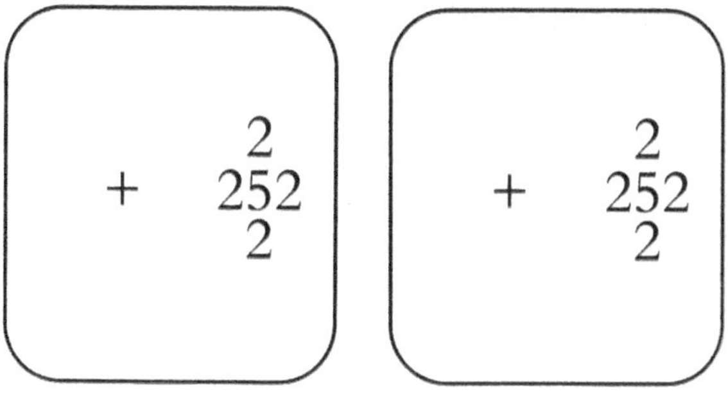

படம். 4.4 : காணக்கிடைக்கா எண்கள். நடு எண்ணை ஒரு சைனஸ்க்கிய நோயாளி விரைந்து கண்டுபிடித்துவிடுவார்.

மரபணுக்கூட்டமோ தொடர்புடையதாக இருக்கவேண்டும். இந்த 'கெட்ட மரபணு' என்ன செய்கிறது? என்ன செய்யக்கூடும்? ஒரு சாத்தியம் என்னவென்றால், நாம் அனைவருமே மூளையில் கலப்பு இணைப்பிகளோடு தான் பிறந்திருக்கிறோம். கருவிலேயே அதிக அளவு வேண்டப்படாத பல திரிபு இணைப்புகள் உருவாகி வளர்ந்து சராசரி வயதை அடைய அடைய மூளை சீர்படுத்தி திரிபு நீக்கப்பட்டு முழுமை அமைப்பாக கட்டமைவு பெறுகிறது. இந்த மாதிரி மனிதர்களைப் பொருத்தவரை அந்த வேண்டப்படாத இணைப்பைச் சீர்படுத்தும் மரபணு பழுதடைந்திருக்க, இந்தத் தவறான கலப்பு இணைப்பும் தூண்டலும் தொடர்கிறது. அல்லது குறிப்பிட்ட வேதிச் சமச்சீர்நிலை குலைந்து மூளையின் அடுத்தடுத்த பகுதிகள் கலப்புத்தூண்டலுக்கு தவறாக உட்படுத்தப்படுகின்றன.

அடுத்து நாங்கள் கண்டது இன்னும் அதிக அதிர்ச்சி அளிப்பதாக இருந்தது. நாங்கள் எங்கள் இரண்டு நோயாளிகளுக்கு ரோம எண்களை அறிமுகம் செய்தோம். இந்திய அராபிய 5 மற்றும் 6க்கு மாற்றாக ரோமன் எண்களான v மற்றும் vi காட்டப்பட்டது. அவர்களுக்கு அது ஐந்து மற்றும் ஆறு என தெரிகிறது. ஆனால் அவர்கள் நிறம் எதையும் பார்க்க வில்லை. இந்த ஆய்வு முடிவு மிக மிக முக்கியமானது. ஏனெனில், இது எண் குறித்த கருத்துரு

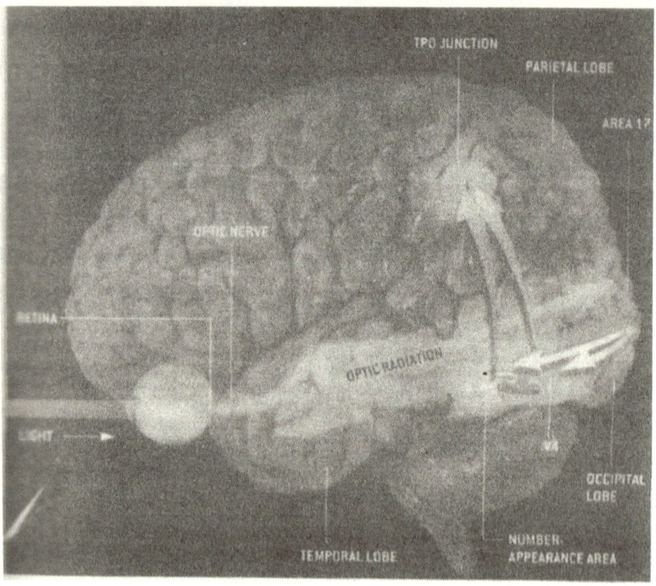

படம். 4.5 : எண்கள் மற்றும் வண்ணங்கள் மூளையில் புரிந்து கொள்ளப்படும் படி நிலைகள்.

வண்ணங்களைத் தூண்டவில்லை, எண்களின் இந்திய அராபிய வடிவம்தான் அதைத் தூண்டிவிடுகிறது என்பதைக் காட்டிவிட்டது. இது எனது வாதத்தை ஊர்ஜிதம் செய்கிறது. ஏனெனில் மூளையின் ப்யூசிஃபார்ம் ஜைரஸ் எண்களின் வடிவம் மற்றும் வண்ணங்களை மட்டுமே அடிப்படையாக கொண்டது. எண்குறித்த கணிதக் கருத்துருகளுக்கும், சாதாரண எண்கணிதம் என அது எதனோடும் சம்பந்தப்பட்டது இல்லை.

மூளையில் ஆகச் சரியாக கணிதக் கருத்துரு மையம் எங்குள்ளது என நமக்கு சரியாகத் தெரியவரவில்லை. ஆனால் ஒரு ஊகம் என்னவென்றால், இடது கோளத்தின் ஆங்குலார் ஜைரஸாகவே அது இருக்கவேண்டும். ஏனெனில், மூளையின் இந்தப்பகுதி பாதிக்கப்பட்டால் அந்த நோயாளிகளால் எண்களைக் கண்டு அடையாளப்படுத்த முடிந்தும் சாதாரண கணக்கைக் கூட போடமுடிவதில்லை. பேச்சில் வல்லமையுடன், அறிவார்த்த நிலையிலும் இருந்தும்கூட அவர்களால் பதினேழிலிருந்து மூன்றை கழித்தால் என்ன விடை வரும் என்பது போன்ற மிக எளிய கணக்கைக்கூட போட முடியாது. இது நமக்கு, எண்கணக்கீட்டு கருத்துரு ஆங்குலார் ஜைரஸிலும், எண்கள் குறித்த அமைப்புத் தோற்ற அடையாளம், பியூசிஃபார்ம் ஜைரஸிலும் நடப்பதை ஊர்ஜிதம் செய்கிறது.

ஆனால் எல்லா சைனஸ்தீஸியர்களும் ஒரே மாதிரியாக படைக்கப்படுவதில்லை. விரைவில் நாங்கள் எண்கள் மட்டுமல்ல, வாரத்தின் நாட்கள், வருடத்தின் மாதப் பெயர்களை கண்டால் நிறங்களைத் தூண்டும் வகையானவர்களை எதிர் கொள்ள நேர்ந்தது: திங்கள் என்பது சிவப்பு, செவ்வாய் இன்டிகோ, டிசம்பர் என்பது மஞ்சள். அவர்களை எல்லோரும் தங்களை முழுப் பைத்தியமாய்க் கருதியதில் வியப்பில்லை. நாட்கள், மாதங்கள் மற்றும் எண்கள் தங்களுக்குள் பொதுமையாக எதைக் கொண்டுள்ளன என்றால் அது வரிசைப்படுதல், மற்றும் வகைப்படுத்துதல்... இது ஆங்குலார் ஜைரஸ் (படம் 4.5) பகுதியில் மேலிடத்தில், கீழ் பக்கம் மற்றும் மேல் கதுப்பு (T.P.O) கூடும் பகுதியை மையமாகக் கொண்டது என்பது எனது நம்பிக்கை. அடுத்த ஆச்சரியமற்ற உண்மை, நிறங்களை பிரித்துணர்வதன் அடுத்தபடிநிலை என்பது அதே ஆங்குலார் கைரஸிற்கு அருகே அதே மூன்று கதுப்பும் சேரும் பகுதியில் உள்ளது. எனவே, இந்த வகை மனிதர்களுக்கு கலப்புஇணைப்பும் தூண்டுதலும் மேல்புறமாக ஆங்குலார்ஜைரஸில் ஏற்பட்டுள்ளது. இக்காரணத்திற்காக நான் அவர்களை உயர்நிலை சைனஸ்தீஸிய மனநிலை கொண்டவர்கள் என அழைக்கிறேன். சுருக்கமாகச்

சொல்வதானால், குறை மரபணு, பியூசிஃபார்ம் ஜைரஸை மையமாகக் கொண்ட எண்வடிவத்தை மட்டுமே கொண்டு கண்டுணரப்பட்டால் அது கீழ்நிலை சைனஸ்தீசிய மனநிலை. அதுவே மேல்புறமாய் கணிதக் கருத்துருவரிசைப்படுதல் என ஆங்குலார் ஜைரஸ் பகுதியை மையமிட்டு கண்டுணரப்பட்டால் அது உயர்நிலை சைனஸ்தீசிய மனநிலை. இது மரபணுத் தேர்வு பிரதியாக்கக் காரணிகளால் ஏற்படுவதாகும்.[3]

இருநூறு பேருக்கு ஒருவர் இப்படி முற்றிலும் பலன் ஏதுமற்ற வண்ண எண்காணும் நிலை கொண்டுள்ளனர் எனில், இந்த மரபணு இன்றும் பிழைத்திருப்பது ஏன்? இதில் பிறை செல் ரத்தசோகை போல ஏதோ ஒரு மறை முக காரணத்திட்டம் உள்ளது. இந்த மரபணுக்கள் மிக அவசியமான வேறு ஏதோ ஒரு வேலையைச் செய்கின்றன.

சைனஸ்தீசிய மனநிலை பற்றிய ஒரு வினோதமான உண்மை நிலை என்னவென்றால், அறியப்பட்டு பின்னர், வெகு காலம் புறந்தள்ளப்பட்ட இது கலை வித்தகர்களுக்கே அதிகம் பொதுவில் காணப்படுகிறது. வேறு வழிகளில் சொல்வதானால் கலைப் பித்தர்களில் இது அதிகம். அவர்களது பித்து காரணமா? அல்லது அவர்கள்தான் தமது அனுபவங்களை ஒளிவுமறைவின்றி வெளிப்படையாக ஒப்புக்கொள்வதாலா.. இப்படி அவர்கள் தங்களுக்குக் கவர்ச்சியை தேடுகிறார்களா (பல மாண்புமிக்க கலைஞர்களது சைனஸ்தீசிய மனநிலை கவர்ச்சியானதுதான்). ஆனால் நான் முன்வைப்பது வேறுவகையான ஒருபார்வை. இந்த ஓவியர்கள், கவிஞர்கள், நாவலாசிரியர்கள் எல்லாம் ஒரு விஷயத்தில் பொதுத் தன்மை கொண்டவர்களாக... இரண்டு மற்றும் வேறுவேறானவற்றை உருவகமாய் இணைத்திட மேக்பெத் வாழ்வைப் பற்றி 'போ... போய்விடு சுருக்கப்பட்ட மெழுகுச் சுடரே' என வர்ணிப்பது போல மூளையில் தோற்றங் கொள்ளும் விதத்தவர்களாக இருக்கிறார்கள் என்பது. எதற்காக வாழ்கையை மெழுகுவர்த்தி என அழைக்கவேண்டும்? அது நீளமாக வெள்ளையாக இருப்பதாலா' கண்டிப்பாக இல்லை. உருவகங்கள் நேரடியாக அர்த்தம் கொள்ளப்படுவதே கிடையாது (ஸ்கீசோ ஃபெர்னியா எனும் மனச்சிதைவு நிலையாளர்கள் மட்டுமே அவ்விதம் கொள்கிறார்கள்... அது முற்றிலும் வேறு கதை). ஆனால் வாழ்க்கை சில வழிகளில் ஒரு மெழுகுவர்த்தி போலத்தான்: நிலையற்றது. அதை அணைத்துவிட முடியும். அது குறுகிய காலமே ஒளி வீசுகிறது. நமது மூளை இப்படி குறிப்பிட்ட எல்லா சரியான இணைப்புகளையும் மேற்கொள்கிறது... ஷேக்ஸ்பியர் இதனை மேற்கொள்வதில் கைதேர்ந்த வித்தகர். இப்போது நாம் ஒரு படி

மேலே ஒன்றை ஊகிப்போம். இந்த 'கலப்பு ஊக்கம்' அல்லது அதீத இணைப்பு' மரபணு வெறும் பியூசிஃபார்மில் அல்லது ஆங்குலாரில் மட்டுமின்றி மூளைமுழுதுமே அங்கங்கு விரவிய ஒன்றாக இருப்பதாய் கொள்வோம். நாம் ஏற்கனவே பார்த்ததைப்போல் கலப்பு ஊக்க மரபணு பியூசிஃபார்மில் ஆதிக்கம் செலுத்தினால் அது கீழ்நிலை சைனஸ்தீசிய மனநிலை. அதுவே ஆங்குலாரில் டி.பி.ஓ சந்திப்பில் ஆதிக்கம் செலுத்தினால் அது உயர்நிலை சைனஸ்தீசியமான நிலை. ஆனால் இவ்வகை அதீதக் கலப்பு ஊக்கி மரபணு மூளையின் அனைத்து இடங்களிலும் கோலோச்சி ஒன்று படுத்த சாத்தியமற்ற பலவற்றை உருவகப்படுத்தும் திறன் கொண்ட ஒருவராக மனிதரை மாற்றவல்ல நிலையே அது. (மூளை வரைபடத்தில் சொல்லப் போனால் கருத்தியலுக்கே பொருந்தாதவற்றுக்கும் கூட இடமுள்ளது). இது எதிர் உள்ளுணர்வு போல தோன்றலாம். ஆனால் எண்களைப் போன்ற ஒன்றை நினைத்துப்பாருங்கள். ஒரு எண்போல சாரமான கருத்துரு வேறில்லை. ஐந்து பன்றிகள், ஐந்து கழுதைகள், ஐந்து நாற்காலிகள் ஏன் - ஐந்து டன்கள்கூட எல்லாம் வேறுவேறானவை. ஆனால் ஐந்து எனும் தன்மை பொதுமையானது: அந்த தன்மை மூளையின் ஒரு சிறு பகுதியில் அதாவது ஆங்குலார் ஜைரஸில் பிரதிநிதித்துவம் பெறுகிறது. எனவே ஏனைய மேலும் சிக்கலான கலப்பு இணைப்பிகளுடன் மூளை வரைபட பிரதிநிதித்துவம் பெற்று கலைத்திறன் கொண்டவர்கள், தங்களது அதிக அளவு கலப்பு ஊக்கிகள்மூலம் இம்மாதிரி தொடர்பு படுத்தல்களை சாதாரண சராசரிகளைவிட அதிக சிரமம் இன்றி சாத்தியங்களாக்குகிறார்கள்.

இதுவரை நாம் செய்தது என்னவென்றால், சைனஸ்தீசியா ஒரு நம்பகமான புலன்சார்ந்த விளைவு என்பதை நிறுவி, அதற்கு மூல விதி மூலம் அதனை விளக்கும் நுட்பமான அமைப்பு அதற்கு உண்டு என்பதை காட்டி இருக்கிறோம். முதல் இரண்டுபடி நிலைகளைக் கடந்து இப்போது நாம் மூன்றாம் நிலையான பிரதான அறிவியலில் இணைவோம். மீதமிருப்பதெல்லாம் சைனஸ்தீசியா மனநிலை என்பது, விடை காணமுடியாத விசித்திரமல்ல, பில்லி சூனியம் போல இயற்கைக்கே மாறான மர்மமல்ல. குறுகிய போலிச் சித்தரிப்பைக் கடந்து அறிவியல் ரீதியில் பலவேறு சாத்தியங்களை உள்ளடக்கிய ஒன்று என நிறுவுவதே ஆகும். எனது பார்வை என்னவென்றால், சைனஸ்தீசியா என்பது சிலரது மூளையில் ஏற்படும் நகைப்பிற்குரிய விஷயமல்ல.

உண்மையில் நாம் அனைவருமே சைனஸ்தீரிய மனநிலை கொண்டவர்கள்தான்.. அதை நிரூபிக்கவே வருகிறேன். உங்கள்

படம். 4.6 : மேற்கண்டதில் எது பூபா எது கிக்கி. 98 சதவிகிதம் பேர் வலப்பக்கம் இருப்பதை கிக்கி என்றனர்.

முன்னால் பல்பு பல்பாய் உப்பிய ஒரு அமீபா உருவம் உள்ளதாக கொள்வோம். அதன் சுற்று வடிவம் அடுத்தடுத்த வளைவுகளால் ஆனது. வலப்புறமாக அதன் அருகிலேயே கத்திமுனைகள் கொண்ட உருவம் ஒன்றையும் (படம் 4.6) கற்பனை செய்யவும். இவை செவ்வாய்க் கிரகவாசிகளின் மொழியுடைய முதல் இரண்டு எழுத்துக்கள் எனக் கொள்க. இப்போது ஒன்றன் பெயர் கிக்கி மற்றது பூபா. ஆங்கிலத்தில் எழுதுவதானால் kiki மற்றும் booba இவற்றில் எது கிக்கி? எது பூபா? இதை நீங்கள் கண்டுபிடிக்கவேண்டும். ஆய்வுகளில் 98 சதவிகிதம் பேர் கத்தி கூர்முனைக் கொண்ட உருவத்தை கிக்கி என்றும், அமீபா உருவ வளைவு வழவழப்பை பூபா என்றும் குறிப்பிட்டனர். அவர்களில் நீங்களும் ஒருவர் என்றால் கண்டிப்பாக நீங்களும் சைனஸ்தீசிய மனநிலை கொண்டவர்கள். என்னால் விளக்கமுடியும். உருவம் கிக்கி யை பாருங்கள். கிக்கி எனும் ஓசையோடு ஒப்பிட்டுப் பாருங்கள். அவை இரண்டுக்கும் ஒப்புமை உள்ளது. உருவம் பார்வைக்கு கூரான வளையாத் தன்மை கொள்ளுதைப் போலவே கிக்கி எனும் ஓசை காது மடல்களில் கூரான வளையாத் தன்மை கொண்டு கிரீச்சிடுகிறது. உங்களது மூளை முற்றிலும் வேறான இவற்றை கலப்புப் பாங்கியல் இணைப்பு செய்து சைனஸ்தீசிய முறைப்படி கலந்து வளையாத கூர் தன்மையைப் பொதுப் பண்பாக்கி இரண்டையும் ஒன்றுபடுத்தி விடுகிறது.. அவை இரண்டுமே கிக்கி தான்.[5]

(இதில் மிகவும் சுவாரசியமான விஷயம், ஆங்கிலம் பேசாத, எழுதாத தமிழ் மாந்தர்கள் இதே முடிவைத்தான் தருகிறார்கள். எனவே இந்த நிலை K எனும் ஆங்கில எழுத்து வடிவத்தோடு சம்பந்தப்பட்டதாகக் கருதமுடியாது. இதேபோல மற்ற எழுத்துகளையும் உருவமாக உருவகப்படுத்தமுடியும். மங்கலான

வளைகோட்டையும் ரம்பம்போல பற்களாக வரைந்த கோட்டையும் காட்டி, எது உஷ் (shhh) எது உர்ர்ர் (rrrr) எது என்றாலும், மங்கலான வளைகோடு உஷ் என்றும் ரம்பப்பல் கோடு உர்ர்ர் என்றும் அவர்கள் சொல்லிவிடுகிறார்கள்)

நாங்கள் இதே பூபா கிக்கி ஆய்வை தங்களது இடகதுப்பின் ஆங்குலார் ஜைரஸ்ஸில் லேசான உறுப்புச் சிதைவு கண்டவர்களை வைத்து செய்தோம். என்னையும் உங்களையும் போல் இல்லாமல், அவர்கள் ஒலி, காட்சிப் பொருத்தம் மேற்கொள்ள முடியாதவர்கள் தோராயமாக பொருத்தம் காண்கிறார்கள்… உரையாடல், அறிவுத்திறன் இவை யாவற்றிலும் சகஜமாக இருப்பார்கள் என்றாலும், இவ்விஷயத்தில் பிரச்சனைகள் உண்டு. இதற்கு பிரத்யேகக் காரணமும் உண்டு. ஆங்குலார் கைரஸ் மூளையின் மேல்கதுப்பு, பக்கக் கதுப்பு மற்றும் பார்வை தொடர்பாக பின்புறம் அமைந்த கீழ்க்கதுப்பு மூன்றும் ஒன்றிணையும் ஒரு சந்திப்புப் புள்ளியில் அமைந்துள்ளது (படம் 1.3)மேல் கதுப்பு தகைமை பொருத்தம் சார்ந்தது, பக்கக்கதுப்பு செவிப்புலன் சார்ந்தது. கீழ்கதுப்பு ஏற்கனவே குறிப்பிடப்பட்டுள்ளதைப்போல) பார்வைப் புலன் சார்ந்தது. எனவே இந்த மூன்றையும் தர்க்க முறையில் ஆய்ந்தறிந்து, நம்மைச் சுற்றி நடக்கும் எந்தவகைத்துறையும் சாராத நிகழ்வுகளை சரியாகப் பரிசீலிக்க இப்பகுதி உதவுகிறது. கத்திமுனை அமைப்பிற்கும் கிக்கி எனும் சப்தத்திற்கும் உண்மையில் எந்த சம்பந்தமும் கிடையாது. அமைப்பு காட்சிரூபமாக விழித்திரையின் போட்டான்களை சென்றடையும் அதே சமயம், கிரீச்சிடும் ஓசை காற்றை அதிர வைத்து காதுத் துளையின் உள் முடி செல்களை அடைகிறது. ஆனால் மூளை அவற்றில் பொதுப் பகுதியைத் தனித்தெடுக்கிறது… கூர்மைத்தன்மை! இங்கே ஆங்குலார் கைரஸ் பகுதியில்தான் அடிப்படை கூறுகள் என நாம் அழைக்கும் மனிதர்களுக்கே உரிய தனித்தெடுக்கும் பண்பு செயலாக்கம் பெறுகிறது.

இந்தப் பண்பு மனிதர்களுக்கு முதலில் தோன்றியது ஏன்? பாங்கியல் வகை துறை சார்ந்த கலப்பு தனித்தெடுத்தலின் நோக்கம் என்ன? நாம் சற்றே கீழான அறிவுநிலைப் பாலூட்டிகளான குரங்குகள், மனிதக் குரங்குகள் ஆகியவற்றைக்விட மனிதர்களுக்கு இந்த மேல், பக்கவாட்டு மற்றும் கீழ்கதுப்பு சேரும் (TPO) சந்திப்பு பகுதியும் ஆங்குலார் ஜைரஸ்சும் அதிகம் பெரிதாகி இருப்பதைக் காணலாம். இது துரித அதிவேக வளர்ச்சியாகும். அதிலும் குறிப்பாக மனிதர்களுக்கு இது அப்பட்டமான உண்மை. இந்தத் திறமை நாம் மர உச்சிகளில் உயிர் பிழைத்திருக்க பரிணாமமடைந்த ஒன்றாக எனக்குப்படுகிறது. சரியாக கையில் அகப்பட்டதைப் பிடிக்க, ஒரு

கிளையிலிருந்து ஒரு கிளைக்குத் தாவிட இப்படி இதற்குக் கைவிரல்கள் பிடிமானம் குறித்த கோணமும் மூளையில் தோன்றும் கிளையின் படுக்கைவாட்டு அமைப்பு வரைபடமும் ஒன்றிணைந்து கரங்களுக்கு எலும்பு மூட்டுகளையும் இயக்குதல் பொருட்டே ஆங்குலார் ஜைரஸ் பகுதி உருவில் அடுத்தடுத்து பெருக்கமடைந்திருக்கவேண்டும். இந்தத் திறன் கைக்கொள்ளப்பட்ட காலத்திற்குப்பிறகு அதாவது வகை துறை சார்ந்த கலப்பு தனித்தெடுத்தல் திறன் மனிதனால் முழுமையாக உள்வாங்கப்பட்டபின், அதனால் உருவான மூளையின் அமைப்பு ஏனைய மற்றவகை, மனிதனால் திண்மையோடு கண்டடையப்பட்ட உருவகம் போன்ற தனித்தெடுத்தலுக்கான மூல அமைப்பாகியது, ஒருவகைத் தேவைக்காக உருவாகிய அமைப்பை வேறுவகைத் திறன்களுக்குப் பயன்படுத்துவது பரிணாமவியலில் நடப்பது தான். ஊர்வனவற்றுக்கு அவை பிடித்துண்பவற்றைக் கடித்து அரைக்க உதவிய கீழ்த்தாடையின் இரு எலும்புகள் பாலூட்டிகளுக்கு மிகச் சிறிய காதுமைய செவி எலும்புகளாக உருமாற்றம் அடைந்துள்ளன. காதுகேட்கும் வேலைக்கானதாக மாற்றப்பட்ட ஒரே காரணம், அவை இரண்டும் வாகாக சரியான இடத்தில், காலத்தில் அமைந்திருந்ததுதான்.

எனவே நான் மூளைக் கதுப்புகளின் சந்திப்புப் பகுதி (TPO) மற்றும் குறிப்பாக, ஆங்குலார் இடப்பக்க மற்றும் வலப்பக்க ஜைரஸ்கள் மனிதனுக்கு இலவச இணைப்பாக விதவிதமான உருவகங்களை உருவாக்கிக் கொள்ள உதவுகின்றன என கருதுகிறேன்: இடப்பக்க ஆங்குலார் கைரஸ் பாங்கியல் கலப்பு உருவகங்களையும் (கூர் பாலாடைக்கட்டி; 'பளார்' சட்டை' வகை) வலது ஆங்குலார் ஜைரஸ் இடம் உரு சார்ந்த கலப்பு உருவகங்களையும் ('பதவியிலிருந்து படி இறக்கம் செய்யப்பட்டார்' போன்றவை) முன் நின்று செயல்படுத்துகின்றன. இந்த விஷயம் இன்னமும் முழுமையாக முறைப்படி சோதனைகளுக்கு உட்படுத்தப்படவில்லை. ஆனால் நான் ஏற்கனவே குறிப்பிட்டதைப் போல, இடப்பக்க ஆங்குலார் ஜைரஸ் பாதிப்பு கண்ட இரு நோயாளிகள் பழமொழிகளுக்கே விளக்கமளிப்பதில் மிக மோசமாகவும், உருவகங்கள் குறித்தும் உணர்வற்று, நமது பூபா| க்கிக்கி சோதனையிலும் தோல்வி அடைந்தனர்.[7]

இறுதியாக, நான் மொழிகளின் பரிணாமத்தின்மீது என் கவனத்தைச் செலுத்துகிறேன். இது மிகுந்த சர்ச்சைக்குரிய ஒரு தலைப்பாக தொடர்ந்து இருந்து வருகிறது. மொழி என்பது திகைக்க வைக்கும் திறனாகும். அதன் நுண்புலன்களும் நுட்பமாறுபாடுகளும் (நிகழ்வு திரும்பலும், மூடுமறைவு அம்சமும் சேர்த்து) பிரமாண்ட

சொற்களஞ்சியத்தோடு இணைந்து அதீத சிக்கலான அமைப்பாக அதனை உருமாற்றியுள்ளது. ஒரே ஒரு உடலியல் கூறினை எடுத்துக்கொண்டு கற்பனை செய்வது எளிது... உதாரணமாக, ஒட்டகச்சிவிங்கியின் கழுத்து எப்படி உருவாகி இருக்கமுடியும் என்பதை இயற்கையின் தெரிவில், நேர்வுகளின் மாறுபாடு சூழல்கள் உடற்கட்டமைப்பில் ஏற்படுத்திய மாற்றமாக விளக்கி விடமுடியும். ஆனால் மொழியைப் போன்ற அதீத சிக்கல் மிக்க, ஒன்றுக்குள் ஒன்று நுணுக்கமாக இயங்கும் ஆக்கக் கூறுகள் கொண்ட ஒரு அமைப்பைக் கண்மூடித்தனமான திடீர் நேர்வுகளின் மூலம் இயற்கைத் தெரிவுப்படி எப்படி பரிணாமமடைந்ததாகக் கொள்ள முடியும்? நமது மனிதக் குரங்கு முன்னோர்களின் உறுமல்கள், ஊளையும் வெறும் முக்கல் முணகலும் அதிநுட்ப ஷேக்ஸ்பியர் அல்லது ஒரு ஜார்ஜ் புஷ் மொழியாக்கமாய் நிலைமாற்றம் கண்டது எப்படி? பல கோட்பாடுகள் உள்ளன. ஆல்பிரட் ரஸல் வாலஸ் இந்த அளவு சிக்கலான அமைப்பாக்கத்தை இயற்கை தெரிவு செய்திருக்க முடியாது.. இது படைப்பு சக்தி (கடவுள்) யின் தலையீடுதான் என்று சொல்லிவிட்டார்.[8] இரண்டாவது கோட்பாடு, மொழியியலின் தந்தை என்று போற்றப்படும் நோம் சாம்ஸ்கி யுடையது. சாம்ஸ்கி ஏறக்குறைய அதையே சொல்கிறார்.. ஆனால் கடவுள்பற்றி நேரடியாக இழுக்கவில்லை. அதாவது, இத்தனை சிக்கலான விரிவான அமைப்பை (மொழி) வெறும் இயற்கைத் தெரிவும், குருட்டு நேர்வுகளும் உருவாக்கி இருக்கமுடியாது, ஒரு நூறு பில்லியன் நரம்பு செல்கள் இத்தனை மிக குறுகிய இடத்தில் பதிக்கப்பட்டது எப்படி என்பதை வருங்காலத்தில் கண்டடையப்படும் இயற்பியல் விதி ஒன்று விளக்கிவிட வாய்ப்பு உண்டு. அவர் அதை ஏறக்குறைய 'அற்புத நிகழ்வு' என்கிறார். நேரடியாக அந்த சொல்லைப் பயன்படுத்தவில்லை. அவ்வளவுதான். துரதிர்ஷ்டவசமாக வாலஸ் மற்றும் சாம்ஸ்கி இருவரது கருத்தாக்கத்தையுமே நாம் ஆய்வுக்கு உட்படுத்தி சோதிக்கமுடியாது. மூன்றாவது யோசனை எம்.ஐ.டி.யின் உளவியலாளர் ஸ்டீவ் பிங்கர் குறிப்பிட்டுள்ள விஷயம். பிங்கர் மொழியின் பரிணாம வளர்ச்சி என்பது ஒரு பெரிய மர்மமோ புதிரோ ஒன்றுமில்லை என்கிறார். இப்போது நாம் காண்பது பரிணாமவியலின் இறுதி முடிவு, நமக்கு அது மிகுந்த மலைப்பை ஏற்படுத்துவது, அதன் இடைநிலைப் படிகளை நாம் அறியாததால்தான். எனக்கென்னவோ அவர் சொல்வது நியாயமான விளக்கமாகப்படுகிறது ஆனால் அவர் விரிவாக தனது நிலையை விஸ்தரிக்கவில்லை. உயிரியலாளர்கள் எனும் முறையில் நமக்கு விரிவான, ஆழமான, நுணுக்கமான விபர விளக்கங்கள் தேவை. சும்மா மொழி என்பது இயற்கைத் தேர்வின்

மூலம் உருவானதே என்பதை விட நமக்கு ஒவ்வொரு படி நிலை குறித்தும் அறியவேண்டியிருக்கிறது. (இதற்கான தொழில் முறை சொல்லாக்கம் என்னவென்றால், பொருத்தமான இயற்கை வெளியின் காலம் உருவாக்கிய வளைபாதை எது? என்பதே). அந்த இடைநிலைகளை அறியும் முக்கிய ஆதார வழிக்குறிப்பு நமது பூபா | கிக்கி உதாரணத்தில் புதைந்துள்ளது மட்டுமல்ல, நான் சைனஸ்தீசிய முறையில் அகழ்ந்தாய்ந்து அடையத்தக்க மொழியின் தோற்றம் குறித்த ஒரு கோட்பாட்டை முன்மொழியவும் தூண்டப்படுகிறேன்.

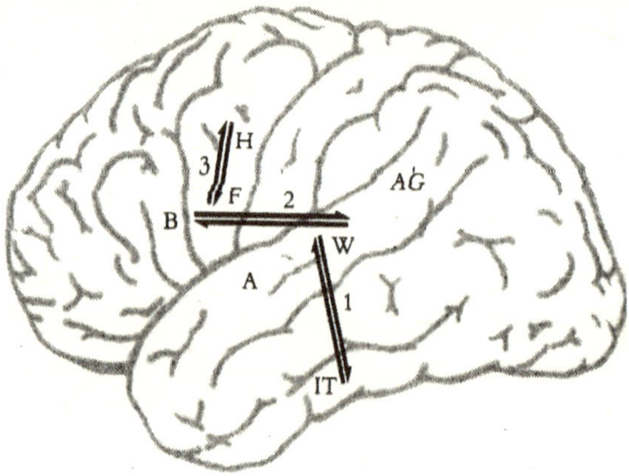

படம். 4.7 : மொழி உருவாக்கம் குறித்த சைனஸ்தீஸிய பார்வையிலான புதிய கோட்பாட்டை விளக்கும் படம்.

நாம் சொற்களஞ்சியத்திலிருந்து தொடங்குவோம். நாம் எப்படி நமக்குள் பகிரப்பட்ட பொதுச் சொற்களை அடைந்தோம்? ஆயிரக்கணக்கான இந்த சொற்களின் தொகுப்பு பொது நினைவுக் களஞ்சியம் எப்படி சாத்தியமானது? நமது ஆரம்ப மனித இடைபடி உயிரினங்கள் தீ மூட்டிச் சுற்றி அமர்ந்து 'எல்லாரும் இதைக் கோடாரி என்று அழைக்கவேண்டும்.... சொல்லுங்க கோடாரி' என்று சொல்லிக்கொண்டார்களா? கண்டிப்பாக இல்லை. அப்படிச் செய்யவில்லை என்றால் வேறு என்னதான் செய்தார்கள்?[9] நமது பூபா | கிக்கி உதாரணம் என்ன நடந்திருக்கும் என்பதற்கான தகவல் ஆதாரத்தை கொண்டுள்ளது. காட்சிப் பொருளின் தோற்றம் பற்றிய பிம்பம் பியூஸிஃபார்ம் ஜைரஸில் உருவாவதற்கும் அது ஓசைக் குறிப்பு ஒன்றை செவிப்புலன் புறணியில் ஏற்படுத்துவதற்கும் தொடர்பு உண்டு என்பதை நமக்கு அது காட்டுகிறது. வேறு சொற்களில்

கூறுவதானால், சைனஸ்தீஸிய கலப்பு ஊக்கி தனித்தெடுத்தல் என்பது ஏற்கனவே நடந்து கொண்டிருக்கிறது, நீங்கள் இப்படி அழைக்க விரும்பினால், அது பொருளுரைக்கும் அதன் ஒலி ரூப பிரதிநிதித்துவத்திற்குமான முன்நிகழ் மொழிபெயர்ப்பே ஆகும். இது மிகமிகச் சிறிய ஒரு தலைபட்சமான தப்பித எண்ணம்தான். ஆனால் பரிணாமத்தில் ஒன்றைத் தொடங்கி வைக்க இதுபோதுமானது.

இது கதையின் ஒரு பகுதிதான். ஓசைக்கும் காட்சிக்கும் இடையே ஒரு கலப்பு - தூண்டல் - அதாவது பூபா - கிக்கி விளைவு - இருப்பதைப் போலவே பியூசிஃபார்ம் ஜைரசின் காட்சி பகுதிக்கும் புரோக்கா பகுதி என அழைக்கப்படும் மூளையின் முன்பகுதியில் அமைந்த, நமது ஒலிஉருவம், உச்சரிப்பு மற்றும் குரல் சார்ந்த தசைகளை கட்டுப்படுத்தும் இடத்திற்கும் இடையே ஒரு கலப்பு - தூண்டலும் உண்டு. நமக்கு அது எப்படி தெரியும்? 'கெக்கபெக்கே', 'வாள் -வாள்னு' 'குட்டி-குட்டியா' என்றெல்லாம் சொல்லிப் பாருங்கள். நமது இதழ்களை, நாக்கை, வாயை அசைக்கும் முறை எப்படி உள்ளது. உண்மையில் காட்சியை அப்படியே மிமிக்ரி போல நடிக்கும் படி உள்ளது. இப்போது 'பிரம்மாண்டான'... 'பெரிசு' என சொல்லிப் பாருங்கள் இவை ஏற்பாடாக வரைபட ஆக்கத்திற்கு உட்பட்ட உடலசைவுகளின் தூண்டல் பதிவாகி இருப்பதை (படம் 4.7) காட்டுகிறது.

எனது கோட்பாட்டின் மூன்றாவது பகுதி, மூளையின் கைகளது அசைவுப் பகுதியும் வாயசைப்புப் பகுதிக்கும் இடையிலான கலப்பு - தூண்டல் - இந்த இரு பகுதிகளும் மூளையில் அடுத்தடுத்து உள்ளன - பென்பீல்டு கட்டளை நரம்பு தூண்டல் வரைபடபகுதி (படம் 1.6) என்பது குறித்தது இது. இதை சார்லஸ் டார்வின் முன் வைத்த ஒரு உதாரணத்தின் வழியே என்னால் விளக்க முடியும். கத்தரிக் கோலைப் பயன் படுத்தி எதையாவது கத்தரிக்கும்போது மனிதர்கள் வாயைப் பிளந்து மூடி தங்களையும் அறியாமல் தங்கள் விரல்களின் அசைவை 'போலச் செய்தனர்' என்பதை அவர் கண்டார். நான் இதை சைன்கினெஸியா (Synkinesia) என அழைப்பேன். ஏனெனில் கைகளின் அசைவு மற்றும் வாயசைவுமீதான நெறியாளும் மையங்கள் மூளையில் ஒன்றை ஒன்று அடுத்தடுத்து அமைந்துள்ள. இதனால் கைகளின் அசைவிற்கும் குரலோசைக்குமான தூண்டல்களில் கலப்பு ('கெக்கெ பெக்கே'னு போன்றவற்றில் வருவது போல) நிகழ்ந்த வண்ணம் உள்ளன.

வேட்டைக் காலங்களில் உரத்துக் குரலெழுப்புவதைவிட, சொற்களற்ற அங்க அசைவுத் தகவல் பகிர்வே நம் மூதாதை

இடைபடிமனித உயிரிகளுக்கு முக்கியமானதாக இருந்திருக்கும். உணர்ச்சிப்பூர்வமான முக்கல் முனகல் ஒலிகளை மூளையின் வலது அறைவட்டப் பகுதியே தனது உள் அமைவு பெற்ற சின்குலேட் 'உணர்வுப் புள்ளிகள் வழியே உற்பத்தி செய்கிறது என்பதை நாம் அறிவோம். முன்னமே இருந்த காட்சிமொழிப் பெயர்வு மனித அசைவிற்கும் வாய்-நாக்கு- உதட்டசைவு இவற்றுக்குமான தொடர்போடு இதையும் இணைத்து நினைத்துப் பாருங்கள். உங்களுக்கு மனித வரலாற்றின் ஆரம்ப - மூல சொற்கள் கிடைக்கும்.[10]

இப்போது நம்முன் மூன்று விஷயங்கள் உள்ளன. முதலாவது, கைக்கும் வாய்க்கும், இரண்டாவது புரோக்கா பகுதியின் வாய் தசைக் கட்டுப்பாட்டிலிருந்து காட்சிப் பகுதியான புயூசிஃபார்ம் வழியே ஓசை புறணிவரை, மூன்றாவது ஓசையிலிருந்து காட்சி நோக்கிய பூபா -கிக்கி விளைவு. இவை ஒன்றுக்கொன்று இணைந்து இயங்கியதன் மூலம் இவைமூன்றும் ஒருவகை தூண்டல் தொகுதியாகிய உச்சத்தில் ஆதி மனிதர்களின் தகவல்தொடர்பை மொழி முனைப்பாக மாற்றி இருக்க வேண்டும் (படம் 4.7)

எல்லாம் சரிதான். ஆனால் வழிவழியாக படிநிலை முறைப்படி தொடரும் வாக்கிய அமைப்பு - அதை எப்படி விளக்குவது? உதாரணமாக, 'அவரது மனைவியுடன் நான் உறவு கொண்டதை அவர் அறிவார் என்பதை நான் அறிவேன் என்பதை அவர் அறிவார்' அல்லது 'தான் வெறுக்கும் ஒருத்திக்கு முத்தமிட்ட ஒருத்தனை அவள் அறைந்தாள்' இப்படி. இந்தபடிநிலை வாக்கிய பூச்சு எப்படி வந்தது? மொழிகளின் சொற்பொருள் ஆய்வியலை வைத்துப் பார்த்தால், முன்மூளை பக்கக்கதுப்பு மற்றும் கீழ்கதுப்பு சேரும் சந்தியான டி.பி.ஓ. புள்ளியிலிருந்து தான் (நான் ஏற்கனவே தனித்தெடுத்தல் மொழியில் எப்படி பரிணாமமடைந்திருக்க வேண்டும் என்பதை விளக்கி உள்ளேன்.) வாக்கிய அமைப்பு உருவாகி தனித்தெடுத்தல் (மேலும் சொற்பொருளும் இணைந்து) பரிணாம படிநிலைகளில் வழிகாட்டி இருப்பதற்கு சாத்தியங்கள் உண்டு. ஆனால் நடைமுறையில் கருவிகளைப் பயன்படுத்தியதும். பகிர்ந்து கற்றதுமே வாக்கிய அமைப்பு மரமாக கிளை பரப்பியதற்கு ஒரு பகுதிக் காரணியாக அமைந்திருக்கும். ஆதிமனிதர்கள் கருவிகளைப் பயன்படுத்துவதில் மிகுந்த திறமை மிக்கவர்கள். குறிப்பாக பகுதி பகுதியாக சேர்த்துஇணைக்கும் தொழில்நுட்பத்தில் அவர்கள் வல்லவர்கள். சிக்கிமுக்கிக் கல் ஒன்றைத் தலையாக செதுக்குதில் - முதல்படி - பிறகு அதை ஒரு மரக் கைப்பிடியில் அடித்தல் - இரண்டாவதுபடி - இந்த முழுமையை கருவியாக

பயன்படுத்துதல் - மூன்றாவதுபடி. இது போன்ற ஒன்றை ஒன்று பிணைக்கும் செயல்பாட்டிற்கும் சொற்றொடர்களை ஒன்றை ஒன்று இணைத்து வாக்கியத் தொடராக்குவதற்கும் நிறைய ஒப்புமை உள்ளது. எனவே, கருவி பயன்பாட்டிற்காக கைகளது பகுதியில் உருவான ஒன்று உள்வாங்கப்பட்டுப் பயின்று புரோக்கா பகுதியில் ஊக்கமாகி சொற்றொடர் இணைப்பு வாக்கிய உருவாக்கத்தில் பயன்படுத்தப்பட்டுள்ளது.

இந்த ஒவ்வொரு விளைவுமே சிறிய வகை சாதகங்கள்தான் என்றாலும், இவை ஒன்றிணைந்து சிக்கல் கலவையான மொழியின் தோற்றத்திற்கு வித்திட்டிருக்க முடியும். இந்த விஷயம் ஸ்டீவ் பிங்கர் கூறும் - மொழி என்பது தகவல் தொடர்புக்காக சிறப்பு தகவமைப்பாய் படிப்படியாக உருவானது என்பதிலிருந்து வேறுபட்டது. மாறாக நான், அது பல்வேறு அமைப்புகளின் தற்செயலான செயலூக்கமாக தொடங்கி, மொழிஎனும் பெரு அமைப்பாக ஒன்றுபட்டு தன்மயமானது என்கிறேன். இது பரிணாமத்தில் அடிக்கடி நடப்பதுதான், என்றாலும் நரம்பியலிலும் உளவியலிலும் அது இன்னும் ஊடுருவவில்லை. நரம்பியலாளர்கள் பிரச்சனைகளுக்கு பரிணாமவியல் வழித் தீர்வுகளைத் தேடாதது விசித்திரமாகவே உள்ளது. டொப்ஷான் ஸ்கி குறிப்பிடுவதைப் போல உயிரியலில், பரிணாமவியல் வெளிச்சத்தில் விளக்கப்படாத எதுவுமே அர்த்தம் தருவது இல்லை.

எனது கடைசி வாதம், கண்ணாடி நியூரான்கள் பற்றியது. அத்தியாயம் 2 ல் நாம் அது குறித்து விரிவாகக்கண்டோம். மூளையின் முன்கதுப்பிலும், மேல் கதுப்பிலும் உள்ள செல்கள் நீங்கள் உங்கள் கையை அசைக்கும்போது ஒளிர்வதோடு மற்றவர் தன் கையை அசைப்பதை நீங்கள் பார்க்கும்போதும் ஒளிர்கின்றன. இதேபோன்ற செல்கள் முகத்தின் வாயசைவிலும் உண்டு. அந்த செல்கள் மூளையில் நீங்கள் உங்களது நாக்கை நீட்டும் போதும், உதட்டை மடித்து மூடும்போது மட்டும் ஊக்கம் பெறுவதில்லை. நீங்கள் யாராவது ஒருவரை நாக்கை நீட்டவோ உதட்டை மடித்து மூடுவதை கண்டாலும் ஊக்கம் பெறுகின்றன. உங்கள் உதடுமற்றும் நாக்கை நீங்கள் நேரடியாக பார்த்தது கூட கிடையாது. இந்த நியூரான்கள் முறையே 1. விருப்பாற்றல் சார்ந்து அங்க அசைவு கட்டளை தொடர் வரிசை படியான எண்ண ஒலிகளை - குரலொலியாக்கி உச்சரிப்பை நோக்கி எடுத்துச் செல்தல் 2. நாக்கு மற்றும் உதட்டு அமைப்பாக்க தகைமை உணர்வுகளை நமது வாய்வழி உணர்தசைகள் மூலம்அறிதல் 3.மற்றவரின் உதடு மற்றும் நாவின் அசைவை கண்ட காட்சி பிம்பம் மற்றும்

4. செவியில் வந்து விழுந்த சொல் ஒலி வடிவம், இவற்றிடையே ஒரு ஒன்றிணைவை உருவாக்க உதவுகின்றன. இந்தத் திறன் ஒரு பகுதி அளவு பிறவியிலேயே வந்து விடுகிறது - உதாரணமாக நீங்கள் ஒரு பச்சிளம் குழந்தை முன் நாக்கை நீட்டினால் அது திரும்பச் செய்கிறது - ஆனால் கேட்கும் சொல் ஒலி வடிவம், நா மற்றும் உதட்டசைவு தோற்றம் மற்றும் சுயஉணர்வு இவற்றைக் கொண்டு வாயசைவை விவரித்து ஒலி உணர்தல் எனும் ஒன்றிணைவு குழந்தைப் பருவத்தில் ஏற்படும் ஒன்றாகும். இந்த வகை நியூரான்கள் பகிரப்படும் சொல் தொகுதிகளை - திரும்பச் செய்தல் உதட்டசைவுக் காட்சி, சொல்லொலிப் பதிவை ஒன்றிணைத்துக் கட்டமைக்கின்றன என்பதும் உறுதியாகிறது.[11]

ஒரு செயல் விளக்கமாக நாம் ஆங்கிலம் - பேசும் நபர் ஒருவர் நான் Rrrr மற்றும் Lll என (ஓசை இன்றி) உதட்டசைவு செய்வதை காணும் போது எந்த ஓசையை நான் ஏற்படுத்துகிறேன் என தனது கண்ணாடி நியூரான்களை வைத்து அறிந்து விடுவார் என்பதைப் பரிசீலிப்போம். ஆனால் சமீபத்தில் நான் சீனமொழி பேசுபவர் (அவர் வயது முதிர்ந்தபோதே ஆங்கிலம் கற்றவர்) மீது இதே சோதனையை செய்தபோது ஒலி வடிவங்களைக் கண்டு பிடிக்க அவர் ரொம்பவே சிரமப்பட்டது உண்மை. இதனை அடையும் கண்ணாடி நியூரான்கள் அவருக்கு வளர்ச்சி பெற்றிருக்கவில்லை.

இந்த அத்தியாயத்தில் நாம் ஆரம்பத்தில் - சைனஸ்தீசியா எனும் - கண்டறியப்பட்டு ஒரு நூற்றாண்டிற்கு கண்டுகொள்ளப்படாத பெரும்பாலும் ஒருவகை ஆர்வக்கோளாறாகவே எடுத்துக் கொள்ளப்பட்ட நோய் நிலையிலிருந்து தொடங்கினோம். நாம் பிறகு அது உண்மை நிலை இயற்காட்சி என நிறுவி, அதற்கான மூளை அமைப்புக் காரணிகளை முன் வைத்து அதன் பெருவிளைவுகளையும் வரிசைப்படுத்தினோம். (ஒரு நாள் நம்மால் அவ்வகை மரபணுவை குளோனிங் முறைபடி உயிர்ப்பிக்கவும் முடியலாம், ஒருவேளை அதனால் பாதிக்கப்பட்ட ஒரு பெரிய குடும்பம் கிடைக்கும்போது... ஏனெனில் சமீபத்தில் ஒரு தீவு முழுதும் சைனஸ்தீசிய மனநிலை கண்டவர்களின் கூட்டம் உள்ளதாக வதந்தி ஒன்றை அறிய நேர்ந்தது!). பிறகு நாம் அந்த மரபணு புயூசிஃபார்ம் ஜைரஸ் பகுதியில் ஊக்கம் பெற்றால் அது கீழ்நிலை சைனஸ்தீசிய நிலை அதுவே ஆங்குலார் ஜைரஸ் பகுதியில் ஊக்கம் பெற்றல், அது மேல்நிலை சைனஸ்தீசிய நிலை என்பதைக் கண்டோம். அது உங்கள் உடல்முழுதும் ஊக்கம் பெற்றால் நீங்கள் தீவிரக் கலைப் பிறவி! நாம் உளவியல் - இயற்பியலின் 5களுக்கு நடுவே 2 களை புடைக்க வைத்தல் போன்றவற்றை அளந்தறியும் பொறிக்காட்சியை

விரிவாக்கி, கையகப்படாத மறைபொருளாய் விளங்கும் உருவகம், தனித்தெடுத்தல், ஷேக்ஸ்பியர் - ஏன் மொழியின் பரிணாம வளர்ச்சி உட்பட அறிய முற்பட்டோம். இவை அனைத்தையும் நான் செய்தது சைனஸ்தீசிய நிலை என மனிதர்கள் அழைக்கும் சிறிய கேலிக்குரிய - தனித்திறன் ஒன்றை விளக்கிட முற்பட்டே ஆகும். எனவே நான் பத்தொன்பதாம் நூற்றாண்டில் பிஷப் வில்பர் போர்ஸ் மற்றும் பெஞ் சமின் டிஸ்ரேலிக்கு எதிராக தாமஸ் ஹென்றி ஹக்ஸ்லே கூறியதை ஏற்றுக் கொள்கிறேன். மனிதர்களான நாம் தேவதைகள் அல்ல... சற்றே மேன்மை படுத்தப்பட்ட மனிதக்குரங்குகளே. ஆனால் நாம் அப்படி உணருவது இல்லை - நாம் மிருது உடலில் சிறைப்பட்ட அடங்காத மேன்மைநிலை நோக்கிய ஒருங்கிணைப்புடன் நமது இறக்கைகளை விரித்துப் பறந்துவிட துடிக்கும் தேவதைகளாகவே நம்மை எப்போதும் உணருகிறோம். யோசித்துப் பார்த்தால் இது மிக இக்கட்டான நிலைதான்.

நமது ஆரவாரம் இப்போது முடிந்துவிட்டது.
இவர்கள் நடிகர்களே
எல்லாம் காற்றில் கரைந்தோடும் உருகிய ஆன்மாக்கள்
நான் உங்களுக்கு முன் அறிவித்தது போல...
கனவுகளால் செய்யப்பட்டவர்கள் என்பது மாதிரி சரக்கு நாம்...
நமக்கிந்த குட்டிவாழ்வு
உறக்கத்தால் சூழப்பட்டது.

5
நரம்புமண்டல அறிவியல் = புதிய தத்துவ இயல்

அனைத்துத் தத்துவங்களுமே முன்னர் சொல்லப்பட்டதை மறுதலித்து தோண்டி புத்துயிர் பெறவைத்து, சிறையிட்டதை திறந்துவிடுதலுக்குள் அடக்கம்... பின் அவைகுறித்த சினங்கொண்ட எதிர்வினையும் சேர்த்து.

வி.எஸ். ராமச்சந்திரன்

இந்தப் புத்தகத்தின் கருப்பொருளை கீழ்க்கண்டவாறு வரிசைப்படுத்தலாம் நாம் நரம்பியல் தொடர்பான நோயாளிகளை உற்று ஆராய்ந்தறிவது மருத்துவ நரம்பியல் கடந்து, மனிதவளஇயல், தத்துவஇயல், கலைநயஇயல், என விரிவான பலவற்றைப் புரிந்துகொள்ள உதவுகிறது. இந்த இறுதி அத்தியாயத்தில் நான் இதே கருப்பொருளைத் தொடர்வதோடு, மன நோய் எனும் சவாலை எடுத்து ஆய்ந்திட விழைகிறேன். நரம்பியலுக்கும், மனநோய் மருத்துவத்துக்குமான எல்லைக்கோடு மெல்ல மெல்ல மங்கலாகி, மனநோய் மருத்துவம் என்பது நரம்பியலுக்குள் ஒரு பிரிவாக மாறும் காலம் தூரத்தில் இல்லை. மேலும் இந்த அத்தியாயத்தில் நான் தத்துவப் பிரச்சனைகளான சுயம் (Self) என்பதன் இயல்பு மற்றும் தன்னிச்சை மனப்போக்கு (Free will) போன்றவற்றையும் தொடவிரும்புகிறேன்.

மனநோய் குறித்து பாரம்பரியமாகவே இருவகையான எதிர்கொள்தலை நாம் காணலாம். முதலாவது, மூளையின் ஏற்பிகள் மற்றும் கடத்திகளில் ஏற்பட்ட வேதி சமச்சீர் சீர்கேட்டைக் கண்டறிந்து அவற்றை மருந்துகளைக் கொடுத்து சரி செய்யும் முறை. இந்த அணுகுமுறை மனநோய் மருத்துவத்தில் பெரும்புரட்சியை ஏற்படுத்தி உள்ளது மட்டுமல்ல; இது வெற்றிகரமானதும்கூட... ஒரு காலத்தில் கட்டைப் பூட்டுகளில் சங்கிலிப் பிணைப்பில் அல்லது அறையில் பூட்டி வைக்கப்பட்டவர்கள் இப்போது ஓரளவு இயல்பான வாழ்வை வாழமுடியும். இரண்டாவது அணுகுமுறையை

நாம் பொத்தாம் பொதுவாக பிராய்டிய அணுகுமுறை என்கிறோம். அனைத்திற்கும் இளம்பருவ வளர்ப்பே காரணம் என்கிறது இந்த அணுகுமுறை. நான் மூன்றாவதாக ஒரு அணுகுமுறையை இரண்டைவிடவும் அடிப்படையில் மாறுபட்ட அதே சமயம் இரண்டுக்கும் மேலும் மெருகு ஊட்டத்தக்க புதிய அணுகுமுறையை அறிமுகம் செய்ய விழைகிறேன்.

மன நோயின் தோற்றத்தை முழுமையாய் அறிய, நாம் மூளையில் சில கடத்திகளில் மாறுபாடு ஏற்பட்டுள்ளது என்று மட்டுமே கருதினால் போதாது. நமக்கு அவ்வகை மாறுதல்கள் எம்மாதிரி அறிகுறியை ஏற்படுத்தும்? ஏன் ஒரு வகை நோயாளிகள் ஒரு மாதிரி அறிகுறியும், மற்றவர்கள் வேறுமாதிரியாகவும் விளைவுகளைப் பெறுகின்றனர்? வெவ்வேறு வகை மனநோய்க்கு வெவ்வேறு வகை விளை செயல்கள் ஏனென்று தெரியவேண்டும். நான் மனநோய் அறிகுறிகளை நாம் அறிந்துள்ள மூளையின் செயலாக்கம், அமைப்பாக்கம் மற்றும் நரம்பமைவுகளை கொண்டு விளக்கமுற்படுவேன். பரிணாமவியலின் பார்வையில் அணுகும்போது பெரும்பாண்மை அறிகுறிகளும் நோய்ப் பண்புகளும் இயல்புக்கு மீறியவை அல்ல என்பதை டார்வினிய வழி நின்று நான் முன் மொழிவேன். இவ்வகைத் துறைக்கு நான் ஒரு புதிய பெயரையும் வைத்திருக்கிறேன் - பரிணாம நரம்பியல் மனநோய் மருத்துவம்.

நாம் பொதுவாக, மனிதர்கள் முழுக்க முழுக்க மனநலம் தொடர்பான உளவியல் மட்டுமே சார்ந்ததாக கருதும் மன இசிவு நோயை (hysteria) எடுத்துக் கொள்வோம். மன இசிவு எனும் பதம் (hysteria) இங்கே அதன் முழுமையான மருத்துவ அர்த்தத்தில் மட்டுமே பயன்படுத்தப்படுகிறது... அன்றாடவாழ்வில் பொதுவாக உணர்ச்சி மிகுதியில் கத்துபவரை, அலறுபவரைக் குறிப்பதாக அல்ல.

மருத்துவத்துறையின் நோய் சிகிச்சைப் பார்வையில் மன இசிவு நோய் தாக்கப்பட்ட ஒருவர் திடீரென கண்பார்வை இழந்தோ, அல்லது ஒரு கால் அல்லது கை சட்டென உணர்ச்சி இழந்து முடக்குவாதத்திற்கு உட்படவோ செய்கிறார்... இத்தனைக்கும் நரம்பு மண்டலத்தில் எந்தப் பிரச்சனையும் அவருக்கு இல்லை: மூளையில் மேற்கொள்ளப்படும் எம். ஆர் கூர்ந்தாய்வு பட ஆய்வுகள் மூளை இயல்பானதாக இருப்பதைச் சுட்டுகின்றன, மூளையில் கவனிக்கத்தக்க குறைபாடு ஏதுமில்லை, எந்த உறுப்புப் பாதிப்பும் கிடையாது. அதனால் அறிகுறிகள் அனைத்தும் முழுதும் உளவியல் சார்ந்தது என சொல்லப்பட்டு விடுகிறது.

இருந்தும், சமீபத்திய மூளையின் சரிநேர் படிவ முறையில் எடுக்கப்பட்ட பி.இ.டி. (P.E.T) கூர்ந்தாய் பட ஆய்வுகளும், செயல்முறை காந்த ஒத்ததிர்வு (MR) நேர்படிவங்களும் மனஇசிவு நோய் குறித்த புரிதல்களை முற்றிலும் மாற்றிவிட்டது. பி.இ.டி. (P.E.T) கூர்ந்தாய்வையும், செயல்முறை காந்த ஒத்ததிர்வுப் படிவங்களையும் கொண்டு நாம் ஒரு நோயாளி ஒரு குறிப்பிட்ட செயலைச் செய்யும் போது மூளையின் எந்தப்பகுதி சுறுசுறுப்படைகிறது - அதாவது ஊக்கம் பெற்று அச்செயலைத் தூண்டுகிறது - என்பதைக் கண்டறியமுடியும். உதாரணமாக, நாம் மனக் கணக்கு போடும் போது மூளையின் இடது ஆங்கு லார் ஜைரஸ் இயக்கத்தை முன்வைப்பதைக் காணலாம். அல்லாது ஒரு ஊசியை வைத்து உங்களை நான் குத்தினால் வேறொரு பகுதி மூளையில் ஊக்கம் பெறலாம். அதை வைத்து நாம் அந்த குறிப்பிட்ட செயலைச் செய்ய வைப்பதற்கு மூளையின் அந்தப் பகுதியே பொறுப்பு என எளிதில் கூறிவிடலாம்.[1]

உங்கள் விரலை நீங்கள் வளையவைத்தால், பி.இ.டி. நுட்பம் உங்கள் மூளையின் இரு பகுதிகள் ஊக்கம் பெறுவதை ஒளியேற்றிக் காட்டும். ஒன்று இயக்கபுறணி (Motor Cortex) உண்மையில் உங்கள் தசைகளுக்கு கையை அசைக்க வேண்டும் எனும் கட்டளையை அனுப்புகிற பகுதி இது. ஆனால் முன் - இயக்கபுறணி எனும் (Pre Motor Cortex) பகுதியும் உள்ளது. இதுதான் கையை அசைக்க உங்களையே தயார் செய்து இயக்கி புறணியை இயக்குகிறது.

ஜான் மார்ஷல், கிரிஸ் பிரித், ரிச்சார்டு பிராக்கேரிவெய்க், பீட்டர் ஹாலிகனும் மற்றவர்களுமாக இதே ஆய்வை மன இசிவுநோய் கண்ட நோயாளியை வைத்து செய்து பார்த்தனர். அவர் தனது காலை அசைக்க முயன்றபோது, இந்த இயக்க புறணி ஒளியேற்றம் பெறவில்லை. அவர் இத்தனைக்கும் தான் விரும்பியே அந்த கால் பகுதியை அசைக்க முயன்றதாகக் கூறினார். அப்படி அவரால் செய்ய முடியாமல் போனதற்குக் காரணம், வேறொரு பகுதியில் பி.இ.டி. நுண்படம் ஒளிர்வைக் காட்டியது. ஆண்டரியர் இங்கு லேட் (அதாவது முன் விளை வளைவு) எனும் பகுதியும் சுற்று - முன் கதுப்பு (Orbito - Frontal lobe) களும் ஒளிர்விட்டன. இது ஏதோ மன இசிவு நோய் கண்டவர் தனது பாதிக்கப்பட்ட கால் பகுதியை அசைப்பதிலிருந்து ஆண்டிரியர் இங்குலேட் மற்றும் ஆர்பிட்டோ - முன்கதுப்பும் இணைந்து தங்கள் அதிகாரத்தைப் பயன்படுத்தித் தடை செய்தது போல இருக்கிறது. இது அர்த்தம் கொள்ளத்தக்கதுதான்[2] ஏனெனில் இந்த இரண்டு பாகங்களும் ஒன்றிணைந்து மூளையின் கை - கால்களின் உணர்வு மையங்களுடன் நெருக்கமாய் இருப்பவை...

நமக்குத் தெரியும் மன - இசிவு நோய் உணர்வதிர்ச்சி சம்பந்தப்பட்ட கோளாறினால் ஏற்பட்டு ஏதோ ஒருவகையில் நோயாளி தனது தளர்ச்சி கண்ட காலை அசைக்க முடியாது போகிறது.

இருக்கலாம். இவை மன - இசிவு நோய் ஏன் ஏற்படுகிறது என்பதை விளக்கிவிடவில்லை. ஆனால் குறைந்தபட்சம் இப்போது நமக்கு விஷயத்தை எங்கே தேடுவது என்று தெரியும். எதிர்காலத்தில் இது பயன்படும். ஒரு மூளை நுண்படம் உண்மையான மன - இசிவு கண்டவரையும் போலியாக ஆயுள் காப்பீட்டிற்காக தனக்கு மன - இசிவு நோய் இருப்பதாக நாடகமாடுபவரையும் இனம் காட்டவாவது இது பயன்படும். மிகப் பழங்காலந்தொட்டுத் தொடரும் உளவியல் தொந்தரவான பிராய்டு முதற்கொண்டு ஆய்வு செய்த ஒரு நோய்க்கு - உடல் உறுப்பு சார்ந்த காரணம் ஒன்றுள்ளதை இது காட்டுகிறது. (உண்மையில் இந்த ஆய்வில் ஒரு முக்கிய கட்டுப்பாடு கையகப்படுத்தப்படாமல் உள்ளது... இதுவரை நாடகமாடும் ஒருவரின் மூளை நுண்படத்தை யாரும் எடுத்தது கிடையாது!)

கட்டவிழ் விருப்பாற்றல் அல்லது தன்னிச்சை மனப்போக்கில் ஏற்படும் ஒருவகை ஒழுங்குக் குலைவே மன இசிவு நோய் என்று நம்மால் கூறமுடியும். கட்டற்ற விருப்பு என்பது உளவியலாளர்களும், தத்துவ வாதிகளும் கடந்த இரண்டாயிரம் ஆண்டுகளாக விவாதித்து வரும் ஒன்று.

பல பத்தாண்டுகளுக்குமுன், அமெரிக்க நரம்பியல் அறுவை சிகிச்சை நிபுணர் பெஞ்சமின் லிபட் மற்றும் ஜெர்மன் உளவியலாளர் ஹான்ஸ் காரன் ஹீபர் கட்டற்றவிருப்பைக் கடைப்பிடிப்பதாகக் கூறிய தன் விருப்பாளர்கள்மீது சில ஆய்வுகளை மேற்கொண்டனர். உதாரணமாக - பத்து நிமிட இடைவெளியை அறிமுகம் செய்து அவர்கள் விருப்பம் போல எப்போது வேண்டுமானாலும் விரலை மடக்க வைத்தனர். விரல் அசைவிற்கு முக்கால் வினாடிக்கு முன் மூளை மின் வரையம் (EEG) முன் தலைபகுதியில் செயலாற்றலை வெளிப்படுத்தியதை கண்டனர். இதனைத் தயார் நிலை செயலாற்றல் என அவர்கள் அழைத்தனர். விரல் அசைத்தவரின் முழு மனம் நினைத்தபடி விரலசைவு நடந்தாலும், ஒவ்வொரு முறை விரல் அசையும் போதும், ஏறக்குறைய அதே நேரத்தில் செயலாற்றல் வெளிப்படுத்தப்பட்டது. கட்டற்ற விருப்புகுறித்து மிகுந்த ஆர்வம் கொண்டிருந்த பல தத்துவ இயலாளர்களுக்கு அன்று இந்த கண்டுபிடிப்பு அளவற்ற ஆர்வத்தை ஏற்படுத்தியது. அது நமது எண்ணம் விருப்பம் கையசைவை முடிவு செய்ததைவிட ஏறக்குறைய மூளை நுண்படப் பதிவின்படி, அரைவினாடி முன்னதாக ஒளிர்வு

தோன்றி விடுகிறது. இப்போது நாம் என்னதான் நம் விருப்பப்படி கையை அசைத்தோம் என்றாலும், நமது விருப்பமே தோன்றுவதற்கு ஒரு அரை வினாடி முன்னாலேயே மூளை அதற்குத் தயாராகிறது என்றால், அது எப்படி நமது விருப்பச் செயலாக இருக்க முடியும்? இது உங்களது சுதந்திர சுய விருப்பம் உங்கள் மூளை செல்களின் கட்டுப்பாட்டில் உள்ளது என்பதைத் தான் குறிக்கிறது... உங்கள் சுயவிருப்பம் என்பது பகுத்தறிவு நமக்கு ஏற்படுத்தியதாக நம்புவது ஏமாற்று..... ஒரு கற்பிதம்... கடலின் பேரலைகள் எல்லாம் தன் கட்டுப்பாட்டில் இருப்பதாக நம்பிய அரசன் கானட் போலவும் அமெரிக்க அதிபர் உலகிற்கே சேர்த்து தானே அதிகாரம் படைத்தவர் என்று நினைப்பதை போலவும்தான் இது.

இதுவே விசித்திரமானதுதான் எனினும், இந்த சோதனையில் இன்னொரு திருப்பத்தை இணைப்போம். கார்ன்ஹீபரும், லிபட்டும் செய்ததைப் போல நான் உங்களது மூளையின் வரைபடத்தை (EEG) விரலில் நீங்கள் அசைக்கும் போது கண்காணித்து வருவதாக கற்பனை செய்யுங்கள்... நான் உங்களது சுயவிருப்பம் தோன்றும் ஒரு வினாடிக்கு முன் இயந்திரம் ஒளிவிடுவதை உருப்பெருக்கிப் படமாக ஒளிரச் செய்வதாக இருப்பின்... நீங்கள் விரலசைக்கும் சுயவிருப்பம் கொள்ளப் போவதை உங்கள் மூளை ஒரு வினாடிக்கு முன்னதாக உங்களுக்கே அறிவிப்பதாக அர்த்தம்[3] உங்கள் அனுபவத்தை நினைத்துப் பாருங்கள். இப்போது மூன்று சாத்தியக் கூறுகள் உள்ளன. 1. நீங்கள் உங்கள் சுய விருப்பாற்றலையே கைவிடுவீர்கள்... ஏனெனில் அதையும் உங்கள் மூளை கட்டுப் படுத்துவதை நீங்கள் விரும்பாமல் போகலாம்... சுயவிருப்பாற்றல் வெறும்கற்பிதம் என உணர்ந்ததால் அப்படி நேரலாம்... உங்களுக்கு ஒருவகை நரம்பிழப்பு நோயும் வரலாம், ஸ்கீசோபெரினியாவுக்கு ஆட்பட்டவர்கள் செயல்பாடுகளை முற்றிலுமே நிறுத்திவிடுவார்கள்.. ஏனெனில் தங்களது ஒவ்வொரு அசைவையும் வேற்றுலக வாசி அல்லது யாரோ (வினை வைத்தவர்) கட்டுப்பாட்டில் வைத்திருப்பதாக அவர் கருதுவார் (நான் இதற்குப் பின்னர் வருகிறேன்) 2. இயந்திரம் ஏதோ வகையில் உங்கள் அசைவுகளை முன் - கண்டுபிடித்து வெளியிடும் ஆற்றல் இணைக்கப்பட்டது எனக் நீங்கள் கருதலாம்... அதாவது உங்களது கட்டவிழ் விருப்பாற்றல் எவ்விதத்திலும் பாதிக்கப்பட முடியாது. எள்ளளவும்[3] விழிபார்வை இடுவதை புறந்தள்ளி நடக்கும் விஷயங்களை மறுவரிசைக்கு உட்படுத்தி ஆதாரத்தை மறுத்து சிந்தனை தான் முதலில் தோன்றுகிறது என கட்டாயமாக மூளை மின்வரையத்தை இயக்குவது சிந்தனைதான் மாறாக எதிர்புறமாய் நடக்கவில்லை எனும் கருத்தியலுக்கும் நீங்கள் வரலாம்.

இந்த நிலைவரை இத்தகைய ஒரு ஆய்வு 'கருத்தளவு சோதனையாகவே தொடர்கிறது. தற்போதுள்ள தொழில்நுட்பத்தின்படி, மூளை மின் வரைய (EEG) சமிக்ஞையை ஒவ்வொரு தேர்வாய்வு முயற்சிக்கும் (எதிர்விளைவு பதிவை) பெறுதல் சாத்தியமில்லை... ஆனால் இந்தத் தடையைத் தாண்டிட முயற்சிகள் நடக்கின்றன. இதில் செய்தி என்னவென்றால், தத்துவமாகவே இதுவரை கருதப்பட்டுவரும் கட்டற்ற விருப்பாற்றல் போன்றவற்றை நேரடி ஆய்வுக்கு உட்படுத்தும் உளவியல் - நரம்பியல் சோதனைகள் செய்ய முடியும் என்பதே - இந்தத் துறையில் என் சகாக்களான பேட் சர்ச்லாந்து, டான் வெக்னர் மற்றும் டான் டென்னட் ஆகியோர் மிகுந்த பயனுள்ள பல பங்களிப்புகளை செய்து வருகின்றனர்.

இந்த 'கருத்தளவு சோதனையை' சற்றே புறந்தள்ளிவிட்டு நாம் நமது அசல் பதிவுக்குத் திரும்புவோம்: விரல் அசைவை நாம் உத்தரவிடும் ஒரு வினாடிக்கு முன் தயார்நிலை நிலைமை மூளையில் சமிக்ஞைகளை உற்பத்தி செய்து விரல் அசைக்க நமக்கு எண்ண உருவாக்கம்: ஏறக்குறைய அதே சமயத்தில் 'கிளிக்' ஆகிறது. இது ஏன் நடக்கவேண்டும்? பரிணாமவியலில் இதன் பகுப்பாய்வு என்னவாக இருக்கமுடியும்?

இதற்கான விடையாக நான் கருதுவது, மூளையின் ஒரு பகுதியிலிருந்து 'விரலை அசைக்கவும்' எனும் உத்திரவு சமிக்ஞை அதன் மறுபகுதியை அடைய, தவிர்க்க இயலாத கட்டாய (நரம்பியல் சார்ந்த) தாமதத்திற்கு உட்படுத்தப்படுகிறது. (இது தொலைக்காட்சியில் செயற்கைக் கோள் வழி நடக்கும் உரையாடலின் போது ஓசை சென்றடையத் தாமதம் ஏற்படுவதற்கு ஒத்திருப்பதாக கருதலாம்). இயற்கைத் தெரிவு ஏதோ ஒரு பிரத்யேகக் காரணத்திற்காக வேண்டுமென்றே, நாம் சிந்திப்பதை மூளையின் வெளிப்பாடாக்கும் அந்த பாதையில் அல்லாது விரலை அசைப்பதை செயல்படுத்தும் அந்த இடத்தில் ஒருவித தாமதத்தை விதைத்துள்ளது.[4]

இந்த வகைப் பார்வை ।ிகுந்த முக்கியத்துவம் பெற்றது, ஏனெனில், இது மூளையின் செயல்பாடுகளுடன் தொடர்புடைய, உள்ளுணர்வுகளை பரிணாமவியலின் குறிக்கோளோடு இணைக்கிறது. பல தத்துவ அறிஞர்கள் உள்ளுணர்வு மூளையின் செயல்நிகழ்வுகளோடு கலந்த ஒன்றாகவே நம்புகிறார்கள் (இதற்கு மெய்யறி கருத்தியல் என பெயர்), வேறு வார்த்தைகளில் சொல்வதானால் நம் விருப்பத்துடன் தொடர்புடையதாக உள்ள உள்ளுணர்வு நிழல் போல நம்மை தொடர்ந்தும் அது நேரடி காரணகாரியதொடர்பு அற்றதாகவும் ஒரே சமயத்தில் இருக்கிறது. பின் ஏன் பரிணாமவியல் சமிக்ஞையை

வேகக்குறைப்பு செய்து நம் உள்ளுணர்வோடு சேர்ந்து நடப்பது மாதிரி செய்யவேண்டும்?

இப்போது நம்முன் ஒரு புதிர் உள்ளது. ஒரு புறம் இந்த ஆய்வு கற்றற்ற சுயவிருப்பம் என்பது ஒரு கற்பிதம் என நிரூபிக்கிறது: உள்ளுணர்வு மூளையை இயக்கவில்லை. ஏனெனில், மூளை அதற்கு ஒரு வினாடி முன்னதாகவே ஒளிர்வடைந்து விடுகிறது.. இருந்தும் செயல்பாடு நடக்க எடுக்கும் தாமதம் ஏதோ ஒரு செயல் காரணத்திற்காக இருக்கவேண்டும், இல்லையேல் பரிணாமவியல் அதை முன்னெடுத்தது ஏன்? காரணம் இருக்குமேயானால் அது விரலை அசைப்பது (இந்த உதாரணத்தில்) என்பதை தவிர, வேறு என்ன? இருக்கலாம். காரணகாரிய செயல்பாடு என்பது பற்றிய நம் ஒட்டுமொத்த புரிதலே கூட மாற்றப்பட வேண்டி இருக்கலாம்... குவாண்ட இயங்கியல் விவகாரத்தில் நடந்ததுபோல.

மூளை வரைபட இயல் வழியே ஏனைய மனோவியல் நோய்களையும் நம்மால் அணுகமுடியும். வலி என்பதை எடுத்துக்கொள்வோம்: ஒருவர் ஊசிமுனையால் சுரீரென குத்தப்படும் போது மூளையின் பல பகுதிகள் ஊக்கம் பெறுகின்றன.. அதிலும் குறிப்பாக, மூளையின் முன் வளைய பகுதியும் இன்சுலாவும் பெறும் ஊக்கம் பிரதானமானது. இன்சுலா வலி உணர் பகுதி... மூளை முன் வளைவு வலிக்கு அதன் கடும்வெறுப்புத் தன்மையை வழங்குவது. எனவே இன்சுலாவுக்கும் மூளை முன்வளையப் பகுதிக்கும் இடையிலான தொடர்பிகள் பாதிக்கப்படும்போது நோயாளி வலியை உணர்வார் ஆனால் வலிக்காது! இந்த முரண் நிலைக்கு மருத்துவம் பெய்ன் அஸிம் போலியா (Pain asymbolia) என பெயரிட்டு அழைக்கிறது. இது என்னை வலியிலிருந்து ரசிப்புத் தன்மை பெரும் ஒரு சுய வலி இச்சை விரும்பியோ அல்லது எலசச் நைஹன் நோய்நிலை எனும் தன்னைத்தானே உருப்பு சேதம் செய்து கொள்வதை வெறியோடு விரும்பும் ஒரு மன நோயாளிக்கு, மூளை வரைவு எப்படி இருக்கும் எனவும் ஆர்வங்கொள்ள வைக்கிறது. இன்சுலா செயலூக்கம் பெற்று விடும்.... ஆனால் மூளை முன்வரைவு ஒளிர்வு பெறுமா? அல்லது சுயவலி இச்சை விரும்பி சித்திரவதை காமத்தை விரும்புகிறவர்க்கு பிறகு இச்சைத் தூண்டல் மூளைப் பகுதிகளான நியூக்ளியஸ் ஆக்குபன்ஸ் தடுப்பு, ஹைப்போதலாமஸ் கரு இவை என்ன ஆகும்? இவ்விஷயத்தில் எந்தப் படிநிலையில் வலி, சுகம் எனும் பெயர் சூட்டடல் இடப்பெயர்வாகும்? (எனக்கு இப்ஸ்விச்சிலிருந்து வந்த வலி, இச்சை நோயாளி ஒருவரின் நியாபகம் இப்போது வருகிறது: அதிகாலை நான்குமணிக்கு ஐஸ்கட்டிக் குளியலை வெறித்தனமாக நேசித்தவர்)

முதல் அத்தியாயத்தில் நான் காப்கிராஸ் கற்பித நிலையை விளக்கி இருந்தேன்... தங்களுக்கு நன்கு பரிட்சயமான தாய்கூட ஏதோ நாடகமாடுபவராகப் படும் அளவு தலையில் அடிபட்ட நிலை. இந்த காப்கிராஸ் கற்பித நிலைக்கான விளக்கம் இப்படி அமைந்திருந்தது: மூளையின் பார்வை காட்சிப் பகுதிக்கும் உணர்ச்சிப் பெருக்குப் பகுதிக்குமான தொடர்பிகள் கைகால் கட்டுப்பாட்டு பகுதி அதிலும் குறிப்பாக, அமைக்டாலா விபத்தால் அறுபடும் போது இப்படி ஆகிறது (படம் 1.3). எனவே நோயாளி தனது தாயைக் காணும்போது முகங்களை அடையாளம் காண்கிற மூளையின் பகுதி பாதிப்பு அடைந்ததால், அவர் என் தாயைப் போலவே இருக்கிறார் எனும் கருத்துக்கு வருகிறார். ஆனால் எந்த உணர்வும் ஈர்ப்பும் இல்லை.. பற்று உணரத்தக்கதாக இல்லை... அவர் தாய் அல்ல; தாய் மாதிரி நடிக்க வந்திருப்பவர் என்று அவர் சொல்வதன் காரணம், உணர்வு மையங்களுடனான மூளைத் தொடர்பிகள் அறுந்து போனதே ஆகும்.

இந்த வகைக் கோட்பாடு விளக்கத்தைப் பரிசோதிப்பது எப்படி? ஆனால் ஒரு குறிப்பிட்ட காட்சியைக் காணும் ஒருவருக்கு ஏற்படும் உடனடி உணர்ச்சி நிலையை ஒருவர் ஒரு குறிப்பிட்ட காட்சியை உள்வாங்கும் போது எவ்வாறான மனமாறுதல் கொள்கிறார் என்பதைப் பொதுவாக அவரது உடலின் வியர்த்தலை வைத்து சொல்லிவிடலாம். நமக்கு கிளர்ச்சி ஊட்டும் உணர்ச்சிப்பூர்வமான பொருளையோ அல்லது காட்சியையோ நாம் காணும் போது நமது பார்வை மையங்களிலிருந்து உணர்ச்சி மையங்களை நோக்கி நரம்பியல் தூண்டல்கள் கொட்டத் தொடங்குகின்றன. அதன் விளைவாக நம்மிடமிருந்து வெளிவர இருக்கும் உடல் பயிற்சி, உழைப்பு, அல்லது செயல்பாடு (சாப்பிடுவது, ஓடிவிடுவது, சண்டை அல்லது பாலியல் புணர்வு) கிளப்ப இருக்கும் வெப்பத்தை சமன் செய்ய நாம் உடனடியாக வியர்க்கத் தொடங்குகிறோம். இந்த விளைவை இரு மின் கம்பிகளை; அதாவது மின் வாய்களை அந்த நபரின் தோலில் இரு இடங்களில் வைத்து மின் தடையை அளப்பதன் மூலம் அறியலாம் இந்த அலகு சட்டெனக் குறையும் போது நாம் அதைத் தோலின் மின் துலங்கல் என அழைக்கிறோம்... வழக்கமான அல்லது எந்த முக்கியத்துவமும் அற்ற பொருட்களைக் காட்சிகளைக் காணும் போது யாரும் மின் தோல் துலங்கல் அடைவது கிடையாது... ஏனெனில் அவர்கள் உணர்ச்சிப்பூர்வமாக எந்தத் தூண்டுதலுக்கும் உட்படுவது இல்லை. இதுவே அது ஒரு சிங்கம், புலி அதே போல உங்கள் தாய் என்றால் பெரிய மின் துலங்கலுக்கு கண்டிப்பாக ஆட்படுவீர்கள். நம்புவதும் நம்பாததும்

உங்கள் விருப்பம். ஒவ்வொருமுறை உங்கள் தாயைக் காண்கிற போதெல்லாம் நீங்கள் வியர்க்கிறீர்கள் (இதற்கு நீங்கள் யூதராக இருக்கவேண்டியதில்லை)

காப்கிராஸ் நோயாளிகளுக்கு இவ்விதம் நடப்பதில்லை என்பதை நாங்கள் கண்டோம். இது பார்வைப் பகுதிக்கும் உணர்ச்சித் தூண்டல் பகுதிக்குமான தொடர்பிகள் பாதிப்படைந்துள்ளது எனும் எங்கள் வாதத்தை உறுதி செய்தது.

இதை விடவும் நம்பமுடியாத விசித்திர நோய் நிலை ஒன்றுள்ளது. கோட்டார்டு நோய் நிலை. நோயாளி தான் இறந்துபோய் விட்டதாக நம்பும் நிலை. இதுவும் காப்கிராஸ் நோய் நிலை போலத்தான். என்ன அங்கே; காட்சி உணர்ச்சிப் பகுதி தொடர்பிகள் மட்டுமே பாதிக்கப்பட்டன. இங்கே (கோட்டார்டு நோய் வாதிக்கு) முழுமையாக அனைத்துத் தொடர்பிகளுமே உணர்வு ஊக்கிகளிடமிருந்து துண்டிக்கப்பட்ட நிலை... இதனால் உலகின் எதுவுமே உணர்வுப்பூர்வமாக உணரப்படாத நிலை.. பொருளோ நபரோ இல்லை, தொட்டு உணரத்தக்கதும் ஏதுமில்லை, ஓசையோடு பாடலோ எதுவுமே உணர்வுப்பூர்வ பாதிப்பை ஏற்படுத்தவில்லை. இவ்வகை நிலைக்கு ஒரு நோயாளி உட்படுத்தப்படும் போது அவரால் அடைய முடிந்த ஒரே விளக்கம், அவர் இறந்து போய்விட்டார் என்பதுதான்.[6] விபரீதமான முடிவாயினும் அது ஒன்றே அவர் மட்டில் அர்த்தம் உள்ளதாய் இருக்கிறது. உலகின் அனைத்தையும் குறித்த உணர்வுகள் அறுபட்ட பிறகு வேறு எப்படி அதை விளங்கிக் கொள்ளமுடியும்? இந்த யோசனை சரி என்றால் கோட்டார்டு வகை நோயாளிக்கும் மின் தோல் துலங்கல் எதுவுமே ஏற்படாது... எத்தகைய விஷயம் எதிர்பட்டாலும். கோட்டார்டு வகை நோயாளிகளின் கற்பிதம் அதிர்ச்சி ஏற்படுத்தும் விதத்தில் ஆழமானதாக மாற்றமுடியாததாக இருக்கிறது. உதாரணமாக அவர் இறந்தவருக்கு ரத்தம் வராது என்பார். நாம் அவரை ஊசிமுனையால் குத்தி ரத்தம் வரவழைத்ததும் தன் கருத்தை - ஆமாம்; இறந்தவருக்கும் ரத்தம் வரும் என்றுதான் மாற்றிக்கொள்வார். தான் இறக்க வில்லை என அறிவார்த்தமாக மாற்றமாட்டார். இவ்வகை கற்பித நிலை மெல்ல ஊற்றெடுத்து உருவாக்கம் பெறும்போதே எதிர்மறை ஆதாரங்களும் கூட சுற்றிலும் அத்தோடு சேர்த்தே சுற்றப்படும். உணர்வுநிலை பகுத்தறிவை வென்று விடுகிறது. உண்மையில் எதிர்மறையாகவே நடந்திருக்கவேண்டும். (ஆனால் இது நம்மில் பலருக்கும் ஓரளவு உண்மையாகவே இருக்கிறது.. அனைத்து வகையிலும் பகுத்தறிவுள்ள ஒருவர் 13 எண் என்றால் துரதிர்ஷ்டம் எனக் கருதுவதும், நிற்கவைத்த ஏணிக்கு அடியில் நடக்காமலும்

சென்டிமென்ட் காப்பதை என்ன சொல்ல?)

காப்கிராஸ் மற்றும் கோர்ட்டார் நிலை இரண்டுமே மிகவும் அபூர்வமானவை. ஆனால் இவற்றை விட அடிக்கடி மருத்துவத்திற்காக வருபவர்களில் பெரும்பாலும் காணும் ஒரு நிலை உண்டு. இவ்வகை மனநோய் நிலைக்கு உலகம் மறுப்பியல் மற்றும் சுய மறுப்பியல் என்று பெயர் வைத்துள்ளது இது திடீர் கவலை, அச்சத்தின் தாக்கம் தன் வீழ்ச்சி மற்றும் ஏனைய மனத் துயரத்தின் உச்சம் ஆகியவற்றால் ஏற்படுகிறது. நோயாளியைப் பொறுத்தவரை திடீரென்று உலகம் முற்றிலும் அர்த்தமற்றதாகிவிடுகிறது. வாழ்க்கை ஒரு கனவு... எதிலும் தீமையே, ஆபத்தே காண்வராய் அவர் ஆகிவிடுகிறார்.

இவ்வகை உணர்வுகள் மூளையில், காப்கிராஸ் மற்றும் கோட்டார்ட்டு நிலைபோல, சில தொடர்பிகளின் பாதிப்பால் தான் ஏற்பட்டிருக்க வேண்டும். அப்போசிய விலங்கு வகை பற்றி அறிந்திருப்பீர்கள் இயற்கையால் அமெரிக்கக் காடுகளில் மரங்களில் வாழும் சிறு விலங்கு வகை. தாக்கப்பட்டால் ஏற்கனவே இறந்ததுபோல கிடக்கும்.. அனைத்து உணர்ச்சிகளுமே உடனடியாக மறத்து கிடக்கும்... இறந்ததுபோல நடிப்பதற்கு ஆங்கிலத்தில் பிளேயிங் போஸம் (Playing Possum) என்றே பெயர். அப்போசிய விலங்குக்கு இது மிக நல்ல தந்திரம். அ) ஏனெனில் உடலின் எந்த அசைவும் தாக்கும் விலங்குண்ணிக்கு தாக்கி அழிக்கும் குணத்தை ஊக்கப்படுத்திவிடும் ஆ) விலங்குண்ணிகள் அழுகும் பிணங்களைத் தொடுவதில்லை... நோய் ஏற்படுத்திவிடலாம் என்பதற்காக. மார்டின் ரோத், மவுரிசியோ சையரா மற்றும் ஜெர்மன் பெர்ரியாஸ் ஆகியோரின் பங்களிப்புகளை முன்வைத்து நான், வாழ்க்கை மறுப்பியல், சுய மறுப்பியல் நோய் மற்றும் அதுபோன்ற பற்றற்ற மனநோய் வகை இறந்ததுபோல நாடகமாடும் உணர்வு செயல்களம் சார்ந்தது என்பதோடு, அது பரிணாம வியல் பிறப்பித்த தகவமைப்பே என்றும் கருத்துரைப்பேன்.[7]

ஆய்வுப்பயணவித்தகர் டேவிட் லிவிங்ஸ்டோன் சிங்கத்தால் தாக்கப்பட்டது குறித்த நன்கறியப் பட்ட கதை உண்டு. தனது கையை சிங்கம் கவ்விக்குதறியபோது அவருக்கு வலியோ, அச்சமோ சற்றும் ஏற்படவில்லை. அந்த சம்பவத்தின் உள்ளே உழலாமல் ஏதோ தொலைவிலிருந்து அதை வேடிக்கை பார்ப்பது போல அவர் நடந்து கொண்டார். இதே நிலை போர்க்களத்தில் ராணுவ வீரர்களுக்கும். பாலியல் பலாத்காரம் செய்யப்படும்போது பெண்களுக்கும் ஏற்படுகிறது. இதுபோன்ற உச்சகட்ட அவசரகால ஆபத்துகளின் போது முன்விளை வளைவு எனும் ஆண்டீரியர் சின்குலேட்

பகுதி மூளை முன்கதுப்பின் ஒரு பகுதி தீவிர ஊக்கம் பெறுகிறது. இந்த நிலை அவசரமாக அமைக்டலாவை முற்றிலும் செயலிழக்க வைத்து தற்காலிகமாக அச்சம் மற்றும் உணர்ச்சி ஏதுமற்று மரத்துப் போக வைக்கிறது.. அதே சமயம் ஆண்டிரியர் சின்குலேட் ஏனைய தற்காப்பு அமைப்புகளை உச்சகட்ட செயல்பாட்டிற்கு உட்படுத்தி எச்சரிக்கை செய்து விழிப்பாய் எதிர்த் தாக்குதலுக்கான தருணத்தை எதிர்நோக்க வைக்கிறது.

அவசரகால ஆபத்துகளின்போது இந்த ஜேம்ஸ் பாண்டு போன்ற கூட்டிணைப்பு அதாவது ஒருபுறம் அச்ச உணர்வுப் பாதையை முற்றிலும் அடைத்து (இரும்பு நரம்பு கொண்டவர்) மறுபுறம் அதீத விழிப்புணர்வுடன் எதிர் தாக்குதலுக்குத் தயார் செய்வதும் நம்மை ஆபத்திலிருந்து மீட்க தப்பும் அமைப்பாக்கமாய் உள்ளது. இத்தருணங்களில் அவசரமாய் ஏதும் செய்துவிடாது.. சும்மா இருப்பதே கூட சிறந்த வகை தற்காப்பு. இதே அமைப்பு உடலில் வேதி சமநிலை அழிவால் ஆபத்து சூழல் இல்லாதபோதும் தொடர்ந்தால் என்ன ஆகும்? அப்படிப்பட்டவர் அதீத விழிப்புணர்வோடு எச்சரிக்கை நிலையை தொடர்கிறார். அதே சமயம் உணர்வுகள் அனைத்தும் கடைமூடி மரத்தநிலையில் தொடர்கின்ற.. இத்தகைய இருமுனை சார்ந்த விநோத இக்கட்டை கடினமான மனத் திரிபை, முரண் நிலையை எப்படிப் புரிந்துகொள்வார். ஒன்று - இவ்உலகம் நிஜமல்ல! உலக மறுப்பியல் அல்லது இந்த உலகில் நான் நிஜமல்ல; சுய மறுப்பியல்.

திடீர் வலிப்பு நோயின் (காக்காய் வலிப்பு மாதிரி) கடுமை காரணமாகவும், மூளையின் இப்பகுதி கனவுநிலை அடைந்து உலக மறுப்பியல் மற்றும் சுயமறுப்பு நிலையை அடைகிறது. இதுபோன்ற வலிப்பு நிலையை நோயாளி அனுபவிக்கும் போது ஒரு சுவாரசியமான நிலை என்னவென்றால், எதைக் கண்டாலும் அவரிடம் மின் தோல் துலங்கல் எதுவும் ஏற்படுவது கிடையாது. ஆனால் வலிப்புநிலை முற்றிலும் விலகியதும் தோலில் மின் துலங்கலை பார்க்கிறோம். தோல் சரியாக எதிர்வினை புரிகிறது. நாம் தற்போது விவாதித்துவரும் கருதுகோளை ஆதரிப்பதாக இந்த நிலை உள்ளது.[8]

பைத்தியம், பித்து... போன்ற சொற்களோடு அதிகம் தொடர்புடைய நிலை ஸ்கீஸோபெர்னியா எனும் மனச்சிதைவு மூளைக் கோளாறு ஆகும். மனச்சிதைவு நோயாளிகள் மிகவும் விநோதமான நோய் அறிகுறிகளை காட்சிப்படுத்துவது உண்மைதான். பிரமை பிடித்து தங்களுக்கு உள்ளேயே பல குரல்களை கேட்கிறார்கள். கற்பித பித்து அதிகமாகி தானே நெப்போலியன்; ஏன் ஜார்ஜ் புஷ்

என்று கூடச் சொல்கிறார்கள். அரசு அவர்களது தலையில் ஏதோ வகைக் கருவிகளை ரகசியமாய் புகுத்தி கண்காணிக்கிறது எனக் கூட அவர்கள் கருதுவார்கள்.. அதை விட வேற்றுக்கிரக வாசி யாரோ தன்னை ஆதிக்கம் செலுத்தி முழுக் கட்டுப்பாட்டில் வைத்திருப்பதாகவும் சொல்கிறார்கள்.

இன்று மனோவியல் மருத்துவத்துறை, இந்த மனச்சிதைவு நோயாளிகளின் சிகிச்சை முறைகளை அதிநவீனப்படுத்தி புரட்சிகரமாக்கி அதுகுறித்த நம்திறன்களை உயர்த்தி உள்ளது என்றாலும், அடிப்படையான கேள்வி அப்படியே இருக்கிறது: ஸ்கீஸோபெர்னியா (மனச்சிதைவு) நோயாளிகள் அப்படி நடந்து கொள்வது ஏன்? அனோ சோனோசியா (anasogmosia) எனும் நோய்மறுப்பு மனநிலை நோயாளிகள்மீது நானும் என் ஆய்வு சகா ஒருவருமாக மேற்கொண்ட சோதனைகளின் அடிப்படையில் இதற்கு நான் சில விடைகளை ஆராயவிரும்புகிறேன். நோய் மறுப்பு நிலை வலது மூளை அரைக்கோளத்தில் ஏற்படும் பாதிப்புகளால் வரும் நிலை ஆகும். கிரிஸ்ஃபிரித், சாராபிளாக்மோர் மற்றும் டிம்க்ரோ ஆகியோரின் அறிவார்த்தமான அனுமானங்களையும் சேர்த்து நாம் புரிந்து கொள்ளலாம். ஏனைய சராசரிகளோடும் ஒப்பிடும்போது, மனச்சிதைவு நோய் கண்டவர்களால் தன் உள்ளுணர்வுக் காட்சிகளுக்கும் வெளியில் நடக்கும் யதார்த்த நடப்புக் காட்சிகளுக்கும் இடையே வேறுபாடுகாண முடிவதில்லை என்பது அவர்களது முக்கிய அனுமானம் ஆகும்.

ஒரு கோமாளியின் உருவப்படத்தைக் கண்டமாத்திரத்தில் எனக்கு ஏதேதோ எண்ணங்கள் தோன்றினாலும் நான் அதை என் மனதிற்கு வெளியே நடக்கும் யதார்த்த நிகழ்வுகளுடன் குழப்பிக்கொள்ள மாட்டேன். ஏனெனில், நான் அனுப்பிய கட்ட ளை சமிக்ஞை என் மூளையின் முழுக் கட்டுப்பாட்டில் உள்ளது. உள்ளே நடக்கும் எண்ண ஓட்டம் வேறு... வெளியே உண்மையில் நடக்கும் யதார்த்த நிலை வேறு. நான் ஒரு கோமாளியை மனக்கண்ணில் நிறுத்த விரும்புவேன் எனில் அதைக் காண்பேன். இது பிரமை எனும் மன மருட்சி அல்ல. இந்த எதிர்ப்பார்த்தல் அமைப்பாக்கம் என் மூளையில் ஒழுங்காக வேலை செய்யவில்லை என்றால்... நான் மனக் கண்ணில் எதிர்பார்த்துக் கண்ட காட்சிக்கும் எதிரில் உள்ள கோமாளிக்கும் வேறுபாடு காணமுடியாதவன் ஆவேன். வேறு சொற்களில் கூறுவதானால், எதிரில் கோமாளி வெறும் படமல்ல, நிஜம் எனக் கருதும் பிரமையில் சிக்கி, எனக்குள் நடக்கும் கற்பனா உலகுக்கும் நிஜத்திற்கும் வேறுபடுத்தவும் தவறுவேன்.

அதேபோல, நான் நெப்போலியன் போல இருந்தால் எவ்வளவு நன்றாக இருக்கும் என நினைக்கலாம். ஆனால் அதுவே ஒரு ஸ்கீஸோபெர்னியா (மனச்சிதைவு) நோயாளி நினைத்தால் அவருக்கு அது முழுக் கற்பிதமாய் வெடித்து அவர்தான் நெப்போலியன் என்றாகி, பொதுவாக அப்படி அல்ல என யதார்த்தம் புறந்தள்ள முடியா நிலையை அடைகிறார்.

அதே உளப்பிளவு நோயாளியின் பிற அறிகுறிகள் என்ன? உதாரணமாக, யாரோ வேற்றுக் கிரகவாசியின் பிடியில் இருப்பதுபோல உணர்வது ஏன்? ஒரு சராசரி மனிதர் தன் கைகால் அசைவதற்கு அவனது மூளைநரம்புகளின் வழியே அப்படி ஒரு கட்டளை இட்டிருப்பதான தனது சுய விருப்பப்படிதான் எனத் தெரியும். நம் மூளையில் நமது விருப்பிற்கும் செயலுக்குமான ஒப்புமையைக் கண்காணிக்கும் அமைப்பு சிதையும் போது ஒரு விநோத மனநிலை ஏற்படுகிறது. அதாவது, மூளைக்கே தெரியாமல், நமக்கே புரியாமல் அசைவுகள் உடலில் தோன்றுகின்றன. ஏன் அயல் கிரகவாசியோ யாரோ, நம்மை தன் கட்டுப்பாட்டில் வைத்திருக்கிறார் எனும் எண்ணமே அது. இதைத்தான் மூளை பாதிப்படைந்த மனச்சிதைவு நோயாளிகள் தனக்கு நடந்ததாகக் கூறுகிறார்கள்.

இதுபோன்ற ஒரு கருத்துருவை எப்படி சோதனைக்கு உட்படுத்துவது? உங்களுக்கு நீங்களே செய்து பார்க்க இதோ ஒரு ஆய்வு: உங்கள் வலது ஆட்காட்டிவிரலால் இடது ஆட்காட்டி விரலில் தட்டவும். இடது ஆட்காட்டி விரலை அசைவின்றி வைக்கவும். இப்போது தட்டுவதன் லேசான வலியை இடது ஆட்காட்டி விரலில் மட்டுமே உணர்கிறீர்கள் என்பதைக் கவனிக்கவும். வலது ஆட்காட்டி விரலில் சிறிதளவே உணர்வு தோன்றுகிறது. இதற்குக் காரணம், உங்கள் மூளையின் இடது அரைக்கோளம், அசையுமாறு உங்கள் வலது விரலுக்கு கட்டளை அனுப்பி விட்டது. இதன்மூலம் வலது விரலில் தொடு சமிக்ஞைகளுக்குக் காத்திருக்கும் கட்டளை தொடு உணர்ச்சி நரம்புகளுக்குச் சென்றாகிவிட்டது. அதே சமயம் உங்களது இடது கை அசைவுகளற்று உள்ளது. எனவே தட்டும் தொடு உணர்வு அதற்கு ஆச்சரியமான திடீர் நிகழ்வு. எனவேதான் அசையா விரலில் அதிகத் தொடு உணர்வை நீங்கள் பெறுகிறீர்கள்.. உணர்வுநிலை இருவிரல்களுக்கும் ஒன்றே தான் எனினும். (விரலை மாற்றி இந்த சோதனையை செய்து பார்த்தால் விளைவு: விரல் மாறி இருப்பதையும் உணரலாம்)

இதே கருத்துருவை வைத்து இந்த சோதனையை ஸ்கீஸோ பெர்னிய (மனச்சிதைவு) நோயாளிகள் செய்தால் அவர்கள் இரண்டு

விரல்களிலுமே ஒரே மாதிரி வலியை உணர்வார்கள். ஏனெனில் அவரால் உள்ளுணர்விற்கும் வெளி உலக யதார்த்தத்திற்கும் வேற்றுமையை உணர முடிவதில்லை. இது வெறும் ஐந்து நிமிடம் பிடிக்கும் சிறு சோதனைதான். ஆனால் இதுவரை யாருமே செய்து பார்க்கவில்லை.

அல்லது, உங்கள் முன்னால் உள்ள ஒரு வெள்ளை வெற்றுத்திரையில் ஒரு வாழைப் பழத்தை நீங்கள் கற்பனையில் உதிக்க வைத்துப் பார்க்கிறீர்கள்.. இதை நீங்கள் செய்யும் போதே நான் சற்றே மாறுபட்ட தோற்றமுடைய ஒரு வாழைப்பழத் தோற்றத்தை திரையில் காட்டுவேன்.. எனின், உங்கள் மூளை ஓரளவு குழப்படைந்தாலும் திரையில் உதித்த வாழைபழத் தோற்றத்தின் மீதான கவனமாக தன்னை மாற்றிக் கொண்டுவிடும். ஒளிவு குறைந்த உண்மை பழக்காட்சிக்கும் மனக்காட்சிக்குமான சிறு குழப்பநிலைக்கு பெர்க்கி விளைவு என்று பெயர். இதுவே ஸ்கீஸோ பெர்னிய நோயாளிகளுக்கு மிகப்பெரிய அளவில் ஆழமாக வடிவங் கொள்கிறது என நாம் கருதலாம்.

மற்றுமொரு எளிய; ஆனால் செய்து பார்க்கப்படாத ஆய்வு உங்களுக்குத் தெரியும். உங்களுக்கு நீங்களே 'கிச்சு...கிச்சு' மூட்ட முடியாது. ஏனெனில், உங்கள் மூளைக்கு அப்படி ஒரு கட்டளை நீங்கள் அனுப்புவது ஏற்கெனவே முன்னதாகவே தெரிந்துவிடுகிறது. நான் அனுமானிப்பது: ஸ்கீஸோ பெர்னிய நோயாளி தனக்குத்தானே 'கிச்சு கிச்சு' மூட்டி சிரிக்க முடியும் என்பது.[9]

உளவியல் நோய்கண்ட பல நோயாளிகளின் அறிகுறிகள் விசித்திரமானவையாக இருப்பினும், அடிப்படை மூளையின் செயல்பாடுகளை நன்கு அறிவதன் மூலம் நம்மால் இப்போது அதன் காரணங்களை உணரமுடியும். மனநோய் என்பதே மனித ஆழ்மன உணர்வு நிலையதும், தன் குறித்தும் ஏற்படும் குலைவுதான் எனக் கருதமுடியும்... இரு சொற்களுமே அதிகம் அறியப்படாது விடப்பட்ட விஷயங்கள். உள்ளுணர்வு குறித்த என் பார்வையை தொகுத்தளிக்க முயல்கிறேன். இங்கே இரண்டு பிரச்சனைகள் உள்ளன. ஒன்று - யாரின் தூண்டுதலும் இன்றி தானாய் எழுகிற உள்ளுணர்வு எழுச்சியான குவாலியா (Qualia) என்றழைக்கப்படும் மனக்காட்சி. மற்றொன்று, சுயம் எனும் பிரச்சனை மனக்காட்சி எனும் பிரச்சனை மிக கடினமானது.

மனக்காட்சி (குவாலியா) குறித்த கேள்வியானது வெறும் சூழ்நிலையில் உள்ள அயனியாக்க அணு மூலக்கூறு நியூரான் (அதாவது நமது மூளை) சிவப்பை சிவப்பாகவும், பொதினா சுவை

அல்லது பன்னீர்பட்டர் மசாலா மணம் அல்லது வைன் குடிப்பதன் சுவை என உணர்ந்து பதிவது எப்படி என்பது பற்றியது. எதிரில் உள்ள பொருளும் மனதின் பதிவும் ஒன்றுக்கு ஒன்று முற்றிலும் வேறானவையாகவே உள்ளன. இந்த சிக்கலை விடுவித்துப் புரிந்து கொள்ளும் ஒரே வழி, இவற்றை இரு தனித்தனி உலகாகக் கருதி அவற்றை அந்தந்த உலகாய் ஆராய்வது மட்டுமே. ஒளியை நாம் அலையாகவும் துகளாகவும் விவரித்து எது சரியான விளக்கம் எனக் கேட்பது போல இரு விளக்கங்களுமே வேறுவேறாக இருப்பதுபோலத் தோன்றினாலும்... இப்படி கேட்பது சரியாக இருக்கமுடியாது அல்லவா? அதே போல மூளையின் மனக்காட்சி மற்றும் இயற்காட்சி நிகழ்வுகளுக்கும் அதுவே பொருந்தும்.

அறிவியலின் பெரிய மர்மமாக - ஆனால், அனைவரது ஆர்வமாகவும் இருக்கும் ஆகக் கடைசி புதிரான சுயம் என்பது என்ன? மனக்காட்சியும் ஒருவரது மனதின் சுயமும் (தான் எனும் எண்ண ஓட்டம்) இரண்டுமே ஒரு நாணயத்தின் இரண்டு பக்கங்கள். ஒருவர் தான் கண்டோ அல்லது அனுபவிக்காமலோ, அறியாமலோ இருக்கிற எதையும் எண்ணக் காட்சி (குவாலியா) யாக பெறமுடியாது. அதே போல, நினைவுகள், உணர்வுகள், அந்த உணர்வுப்பூர்வமான அனுபவங்கள் இன்றி சுயமும் கட்டமைக்கப்பட முடியாது (கோட்டார்டு மனநோய் நிலையில் நாம் கண்டது போல அனைத்துவகை உணர்வுகளும் தங்களது உணர்ச்சிப்பூர்வமான அர்த்தத்தை இழக்கும்போது 'சுயம்' அழிந்து, தான் இறந்து விட்டதாக நோயாளி அறிவிக்கிறார்)

'சுயம்' அல்லது தான் உணர்வு என்பது என்ன? அதனை விளக்கும் வரையறை ஐந்து படிநிலைகளை கொண்டது. அனைத்திற்கும் முதலாவது தொடர்ச்சி என்பது: நமது அனுபவ சம்பவங்கள் அனைத்தை குறித்துமான சிறுவயது முதல் அறுபடாது நாமும் ஈடுபடும் இறந்தகால, நிகழ்கால மற்றும் எதிர்காலத் தொடர்ச்சியை உணர்வது. இரண்டாவது - இதோடு நெருங்கிய தொடர்புடைய சம்பவங்களை, அனுபவங்களை ஒன்றிணைத்துதான் என்பதை மையமாக்கி கூட்டிணைப்பு செய்தல். அதாவது ஒன்றுக்கொன்று தொடர்பில்லாத ஒப்புமை இல்லாததாகினும் நமது உணர்வுப்பூர்வ அனுபவங்கள், நினைவுகள், நம்பிக்கைகள் மற்றும் எண்ணங்கள், ஒருதனிநபராக நம் அனைத்து வகை அனுபவங்களையும் கூட்டிணைத்தல்.

மூன்றாவது சுய - உரிமை அல்லது சுய உருவாக்கம் - நமது உடலுக்கு, அதன் இன்ப - துன்பங்களுக்கு நாமே உரிமை

கொண்டாடுவது. அதோடு ஒட்டி வாழ்வது. நான்காவது செயலாண்மை எனும் கருதுகோள், அதாவது நமது செயல்பாடுகள் இலக்கடைதல் யாவற்றுக்கும் நாமே பொறுப்பு எனும் கருத்தாக்கம். நான் என்விரலை அசைக்கலாம். உங்கள் விரலுக்கு நான் பொறுப்பல்ல.

ஐந்தாவது விளக்கத்திற்கு அடங்க முடியாத ஒருவகையான தான் - உணர்வு குறித்த இயல்பு... அதன் சுயஉணர்வு. அதற்கு அது குறித்த பிம்பம் உள்ளது. அதை அது அறிந்தே உள்ளது. தன்னைத்தானே உணராத, தான் எனும் உணர்வு என்பது ஒரு வகை முரண் - தொடை.

மூளைதொடர்பான நோய்களுக்குத் தள்ளப்படும்போது, இந்த ஐந்தில் ஒன்று அல்லது அனைத்துமே செயலிழந்து பழுதாகும் மாறுபாடானநிலை உருவாகும் என்பதைக் கருத்தில் கொண்டு பார்த்தால், சுயம் என்பது ஒரு விஷயமல்ல; பன்முக விஷயமாக எனக்குப்படுகிறது. மகிழ்ச்சி மற்றும் அன்பு போன்றவைகளை நாம் காதல் உட்பட பலவற்றை ஒன்றிணைத்தபடி சொற் பிரயோகம் செய்வதைப்போல ஒருவரது சுயம் என்பதும் பன்முனை இயற்காட்சிகளை உட்படுத்திய ஒன்று. உதாரணமாக நான் உங்கள் மூளையின் வலது மேல்புறணியை மின் ஊக்கிப் பயன்படுத்தி தூண்டும் போது (நீங்கள் முழுவிழிப்பு நிலையில் இருக்கும்போதே), நீங்கள் விட்டத்துக்கு அருகில் கீழே உள்ள உங்கள் உடலை கண்டபடி மிதக்கும் மனநிலையை மயக்கநிலையை அடைகிறீர்கள். உடலுக்கு வெளியே போய்வருகிற அனுபவத்தைப் பெற்றுவிடுகிறீர்கள்... சுயத்திற்கு உருவங்கொடுத்தல் என்கிற - சுயம்குறித்த அடிப்படை கருத்தாக்கம் தற்காலிகமாய் கைவிடப்படும் நிலைஅது. இது நான் சுயம் குறித்து குறிப்பிட்ட எல்லா அம்சங்களுக்கும் பொருந்தும். ஒவ்வொன்றும் மூளையின் பாகங்கள் சிதைவுற்றால் இதுபோலவே அற்றுப் போய்விடும் தன்மைமிக்கவை.

இவற்றை மனதில் வைத்து நரம்பியல் அறிவியல் சுயம் எனும் பிரச்சனையை மூன்று வழிகளில் தீர்த்து வைக்க முடியும் என்று கருதுகிறேன். முதலாவது, நான் சுயம் எனும் புதிரை - சிக்கலை விடுவிப்பது நம் நேரடிஅனுபவ அறிவு சார்ந்து ஆர்க்கிமெடிஸ் 'யுரேகா' போல சட்டென விடை கிடைக்கும் ஒன்றாக இருக்கலாம் என கருதுகிறேன். எப்படி டி.என்.ஏ. வின் இரட்டை சுழல்படி அமைப்பு, மரபுப் பண்புகளை சந்ததிக்கு கடத்த ஒற்றைப் பதிலானதோ அப்படி. நான் சொல்வது தவறாகவும் இருக்கலாம்.

இரண்டாவது, சுயம் அல்லது 'தான் உணர்வு' நிலை என்பது

விளக்கப்பட்ட ஐந்தடுக்கு - அனுபவத் தொடர்ச்சி, ஒன்றிணைவு, சுய - உரிமை, செயலாண்மை - பொறுப்பு, மற்றும் சுயத்தைக் குறித்த சுய உணர்வு - இவற்றைத் தனித்தனியே விளக்கி ஆய்ந்தறிந்து மூளையில் என்ன நடக்கிறது என்பதை முற்றிலும் அறியும் படிநிலையை நாம் எட்டி இருப்போம். அப்போது சுயம் என்கிற சிக்கல் இருக்காது. ஆவி - ஆன்மாபற்றி உயிர் என்பது என்ன என கேட்பதை விஞ்ஞானிகள் எப்போதோ நிறுத்தியதைப்போல - நீர்த்துப்போய்விடும் சாத்தியம் உண்டு. (இன்று உயிர் - ஜனித்தல் என்பது டி.என்.ஏ. மறு உருவாக்கம் (மரபணு) சமிக்ஞை வாசிப்பு, கிரெப் சுழற்சி, லாக்டிக் அமில சுழற்சி இத்யாதிகளான பல வேதி - செயல்முறைகளின் கூட்டான ஒருங்கிணைப்பே என நாம் அங்கீகரித்திருக்கிறோம்.)

மூன்றாவது, சுயம் எனும் சிக்கலுக்கான தீர்வு, நேரடியான அனுபவ அறிவு சார்ந்ததாக இல்லாமல் போகலாம். ஐன்ஸ்டீன் அதி - செயல் வேகத்தோடு நகரும் பொருட்கள் குறித்த நம் பார்வையையே மாற்றியது போல ஒரு வகை பார்வைமாற்றம் அணுகுமுறை அடிப்படையையே மாற்றினால் தீரக்கூடியதாக இருக்கலாம். அத்தகைய கருத்துருமாற்றம் இறுதியாக ஏற்படும்போது நமக்கு தீர்வு என்பது எதிரில் இருந்தும் இல்லாமல் இத்தனை நாள் நம்மைப் பார்த்து நகைத்ததை உணரவும் வாய்ப்புள்ளது. நான் நவீன சாமியார்கள்போல தோற்றமளிக்க விரும்ப வில்லை என்றாலும் இந்துமத நம்பிக்கை வாதங்களில் ஒன்றான சுயத்திற்கும் மற்றவர்க்கும் வேற்றுமை இல்லை... சுயம் (நான் என்பது) மாயை என்பதற்கும் இதற்கும் அதிக வேறுபாடு இல்லை.

நமது அணுகுமுறை மாற்றம் எத்தகையதாக இருக்கும்? இந்த சிக்கலுக்கான தீர்வு எது என்பது குறித்து எனக்கு எந்தத் தடயமும் கிடைக்கவில்லை. எனக்கு மட்டும் அது தெரிந்தால் நேச்சர் (Nature) இதழுக்கு உடனடியாக நான் ஒரு ஆய்வுக் கட்டுரை எழுதி அச்சிட வைத்து இரவோடு இரவாக உலகப்புகழ் (வாழும்) விஞ்ஞானி ஆவேன்... ஆனால் ஒரு விளையாட்டாக தீர்வு எப்படி இருக்குமென்று ஒரு முயற்சி செய்து பார்க்க விரும்புகிறேன்.

மனக்காட்சியோடு (குவாலியா) நான் தொடங்க விரும்புகிறேன். மனதில் காட்சிகள் தோன்றுவது என்பது ஏதோ ஒரு பிரதான உயிரியல் செயல்பாட்டிற்காக பரிணாமம் அடைந்ததாக இருக்க வேண்டும் - ஒரு நரம்பு மண்டல செயல்பாட்டின் துணை அமைப்பாக இருக்க முடியாது. எனது ஃபேன்டம்ஸ் இன் த பிரெயின் புத்தகத்தில் (Phantoms in the Brain) குறிப்பிட்டதைபோல மனக் காட்சியில் ஈடுபடாத வகை எண்ண முனைப்புகளும் விரைவில்

மன காட்சி விவகாரமாக மாறும் தன்மை கொண்டவை... ஏனெனில் அவை சுருக்கப்பட்ட முறையில் சமிக்ஞை உடைப்பு அடைந்து பதப்படுத்தப்பட்டு மூளையின் மேலாண்மை அமைப்புகளை நோக்கி அனுப்பப் படுகின்றன. இந்த மேல்தட்டு பிரதிநிதித்துவம் புதிய மதிப்பீடு நோக்கங்களை உருவாக்கும் வல்லமை கொண்டது. இதை நாம் இரண்டாம் மேன்மை ஒழுங்கு பிரதிநிதியாக்கம் (meta-representation) - அல்லது இடமாற்ற பிரதிநிதியாக்கம் என்று அழைப்போம். (நான் இடமாற்ற அல்லது ஒன்றிலிருந்து வேறொன்றிற்கு மாறிய என்ற பதத்தைப் பயன்படுத்த சற்றே தயங்குகிறேன். காரணம், சமூக அறிவியலாளர்கள் பலர் தெளிவற்ற சிந்தைக்கு இந்த பதத்தை பயன்படுத்திவிடுகின்றனர்). இந்த இடமாற்ற பிரதிநிதித்துவத்தை - இரண்டாவதாய் ஒட்டிக் கொண்ட மூளை என்றே அழைக்கலாம் - அல்லது முதன்மை மூளையில் தன்னிச்சையாய் நிகழ்ந்த சில செயல் அமைப்புகளை மறு வாசிப்பு செய்து சுருக்கமாய் விவரித்து அறியும் அமைப்பு எனவும் கொள்ளலாம். தத்துவ ஆசான்கள் பொய்த்தோற்றம் என தூக்கி எறிவதில் பேரார்வம் காட்டும் தலைக்குள் குட்டி வடிவமனிதன் அமர்ந்து காட்சி வடிவில் திரையில் விழும் மனக்காட்சிகளை நிதானமாய் கண்டு ரசிக்கிறான் எனும் கற்பனாவாத பொய்மை முற்றிலும் பொய்யானதல்ல என்பது ஒரு முரண் நகை ஆகும். பொய் என்று பல தத்துவ வாதிகள் அம்பலப்படுத்தத் துடிக்கும் கற்பனா குட்டி மனித விஷயம் - இடமாற்ற பிரதிநிதித்துவத்தின் அச்சான சாயல் என்பதை நான் மறுக்கவில்லை. நான் குறிப்பிட வருவது யாதெனில் இந்த குட்டி 'மனித வடிவ' காட்சி நோக்குதல் பரிணாம வியலின் ஏதோ ஒரு படிநிலையில் இடமாற்ற பிரதிநிதித்துமாய் பரிணாமம் அடைந்திருக்கலாம் என்பது... இது மனித இனத்தின் தனிச்சிறப்பான விஷயம் அல்லது குட்டி 'சிம்பன்ஸிவடிவ' காட்சியை விட சிக்கலான உயர் அமைப்பாக அது ஆகி இருக்க வேண்டும் (அதுவே அமைப்பாக இன்றி பல்வேறு சிறுசிறு புனைவு செயலாக்கங்களின் கூட்டு ஒன்றிணைவாகவும் இருக்கலாம். இதே வகை கருத்துக்களை மேட் டார்லிங், டெரெக் பிக்கர்ட்டன், மார்வின் மின்ஸ்கி மற்றும் பலரும், வேறு வேறு காரணங்களை விளக்க முன் வைத்துள்ளனர்)

இதுபோன்ற இடமாற்ற பிரதிநிதித்துவம் மூளையின் எண்ணக் காட்சியாக்கத்தில் உருவாவதற்கு என்ன நோக்கம் இருக்க முடியும்? கண்டிப்பாக முதலாவதன் நகலெடுப்பாக அச்சில் மறுஉருவாக அது இருக்க வாய்ப்பில்லை... ஏனெனில் எந்தக் குறிக்கோளும் இல்லை. முதல் பிரதிநிதியாக்கம் போலவே, இரண்டாவதும், முதலாவதின்

முக்கிய அம்சங்களை சிறப்புக் கூறாக்கி புனைவுக்கு உட்படுத்தி உள் தொடர் வித்தைகள் சமிக்ஞை மூலம் செய்து சிந்தனையாக்கமாக அல்லது ஓசை வடிவமாகவோ (மொழி) மாற்றுதலை ஒரு வழி நோக்கமாய் செய்திருக்கலாம். கூட்டு பிரித்தறிதலையும் (4ம் அத்தியாயத்தில் விரிவாக பேசப்பட்டது) இந்த தொடர்வித்தை சமிக்ஞை மாற்றத்தையும் சேர்த்து நினைத்துப் பாருங்கள் 'சிந்தனை' எனும் மனிதத் 'தனிமுத்திரை' பிடிபடும்.

இந்தப் படிநிலையை மூளை பரிணாமம் கடந்தபிறகு காரல் பெப்பர் 'உய்த்துணர்தல்' என (confuctures) பெயரிட்ட புனைவுகளை மேலும் நகைப்பிற்கிடமான முறையில் அடுத்தடுத்து வைத்தால் என்ன ஆகும் என பார்க்கிற ஆர்வநிலையை அடைகிறது. ஒரு மனிதக்குரங்கு தான் கண்ட ஒரு குதிரையை மனக்கண்முன் காட்சியாக்கமாய் பெறுமா என்பது வாதத்திற்குரிய ஒன்றே... அதிலும் ஒற்றைக் கொம்பு (யூனிகார்ன்) குதிரையோ - அல்லது இறக்கை முளைத்த மாட்டையோ கற்பனை செய்யுங்கள் இது மனிதர்களால் எந்த முயற்சியுமின்றி எளிதாய் செய்ய முடிகிறது.

இந்த யோசனைகள் மிகவும் ஆர்வமூட்டும் ஒரு கேள்வியை எழுப்புகின்றன. இந்த மன - காட்சி அல்லது சுயத்தை உணர்தல் இவை மனிதனோடு மட்டுமே சம்பந்தமானதா - உயர் மனிதக் குரங்குகளுக்கும் உண்டா? அவை எந்த அளவிற்கு மொழியைச் சார்ந்து உள்ளன? வெர்வெட் என்றழைக்கப்படும் அடர்வனப் பகுதி குரங்குகள்... தாக்கும் ஆபத்தான விலங்கு குறித்த தனிச்சிறப்பான எச்சரிக்கை ஒலியை தனது சகாக்களுக்கு அனுப்புகிற ஆற்றல் கொண்டுள்ளன. 'மரப்பாம்பு' எனும் பிரத்யேக எச்சரிக்கை அவைகளை சடசடவென கீழ்நோக்கி அனுப்பும். அதே சமயம் நிலம்வாழ் - 'சிறுத்தை புலி' எச்சரிக்கை அவைகளை கூட்டமாக மேல்கிளை நோக்கி செலுத்தி விடுகிறது. ஆனால் அவ்விதம் ஓசையிடும் குரங்குக்கு, தான் மற்றவர்களை எச்சரிக்கிறோம் என்பது தெரிவது இல்லை. காரணம், வெர்வெட் உயர்மட்ட மற்றொரு மூளைப் பகுதி (மொழி அம்சங்களோடு உள்ளடக்கிய குரங்குகளுக்கு ஒரு இடமாற்ற பிரதிநிதியாக்கம்) என்பது இல்லை. அதுவும் ஒரு மரப்பாம்பு, சிறுத்தைப் புலி சம்பந்தமாக இடமாற்ற பிரதிநிதியாக்கம் தேவை. ஒரு குரங்கிற்கு, நாம் பன்றிகள் மிகவும் ஆபத்தானவை என பன்றி தோன்றும் போதெல்லாம் மின்சாரத் தாக்குதல் ஏற்படுத்துவதன் மூலம் கற்றுத்தரலாம். அந்தக் குரங்கை மரத்தில்விட்டு வேறு ஒரு கிட்டத்துமரத்தில் பன்றி தோன்றச் செய்தால் என்ன ஆகும். ஒருவேளை அக்குரங்கு - அதிர்ச்சி அடையலாம்... ஆனால் நில - சிறுத்தை எச்சரிக்கை விடுக்க முடியாது அதாவது அதை ஒரு

வினை - சொல்லாக பயன்படுத்த பழகாது. உளகாட்சியாக்க ஆற்றல் படைத்ததன் சுயதிறன் எல்லைகளும் விருப்பாற்றலும் ஒருங்கே பெற்ற மனிதனால் மட்டுமே அது சாத்தியம்.

இத்தகைய புனைவு மற்றும் கணிப்பு ஆக்கம் நடக்கின்ற மூளையின் பகுதிகள் யாவை? ஒரு தற்காலிகப் பட்டியல் கீழ்க்கண்ட பகுதிகளை உள்ளடக்கியதாக இருக்கும். முதலில் அமைக்டாலா (உணர்ச்சிபூர்வ தகவமைப்புகளின் மையம்), ஆங்குலார் ஜைரஸ் மற்றும் வெர்னிக் பகுதியும் சுற்றப்பட்ட பக்க, மேல் மற்றும் கீழ் கதுப்புகள் இணையும் (TPO) சந்திப்பு; மற்றும் மூளை முன்வளைவான ஆண்டீரியர் சின்குலேட் (இவை கண்டறிதலின் நோக்கத்தோடு தொடர்புடையவை). ஃபேண்டம்ஸ் இன் த பிரெயின் (phantoms in the brain) நூலில் நான் குறிப்பிட்டிருக்கிறேன் ‘இந்த இடப்புறபக்கக் கதுப்புகளைக் குறிப்பாகத் தேர்ந்தெடுக்க ஒரு காரணம் இருக்கிறது: இங்குதான் மொழியின் பெரும் பகுதி, குறிப்பாக, சொற்பொருள் சார்ந்தவை பிரதிநிதியாக்கம் பெற்றுள்ளன. நான் ஒரு ஆப்பிள் பழத்தைக் காண்கிறேன் என்றால், இந்த இடப்புற பக்கக் கதுப்புகளின் செயலாக்கம் ஆப்பிள்பற்றிய அனைத்து சாத்தியமான சிந்தனை ஓட்டங்களையும் சாத்தியமாக்குகிறது. அதை ஒரு பழமாய் அடையாளம் காண்பது உள் பக்க புறணி (intero temporal cortex) என்ன வகை பழம் என உரைக்கிறது, அமைக்டாலா என் உடல் நலத்தோடு அதை இணைக்கிறது. வெர்னிக் பகுதி ஆப்பிள் தொடர்பான இணைச் சொல்லாக்கங்கள் ஏனைய ஆப்பிள் குறித்து முன்பதிவான கருதுகோள்கள் என அனைத்தையும் தூண்டுகிறது: நான் ஆப்பிளை உண்ணலாம், முகர்ந்து மணம் அறியலாம், அதை ஒரு உணவுக் கட்டியாய் சமைக்கலாம், தோலை தனித்தெடுக்கலாம், விதையை விதைத்து மரமாய் வளர்க்க நினைக்கலாம், அதைப் பயன்படுத்தி டாக்டரை தள்ளி வைக்கலாம் (keep the doctor away), ஏன் ஏவாளைத் தூண்டலாம்.. இப்படிப் பலவற்றை யோசிக்கலாம். ஆனால் எதை செயல்படுத்துவது என்பதை இறுதியாக ஆண்டிரியர் இன்குலேட் மத்தியஸ்தம் செய்கிறது. மூளையின் இந்தப் பகுதி பாதிப்படையும்போது ஒரு நோயாளி எல்லா வகையிலும் இயல்பானவராய் இருந்தும் பேசுதல், சிந்தித்தல் எதையும் செய்ய விரும்புதல் ஆகிய எல்லாவற்றையும் இழக்கிறார். அவர் இயக்கம் துறந்த ஊமைத்தன்மை (Akinetic mutism) எனும் நிலையால் அவதியுறுகிறார்.

இவையாவற்றிலுமிருந்து முக்கியமான ஒரு கேள்வி எழுகிறது... அதாவது, இடமாற்றப் பிரதிநிதியாக்கம் என்பது இப்படியான கூட்டுரு வாக்கத்தில் - அதாவது, மொழி விசால உள்ளடக்கம் -

சொற்பொருள் திறன் - இவற்றை வளர்த்தெடுப்பதில் என்ன பங்கு வகிக்கிறது என்பதுதான் அது. இதைக் கண்டறியும் ஒரு வழி, வெர்னிக் வகை மூளைக் கோளாறினால் ஏற்படும் பேச்சிழப்பு பாதித்த நோயாளி இடது அரைக்கோளம் அடிபட்ட நிலை - வார்த்தைப் பிரயோகமின்றியாவது பொய் சொல்வாரா எனப் பார்ப்பதன் மூலம் - ஏனெனில் நீங்கள் அவரோடு சொற்பிரயோக உரையாடல் நிகழ்த்த சாத்தியமில்லை. ஏனெனில் நீங்கள் மனக்கண்முன் தெளிவாக சிந்தனையாக்கத்தை பிரதிநிதித்துவ பதிவுகளிலிருந்து பெற்று அதை திரித்து அடுத்தவர்களுக்குத் தெளிந்த சிந்தனை (உண்மை) போலவே பரிமாற வேண்டும். இல்லையேல் உங்களால் பொய் சொல்ல முடியாது (ஏனெனில் மூலபிரதிநிதித்துவ பதிவே திரிக்கப்பட்டால் - அது பொய் சொல்வதன் முழுநோக்கத்தையே சிதைத்து விடும். இது உங்களது ஜீன்களை உங்கள் ஜோடியிடம் தத்ரூபமாக வங்கியில் கோடிகள் கொட்டி இருப்பதாய் தம்பட்டமடிக்க உதவும் - ஆனால் நீங்களே அதை நம்பும் பட்சத்தில் - அதாவது கற்பிதம் முத்தி - இல்லாத பணத்தை செலவு செய்யவும் தொடங்குவீர்கள்)

ஆக, வரவழைத்துக் கொண்டு பொய்யுரைத்தல் என்பது தான் ஒரு ஆய்வுநபர், அது சிம்பன்ஸிக் குழந்தை அல்லது மனித குழந்தை, மூளை பாதிப்பு அடைந்தவர் - அவர் அடுத்தவர் மனதை விரும்பியபடி மாற்ற உருக் கொடுக்கவும் அதேசமயம், சுய உணர்வை வெளிக்காட்டவுமான அடுத்தடுத்து இரண்டிலும் திறனாளியா என்பதற்கான பிரதான சோதனையாகும். தன் குஞ்சுகளைக் காப்பாற்ற ஒரு தாய்ப் பறவை, தாக்கும் கழுகிடமிருந்து தப்பிக்க இறகுகளை உதிர்த்து நாடக மாடுவது, பொய்த் தோற்றமாடுவது உண்மைதான். ஆனால் அப்படி தான் ஏமாற்றுகிறோம் என்பதை அது அறிவது இல்லை. காரணம், அதற்குக் கருத்துப் பிரதிநிதித்துவத்தை பிரதிநிதித்துவமாக்கி உணரும் அகக்காட்சி அமைப்பு இல்லை. எனவே இந்தத் திறமையை தேவையான மற்ற இடங்களில் எல்லாம் செய்து பயன்படுத்த அதற்குத் தெரியாது. உதாரணமாக, இந்த காய வாய்ப்பைக் காட்டி தன் ஜோடியிடம் அதிகக் கவனம் பெற அதனால் முடியாது (இப்படியான திறனை இயற்கை தெரிவு பரிணாமவியல் வழியே பின்னர் உருவாக்கக் கூடும்) வேண்டுமென்றே பொய் உரைப்பதற்கும், தன்னை நாடகமாக்கித் தப்பும் முறைக்குமான வேறுபாடு முற்றிலும் மங்கும் நிலைதான் நாம் இரண்டாம் அத்தியாயத்தில் பார்த்த அனோசோக்னோஸியா தனது வலது மூளை பாதிப்பால் ஏற்பட்ட இடக் கரத்தின் வலிப்பை ஏற்க மறுத்த நிலை போன்ற நோய் விஷயங்களில் நடக்கிறது. அப்படி அறியப்பட்ட ஒரு பெண் நோயாளியிடம் அவரது இடது கையால் என் மூக்கைத்

தொடமுடியுமா என கேட்டபோது, 'கண்டிப்பாக டாக்டர், ஆனால் உங்கள் கண்ணைக் குத்தினாலும் குத்திவிடுவேன்' என்றார். இன்னொரு சம்பவம்: ஒரு ஓய்வு பெற்ற ராணுவ ஜெனரலிடம் 'உங்கள் இடதுகையைப் பயன்படுத்த உங்களால் முடியுமா' என கேட்டேன். 'முடியும்.. ஆனால் மாட்டேன்.... ஆணைகளுக்குக் கட்டுப்பட்டு எனக்கு பழக்கம் கிடையாது' என்பது அவரது பதில்! இவை, அங்கே அப்படித்தான் என யாருக்கோ (உள்ளே) தெரியும். அவர்களுக்குத் தெரியாவிட்டாலும் அது வெளியே வருகிறது. (இந்தப் பெண்மணி அதிகம் எதிர்ப்பு தெரிவிக்காதது போலிருந்தது' எனும் பிராய்டிய சங்கதியே இது). மீண்டும் நான் அடிக்கோடிட விரும்புவது என்னவென்றால், சுயம் ஏமாற்றப்படுதல் என்பதே சுயம் ஏமாற்றுதல் என்பதை உள்ளடக்கியதுதான். அது ஒரு துணை அமைப்பாகவே அன்றி, தேவை கருதி பரிணாமவியல் இயற்கைத் தேர்வின் மூலம் உங்களுக்குத் தெரிந்தாலும் மாற்றமுடியாத இந்த உயர் அமைப்பை தனது உருக்குலையா நிலைக்காக நிரந்தரத் தன்மைக்காக தன்னையே (தேவைப்பட்டால்) ஏமாற்றியும் தக்கவைத்தது. ஒரு மனிதக் குரங்கு ஃபிராய்டிய நக்கல் சிரிப்பு, மறுப்பு அல்லது பகுத்தறிவு போன்றவற்றில் திறன்மிக்கதாய் இருக்கும் சாத்தியம் இல்லை (சமிக்ஞைகள் மூலம் நாம் இதை பரிசோதனை செய்துபார்க்கவும் முடியும்)

தன் உணர்வும், உள்ளுணர்வு காட்சியாக்கமான குவாலியாவும் ஒரு நாணயத்தின் இருபக்கமே எனும் என் முந்தைய கூற்றை நோக்கியே இவை இட்டுச் செல்கின்றன. நீங்கள் ஒன்றை வைத்துக்கொண்டு மற்றொன்றைத் தள்ளமுடியாது. சிறப்பு மூளை மின் அமைப்புகளைக் கொண்டு உணர்வுபூர்வ மற்றும் உடல் அசைவு பிரதிநிதித்துவ எண்ணங்களை இடம் மாற்றப்பட்ட பிரதிநிதித்துவமாக்குதலின் மூலம் மொழியை ஊக்கப்படுத்தவும் மொழியால் ஊக்கம் பெறுதலும் என்பது பரிணாம இயலின் அதிமுக்கிய நோக்கமாகி, முழுமையான எண்ணக் காட்சியாக்கமும் சுயமும் உருவாகி இருக்கவேண்டும். நாம் ஏற்கனவே கண்டதைப்போல சுயத்தின் தலையாய கட்டுப்பாடு இல்லாத தன்னிச்சையான மனக் காட்சி ஆக்கமும், உணர்ச்சியும் உணர்வெழுச்சியும் அற்ற சுயமும் சாத்தியமே இல்லை.

இதே போன்றதொரு வேற்றுமையைப் பதப்படுத்தப்படாத புதிய மனவெழுச்சிக்கும், அவற்றை இடமாற்ற பிரதிநிதித்துவ ஆக்கலுக்கு உட்படுத்தி உங்களை, அந்த மன எழுச்சிகளை மறுபரிசீலனை செய்யவைத்து எது வேண்டுமோ தேர்வு செய்யும் வாய்ப்பை நமக்குத்தருகிற சில தானாகவே நடந்துவிடும் சாத்தியமுள்ள செயல்பாடுகளை நடக்காமலும் செய்யும் அமைப்பிற்கும் இடையே

எடுத்து ஆராயமுடியும். உங்கள் நாசி அருகே (மூக்குக்கு கிட்டே) மிளகுப்பொடியைத் தூவும் போது தும்மல் ஏற்படுகிறது. ஆனால் தும்மல் இழுப்பு உணர்வு ஏன்? (காலை உதைக்க அப்படி முன் தயாரிப்பு இல்லை. வலிப்பால் இழுப்பு கண்டவரால் கூட ஓரளவு முடியும்). தும்மல் தேவையில்லை எனில் நிறுத்திவிடலாம்... என்பதற்காக. இடமாற்ற பிரதியாகத்தின்போது பரிணாமம் தும்மல் முன் தயாரிப்பை விளைவித்திருக்கவேண்டும்... தும்மலை உணர்ச்சி என்று நாம் அழைக்கமுடியாது என்றாலும், இதே அடிப்படை அவற்றுக்கும் பொருந்தலாம். ஒரு பூனைக்கு தும்மல் வருவதை முன் கூட்டி அறிந்து நிறுத்தும் ஆற்றல் இல்லை. அதாவது அதற்கு இடமாற்றப்பட்ட பிரதியாக்கம் மூளையில் இல்லை. என்னையும் உங்களையும் போல எலி என்பதையோ எலித் தன்மையையோ அதனால் உணரமுடியாது.. நகரும் நீள கருத்த உருவத்தை தாவிப்பிடிக்கிறது அவ்வளவே. அதே போல நாம் அனுபவிக்கும், மனிதத்தன்மை, இரக்கம், அராஜகம், விருப்பாண்மை (தேவைப்படும் இடங்களில்) தன்னையே நினைத்து வருந்தி கண்ணீர்விடுதல் அனைத்துமே எண்ண ஓட்டங்கள் எனும் இரண்டாம் மூளைசார்ந்த இடமாற்ற பிரதிநிதியாக்கத்தின், உணர்ச்சித் தொகுப்பாய் சிக்கல் மிகு இடையீடுகளின் சமூக மதிப்பீடும் சார்ந்து கட்டமைத்த மூளைக் கோள வட்டப்புறணியின் வெளிப்பாடு ஆகும். உணர்ச்சிப் பெருக்கம் என்பது இன வளர்ச்சிக்காலமான குரங்கு-மனித இடைக் காலத்திய பண்டை உலகம் சார்ந்தவை எனினும், மனிதர்களிலோ அவை அதி சிக்கல் மிக்க வசதியான, பகுத்தறிவுக்கு சமமான ஒன்றாக உள்ளது.

சுயம் குறித்த ஒன்றிணைப்பும் கூட பிரத்யேகமாய் கருத்து தெரிவிக்க வேண்டிய முக்கியத்தும் வாய்ந்ததே. சிந்தனை, உணர்ச்சி என பல்வகை உணர்வுப் பாதிப்புகளின் பெரிய இடையிடாத மாறுதல்களின் குவிப்பு எப்படி 'ஒன்றிணைப்பாய்' அதாவது ஒன்று என உங்களால் உணரப்படுகிறது? இது மிகுந்த தந்திரமான கேள்வி... போலியான பிரச்சனை ஒன்றை முன் வைப்பது போல உண்மையில் சுயம் என்பது அதன் இயல்பு காரணமாக ஒன்றாய் மட்டுமே உணரப்படமுடிந்தது. ஒருவர் இரண்டு 'தான்' களோடு இருப்பது அறிவார்த்த யதார்த்தத்திற்குப் பொருந்து வதாக இல்லை.. ஏனெனில் அத்தகைய நிலையில் எது அல்லது யார் இரண்டு 'தான்' களை கொண்டிருக்கிறவர் எனும் கேள்வி எழுகிறது. நாம் சில சமயம் 'இரண்டு மனம்' பற்றிப் பேசுகிறோம். அது ஒரு சொற்றொடர் மட்டுமே. பல் ஆளுமை (Multy Personality) மனநிலை கண்டவர்கள் கூட இரு ஆளுமைகளை ஒன்றுசேர அனுபவிப்பது கிடையாது.

ஆளுமைகள், ஒன்று அடுத்து ஒன்று என்று ஒரு சுழல் முறையில் ஏற்படுகின்றனவே அன்றி ஒன்றை மற்றொன்று அறிவது இல்லை.. (யாரோ அறிந்தவர் மாதிரி உள்ளதென்பதே உச்சகட்ட பதிவாக உள்ளது). இன்னும் மூளையின் இரு அரைக் கோளங்களுக்கும் இடையேயான இணைப்புத் துண்டிப்பு ஆனபோதும்... இருவகை 'தான்' களை மூளைப் பிளவு நோயாளிகள் அனுபவிப்பது இல்லை. ஒரு பக்க மூளை தனது சுயத்தை மட்டுமே அறியும்.. அல்லது அறிவார்த்தமாக அடுத்தது இருப்பதை மறுக்கும்.

இதுகுறித்த மற்றொரு புதிர், என்னதான் நாம் சுயத்தை அந்தரங்கமானது என்றழைத்தாலும், அதாவது வரையறைப்படி அது வெளியில் சமூகத்துடனான கருத்துப் பரிமாற்றத்தின் அடிப்படையிலேயே வளர்த்தெடுக்கப்படுவதால், அது சமூகமாய் ஒன்றிணையவே பரிணாமம் அடைந்திருக்கவேண்டும். இதனை 1979ல் நானும், பிரெயின் ஜோசப்சனும் ஏற்பாடு செய்த மாநாட்டில் முதல் முறையாக நிக்ஹம்ப்பிரியும் ஹெரேஸ்பார்லோ வும் தங்களது ஆய்வுக் கட்டுரையில் குறிப்பிட்டார்கள்.

இவ்விஷயத்தை நான் சற்றே விரிவுபடுத்த முயற்சிக்கிறேன். நமது மூளைகள் அடிப்படையில் மாதிரிகளை உருவாக்கும் கருவியாக உள்ளன. நாம் செயல்படும் இயல் உலகு குறித்த அக மன யதார்த்த மாற்றுருக் காட்சிகளை பயனுள்ள விதத்தில் உருவாக்கியபடி இருக்கவேண்டி இருக்கிறது. மனிதப் பிறவி ஒரு சமூக உயிரி என்பதால் இவ்வகை மாற்றுரு மூலம் அடுத்தவர் மனங்களை மாதிரியாக்கம் செய்து பரிசீலித்துக் கொண்டே இருப்பதும் அவசியமாகிறது (இதனை 'அடுத்தவர்' மனங்கள் குறித்த கோட்பாடு என்கிறோம்). அவர்களது நடத்தைகளை முன் அனுமானிக்க இது தேவையாய் இருக்கிறது. உதாரணமாக, ஒருவர் உங்களை குடையால் குத்தியது யதேச்சையாக நடந்ததா அல்லது வேண்டுமென்றே நடந்தது என்றால் திரும்ப நிகழுமா... என அறிய இது தேவை. மேலும் இந்த விஷயம் முழுமை பெறவேண்டுமென்றால் மற்றவர் பற்றிய மாதிரியாக்கத்தோடு தன்னைப் பற்றிய ஒரு மாதிரி மாற்றுருவையும் கட்டமைக்க வேண்டியது அவசியம் ஆகும்... ஏனெனில் தன்னால் எது முடியும் எது முடியாது, தனது சமூக நிலையில் எதைச் செய்யலாம் எதை செய்யக்கூடாது என்பனவற்றை சுயம் முடிவு செய்ய வேண்டிய அவசியம் உள்ளது. இந்த இரு மாதிரிகளில் ஒன்று முதலில் பரிணாமம் அடைந்து மற்றதற்கு வழிகோலி இருப்பதற்கு சாத்தியம் உண்டு. அல்லது பரிணாம வளர்ச்சியில் அவ்வப்போது நடப்பதைப் போல இந்த இரண்டுமே இணையாக பரிணாமம் அடைந்து ஒன்றை ஒன்று வளமூட்டி வளர்த்தெடுத்து ஹோமோ

சாப்பியன் என்ற மனித இனத்தின் தனிச் சிறப்பியல்பாக சுய விழிப்புணர்வை மறு ஆக்கம் செய்திருக்கலாம்.

வளர்ச்சியின் முதற்கட்ட படிநிலைகளில் இவ்வகை 'தான்' மற்றும் 'மற்றவர்' மன உருவாக்கம் பரஸ்பர பரிமாற்றப்படி உருவெடுப்பதை நாம் ஒவ்வொரு முறை ஒரு பச்சிளங்குழந்தை பெரியவர்களின் சைகைகளை திரும்பச் செய்து பார்ப்பதைக் காணும் போதும் அறிகிறோம். புதிதாய்ப் பிறந்த ஒரு குழந்தையின் முன் சென்று நாக்கை நீட்டுங்கள். தான் மற்றும் மற்றவர் என்பதற்கிடையிலான தடையரணை உடைத்தபடி அதுவும் நாக்கை நீட்டுவதை நீங்கள் காணலாம். இதைச் செய்வதற்கு அது தன் மூளைக்குள் உங்களது செயல்குறித்த மாதிரியை உருவாக்கி பிறகு அதனை தன் செயல்பாடாக மாற்றி இயக்கத்திற்கு கொண்டுவர வேண்டும். இது, குழந்தை தன்னால் பார்க்கமுடியாத தன் நாக்கை உங்களது நாக்கைப் பார்த்ததை உள்வாங்கி, தனது நாக்கு இருக்கும் இடத்தை உணர்ந்து செயல்படுத்தவேண்டிய செயல் என்பதை உணர்ந்தால் அது எவ்வளவு அதிசயமான ஒன்று என்பதைக் காணமுடியும். நமக்கு இன்று இதைச் செய்ய சிறப்பு வகை நியூரான்கள் மூளையின் முன் கதுப்பில் அமைந்த, நாம் கண்ணாடி நியூரான்கள் எனப் பெயரிட்ட நியூரான்கள் தேவை என்பது தெரியும். கற்பனையில் மற்றவர் அனுபவிப்பதை தான் அனுபவித்தறியவும் தனது சுயத்திற்கு உருவம் கொடுப்பதற்கும் இந்த நியூரான்கள் பகுதி அளவிலாவது துணை புரிகின்றன என்பது என் சந்தேகமாகும். ஆட்டிச மூளைக் கோளாறுக்கு உள்ளான குழந்தைகளுக்கு இந்த ஆடி நியூரான்கள் அமைப்பு பழுதாகி உள்ளது எனும் உண்மையைக் கணக்கிட்டுப் பார்த்தால் (நான் கருதுகிறேன்) அவர்களால் பிறரின் உணர்வுகளை உள்வாங்க முடியாமல் தான் குறித்த செயலாக்கமும் பிறழ்ந்து போன நிலையில் மிகச் சிறு வயதில் ஆட்டிசம் கண்டறியப்பட்ட குழந்தை முன் நீங்கள் நாக்கை நீட்டினால் அது சராசரிக் குழந்தைகள் செய்வதுபோல திரும்பச் செய்யாது.

'அடுத்தவர் மனம் குறித்த கோட்பாடு' இல்லாத உயிரி (அல்லது நபர்) வெட்கத்தால் தர்மசங்கடத்தால் ஏற்படும் நிலை நாணி முகம் சிவப்பது என்பதும் முடியாத ஒன்று (யாரோ சொன்னார்கள்: மனிதர்கள் மட்டுமே நாணுவர்... நாண வேண்டி இருக்கிறது) சார்லஸ் டார்வினை பெரிய அளவில் ஆர்வங்கொள்ளவைத்த கவர்ச்சியான விஷயம் இந்த வெட்கம். ஒரு சமூக நடப்பை மீறுகிற போது சட்டெனக் காட்டிக்கொடுக்கும் தன்னிச்சை சமிக்ஞை மனிதருள் நம்பகத்தன்மையின் அடையாளக் குறிப்பாய் சுட்டுதல் பெறுகிறது. ஒரு மனிதனை எதிர் கொள்ளும், வெட்கப்படும் பெண்

சொல்வது இதைத்தான் (உண்மை பொருள்)'என் வெட்கத்தை மீறி உன்னிடம் எனது உறவுகள் குறித்து பொய்யுரைக்கவோ துரோகமிழைக்கவோ என்னால் முடியாது.. என்னை நீ நம்பலாம்... வா! உனது மரபணுக்களை என் மூலம் அடுத்த சந்ததிக்கு பரவிடச்செய்... இது சரிதான் என்றால் பின் ஆட்டிசம் பாதித்த குழந்தைகள் வெட்கப்படவும் வாய்ப்பு இல்லை.

முகம்பார்க்கும் கண்ணாடி போல பிறர் செய்வதைத் திரும்ப செய்யத்தூண்டும் ஆடி நியூரான்கள், பிறர் மனங்களை வாசித்தறிதல், மொழியின் பரிணாமம் (அத்தியாயம் 4)இவற்றோடு நமது மனங்களின் மற்றொரு முக்கியத் திறனான பிறர்செய்வதைப் பார்த்துக் கற்றல் எனும் திறனை வளர்த்து, அதன்மூலம் கலாச்சாரத்தை கடத்தும் வேலையையும் செய்திருக்கவேண்டும். துருவக்கரடிகள் இயற்கைத் தெரிவின் பல மில்லியன் கணக்கான வருடங்களின் பரிணாமப் பாதையில் தங்கள் உடலில் வெளிர் ரோமக் கம்பளித் தோலைப் பெற்றுள்ளன. ஆனால் ஒரு மனிதக் குழந்தை அந்தத் தோலை சில மணி நேரங்களில் துருவக் கரடியை வேட்டையாடி உரித்து பதப்படுத்துவதைத் தனது பெற்றோர் செய்வதைப் பார்த்து கற்று விடுகிறது. இந்த ஆடி - நியூரான்கள தேவையான உயர்மட்ட அளவிற்கு வளர்த்தெடுக்கப்பட்ட பின் - பிறர் போலச் செய்தல் மற்றும் சைகை மொழியாக்கம் எனும் இருவிதத் திறன் வளர்ச்சி மூலம் மனிதனின் பரிணாமம் வெறும் மரபணுக்களை நம்பி ஜீவித்து இருக்காமல் அதிவேகப் பரிணாமமமாய் லாமார்க் வழிசெல்ல மனிதர்களை அனுமதித்திருக்க வேண்டும். நாம் இரண்டாவது அத்தியாயத்தில் கண்டதைப் போல இதன் விளைவு நேர்குத்தான திறன்பரப்பிற்கும் படுக்கை மட்டப் பரவலான கலாச்சாரக் கூறுகளை உற்பத்தி செய்து அதிவேக வளர்ச்சியை 50,000 முதல் 75,000 ஆண்டுகளுக்கு முன் ஏற்படுத்தி 'ஒரு அதி வேகப் பாய்ச்சலை' மனித உருவாக்கத்தில் நிகழ்த்தி இருக்க வேண்டும். அகஸ்மாத்தாக உருவானதாக நம்பப்படும் தீ உருவாக்கப் பழகுதல், கைக்குத் தோதான விதவிதமான வேட்டைக் கருவிகள் தனக்குத் தானே அணியும் அணிகலன், சடங்குகள், கலை, கூறை வேய்ந்த குடில் இவைகளை கலாச்சாரமே உற்பத்தி செய்தது. இருக்கும் அதி திறன் மனித - குரங்குகளில் உராங்குட்டான், பல உயர்திறன்களை வெளிப்படுத்துகின்றன. தன்னைப் பாதுகாப்பவரைப் பார்த்து பூட்டு திறப்பதிலிருந்து... ஒரு படகைச் செலுத்தி ஆற்றைக் கடப்பது வரை பலவற்றைச் செய்ய அவைகளால் முடிகிறது. நமது மனித இனம் புவியிலிருந்து அழிந்தால் இப்புவியை அவைகளால் ஆக்கிரமிக்க முடியும்.

இவ்வகை மரபணு - கலாச்சார உருவாக்கமும் அவற்றின் ஒன்றை ஒன்று சார்ந்த நிலையும் - இயற்கை பதப்படுதல் (Nature - nurture) வாதத்தை மனித மனோ வெளி செயல்பாடுகளை வைத்து, பின்னுக்குத் தள்ளி விடுகிறது. இது 'H_2O எனும் நீரில் எதனால் நீர்மத் தன்மை; H_2 எனும் ஹைட்ரஜனாலா O_2 எனும் ஆக்கிஜனாலா?' என்று கேட்பதைப் போலத்தான். மூளையின் வளர்ச்சி என்பது அது சார்ந்து இயங்கும் கலாச்சார சூழலில் அமிழ்த்தி எடுக்கப்பட்டுப் பின்னிப் பிணைந்து பிளவுபட முடியாது நடக்கும் ஒன்று. ஓநாய்களால் குகையில் வளர்க்கப்பட்டாலோ அல்லது (டெக்ஸாஸ் மாதிரி) கலாச்சாரமே இல்லாத இடத்தில் வளர்க்கப்பட்டாலோ நாம் மனிதனாய் வளர்வது சாத்தியமில்லாதது. ஏனெனில் ஒரே செல்லானது தனது கூட்டுவாழ்வு மைட்டோகான்றியா இல்லாமல் உயிர்த்திருக்க வாய்ப்பு இல்லை. செவ்வாய்க் கிரகத்தைச் சேர்ந்த உயிர் வகைப்படுத்தல் நிபுணர் யாராவது கலாச்சார அடிப்படையில் மனித உருவாக்க படி நிலைகளை வகைப்படுத்த முயன்றால், இருபதாம் நூற்றாண்டுக்குப் பிந்தைய ஹோமோ சாப்பியன்களையும் 75,000 வருடத்திற்கு முந்தைய (வளர்ச்சி முழுவீச்சில் பிரமாண்ட படிநிலையாக நடக்கும் முன்) வாழ்ந்த ஹோமோ சாப்பியன்களையும், அதே முந்தைய ஆதிமனிதர்களான ஹோமோ எரெக்டஸ் மற்றும் ஹோ சாப்பியன்ஸ் ஆகியவர்களையும் ஆராயும் போது - **நடத்தையை மட்டுமே ஆய்வுக்கூறாகக் கொண்டால்** முந்தைய ஹோமோ சாப்பியன்கள் மற்றும் 20ம் நூற்றாண்டுக்குப் பிந்தைய ஹோமோசாப்பியன்சும் வேறுவேறு வகை உயிரிகள் என்றும் அதே ஹோமோ எரெக்டஸ் மற்றும் முந்தைய ஹோமோ சாப்பியன்களும் ஒரே உயிரினம் என்றும் அறிவித்து விடுவார்!

இரண்டாம் அத்தியாயத்தில் பகுதி பார்வைக் குறைபாட்டில் மூளையின் காட்சிப் புறணியில் ஏற்பட்ட பாதிப்பினால் நோயாளி பாதிக்கப்பட்ட பகுதி (இடப்புறம் அல்லது வலப்புறம்)யில் டார்ச் ஒளிவீசுவதைக் காண முடியாத நிலையிலும், மூளையில் முன்பிருந்து நடுவில் கைவிடப்பட்ட மாற்று வழியின்படி அக்காட்சி மூலம் டார்ச் விளக்கைத் தொடுவதற்கு பிரச்சனையற்ற விநோதத்தை நான் குறிப்பிட்டேன். இந்த நோயாளிக்கு தனது பார்வைப் புரணியில் பிரதிநிதித்துவம் இன்றி மாற்றிடப் பாதையில் அது உள்ளதால் கண்டிப்பாக பிரதிநிதித்துவத்தின் பிரதிநிதித்துவம் இல்லை. எனவே அகக்காட்சியாக குவாலியா இருக்க வாய்ப்பில்லை என்பது எனது வாதம்.

இதேபோல ஆண்டன்ஸ் நோய்நிலை எனும் விசித்திர நோய் நிலையில் கார்டிகல் பகுதி பாதிக்கப்பட்டதால் பார்க்கும் திறனை

ஒருவர் இழக்கிறார்... ஆனால் தான் பார்வைத் திறன் இழந்ததை அவர் ஏற்க மறுப்பார்... அவருக்கு இருப்பது நேரடிக் காட்சிப் பார்வை அல்ல; பிரதிநிதித்துவ காட்சியாக்கம் அதாவது குவாலியா (இடமாற்ற பிரதிநிதித்துவம்) மட்டுமே. உணர்ச்சிக்கும் உணர்ச்சி குறித்த புரிதலுக்கும் இடையிலான ஆர்வத்தைத் தூண்டும் இணைப்பு தொடர்பறுந்த நிலையில், நிகழ்வுகளின் பிரதியாக்கமும், பிரதியாக்கங்களின் பிரதியாக்கமும், மூளையின் வேறு வேறு பகுதிகளில் இருந்துவிடும். பாதிப்பு அடைந்து (அல்லது சரியாகி இருந்து) மனிதனில் இது மட்டுமே சாத்தியம். (ஒரு குரங்கு மாயக் கரம் நோய்க்கு ஆட்படலாம் ஆனால் ஆண்டன்ஸ் நோய் நிலையோ, மன இசிவு நோய்க்கோ ஆட்பட வாய்ப்பே இல்லை). ஹிப்னாடிஸம் எனும் அறிதுயில் நிலையில் இதுபோன்ற இணைப்பு முறிவுகளை (தொடர்பறுந்த நிலைகளை) உருவாக்க முடியும், - அவற்றிற்கு நோக்காளர் மறைக்கப்பட்ட நிலை என்று பெயர் - என்பதை வைத்து ஆண்டன்ஸ் நோய் நிலையில் இருக்கும் ஒருவருக்கோ, ஒருபக்க குருடாய் இருக்கும் ஒருவருக்கோ அறிதுயில் நிலையை ஏற்படுத்தி, நோக்காளர் மறக்கப்பட்ட நிலையின் பார்வை பறிப்புச் செய்ய முடியுமா எனப் பலவகைக் கேள்விகள் எழுகின்றன.

இந்த விஷயத்தில் நம்மைக் கிறுகிறுக்க வைக்கும் பகுதி என்னவென்றால், காணும் காட்சிகள், உணர்வுகள் இவற்றிற்கு ஒரு ஒருங்கிணைந்த இடமாற்றப் பிரதிநிதித்துவ பிரதிகள் அச்சேறி இருப்பது போலவே நமது கைகால் இயக்கத்தின் அடிப்படைகளுக்கும் - உதாரணமாக 'டாட்டா காட்டுதல்', 'சுவற்றில் ஆணி அடித்தல்', அல்லது தலையை ஆட்டுவது போன்றவற்றை நினைவுகளிலிருந்து மத்தியஸ்தம் செய்ய மேல் விளிம்பு கைரஸ் எனும் பகுதி நமது மூளையின் இடது அரைக் கோளத்தில் உள்ளது (அதாவது இடது பொட்டுப் பகுதி அருகில்). இந்தப் பகுதியில் காயம் பட்டாலோ பாதிப்படைந்தாலோ இடியோ, மோட்டார் அப்ராக்ஸியா எனும் நோய் அறிகுறிக்குத் தள்ளப்படுவோம். அவ்விதம் பாதிக்கப்பட்டவர் முடக்கு வாதத்திற்கு ஆட்படுவது இல்லை. ஆனால் மேசையில் ஆணியடிப்பது போல் நடித்துக் காட்டச் சொன்னால் கை முட்டியால் மேசையை கதிர் அடிப்பது போல மடார் மடார் என அடிப்பார் (இதுபோலச் செய்தல் அல்ல... ஆணியை ஒரு கையால் பிடித்து மறுகையில் சுத்தியல் போல பிடித்து அடித்து - நடித்தலே சராசரி மனிதரின் நடத்தை) அதேபோல தலை சீவுவதுபோல நடிக்கச் சொன்னால், ஒரு நோயாளி கையை முஷ்டி உயர்த்தி தலையில் அடித்துக் கொள்வார்... மற்றபடி ரொம்ப அறிவார்த்த மாய் நடந்து கொள்பவர் இவர். இடது மேல்விளிம்பு ஜைரஸ்

நம் உள்ளார்ந்த அகமன உடலசைவு கட்டமைப்பாக்க பிம்பத்தை செயலில் கொண்டுவந்து இணைக்கும் அமைப்பாக்கமாய் இருக்க வேண்டும். இந்தச் செயல்பாடு நேரடியாக மேல்விளிம்பு ஜைரஸ் சார்ந்தது அல்ல. உதாரணமாக அவரிடம் உண்மையிலேயே ஒரு ஆணியையும் சுத்தியலையும் கொடுத்தால் சுவரில்... மேசையில் கச்சிதமாக ஆணி அடிப்பார். நினைவில் கொண்டு வந்து 'போலச் செய்வதில்தான்' சிக்கல். நேரில் ஒரு செயலைச் செய்ய இடமாற்ற பிரதியாக்கம் தேவையில்லை. (இது போன்ற நோயாளிகளிடம் நான் இடம் சுட்டுதல், சுட்டப்பட்ட ஒன்றைப் பார்த்தறிதல் போன்றவற்றில் திணறல் இருப்பதைப் பார்த்திருக்கிறேன்... அவர்களது ஈடுபாடு 'அதை நோக்கி', 'அதைப் பற்றி என இருந்தும் கூட முடியாமை தவிர்க்க இயலாததாகிறது).

ஒரு செயல்பாடு முழு விருப்ப ஈடுபாடாக இருக்க வேண்டுமானால் அவர் அது குறித்த - அதன் செயல் முடியும் விளைவுகளை அறிந்து அதையும் எதிர் பார்ப்பவராக இருக்க வேண்டும் என்பது ஆக்ஸ்போர்டு தத்துவஇயல் நிபுணர் அந்தோனி கென்னியின் கருத்து (உதாரணமாக, ஒரு முக்கிய ஆவணத்தைக் கையொப்பமிட நீங்கள் துப்பாக்கி முனையில் மிரட்டப்பட்டால் அதில் கையொப்பமிடும் நிமிடத்தை எதிர் நோக்குவீர்கள்... ஆனால் கையொப்பமிட விரும்பமாட்டீர்கள்) எதிர் நோக்குதல் மற்றும் அதுகுறித்த விழிப்புணர்வு போன்றவை முன்விளிம்பு ஜைரஸ் சம்பந்தப்பட்டது. ஆனால் விரும்புதல் - விருப்பம் - அதைச் சார்ந்தது அல்ல. அது முன்விளைவு வளைவு (ஆண்டீரியர் கின்குலேட்) பகுதி சார்ந்ததாக இருக்க வேண்டும். கூடவே கரங்கள் கட்டுப்பாட்டு 'உணர்வு' பகுதிகளும் இதில் அடக்கம். இத்தகைய அமைப்பாக்கங்களுடன் சுய - விருப்பு சுதந்திர உணர்வு என்பது உங்கள் உள்ளே இருக்கும் செயலாக்க, கழுதையை செலுத்தும் கழிமுன் கட்டிய கேரட் துண்டாக இருக்கலாம்.

சிம்பன்சி, மனிதன் இருவருமே சாக்லேட் கட்டியை பிடிக்க முடியும்... ஆனால் மனிதன் மட்டுமே அதை உண்டு முடித்த பிறகான பின் விளைவுகளை நினைத்து - உணவுக் கட்டுப்பாட்டில் இருந்தால் - அதை உண்ணாமல் தவிர்ப்பான். (இதில் ஆர்வத்தைத் தூண்டும் விஷயம் என்னவென்றால், மூளை முன் கதுப்பு அடிபட்ட நோயாளிகளால் அப்படிக் கட்டுப்படுத்த முடியாது - தன்னிச்சை செயல்பாட்டு மறுப்பு அவருக்கு வேலை செய்யாது... நான் அவ்விதம் முன்கதுப்பு பாதிக்கப்பட்ட ஒருவர் உணவு கட்டுப்பாட்டில் இருப்பதைக் காண நேர்ந்தால் ஆச்சரியப் படுவேன்) அதே போல ஐடியோ அமாட்டார் அப்ராக்ஸியா நோயாளிகளுக்கு அடுத்தவர்

செயல்கள் எதேச்சையானதா; வேண்டுமென்றே செய்ததா என்பதும் பிரச்சனை... கண்டுபிடிக்க முடியாது... அவர்கள் கொடுமைக்கார நீதிமான்களாகவோ குற்றத்துறை வழக்குரைஞராகவோ இருப்பர். நாம் விரைவில் மூளை வரைபடக் கருவி பார்த்து ஒருவர் திட்டமிட்டுக் கொலை செய்த குற்றவாளியா அல்லது எதேச்சையாக மனித வெட்டியாளராக மாறினாரா என அறியும் ஒரு காலத்திற்கு வந்து விடுவோம் என்றே படுகிறது (இவை குறித்து புதிய துறைகளாக நரம்பியல் நீதித்துறை அல்லது நரம்பியல் குற்றவியல் துறை என்றெல்லாமும் தோன்றலாம்)

இந்த இடத்தோடு நான் முடித்துவிட வேண்டும். முதல் அத்தியாயத்தில் நான் குறிப்பிட்டதைப்போல, மூளை குறித்த முழு அறிவுத் தேடல் எனது நோக்கமல்ல, ஆனால் நானும் என் சகாக்களும் ஒவ்வொரு முறை அதன் ஏதாவது ஒரு பிரச்சனையை எதிர் கொள்ளும் போதெல்லாம் - அது சைனஸ்தீசியா ஆகட்டும், அல்லது ஹிஸ்டீரியா, மாயக்கரம், தன்னிச்சை விருப்பாற்றல், ஒரு பக்க பார்வை இழப்பு, கண்டும் காணா மனநிலையாக்கம் மற்றும் ஏனைய மனோவியல் நோய் நிலைகளை எதிர் கொள்ளும் போது எப்படி ஒரு மனக் கிளர்ச்சிக்கு உட்படுவோம் என்பதை வெற்றிகரமாக பதிய வைத்திருப்பதாகவே கருதுகிறேன். இந்த விசித்திரமான நோய் நிலைகளை ஆய்ந்தறிந்து சரியாகக் கேள்விகளை எழுப்பிக் கொள்வதன்மூலம் நரம்பியல் அறிவியலாளர்கள் வரலாற்றின் ஆதிகாலக் கேள்விகளான 'தன்னிச்சை விருப்பாற்றல்' என்பது என்ன? உடல்பிம்பம், என்பது எங்குள்ளது' 'நாம் வெட்கிப் போவது ஏன்', 'கலை என்றால் என்ன'? 'சுயம் என்பது என்ன?' 'நான் யார்?' என்பனவற்றிற்கு எல்லாம் பதில் கொடுக்கத் துவங்கி உள்ளனர். இவை எல்லாம் சமீப காலம் வரை தத்துவ இயல் சார்ந்த கேள்விகளாகவே இருந்தன. பரிணாமவியல் சார்ந்த நரம்பியல் இவற்றிற்கு விடை சொல்லும் நாள் தொலைவில் இல்லை.

வேறு எந்தத் துறையும் இன்று மனித இனத்தின் பொது நன்மைக்கான இத்தனை உக்கிரமான வினைத் திட்பத்துடன் இருக்க முடியாது. இது நேற்றுபோலவே இன்றும் உண்மை. அரசியல், காலனித்துவம், ஏகாதிபத்தியம் ஏன் யுத்தங்கள்கூட மனித மூளையிலிருந்து தோன்றியதுதான் என்பதை நினைவில் கொள்ளுங்கள்.

'இந்தக் கடற்கரையில் தனித்து நின்று நான் சிந்திக்கத் தொடங்குகின்றேன். ஓடிவரும் அலைகள், மலையெனப் பெருகும் மூலக்கூறுகள், முட்டாள்தனமாய் தங்கள் வேலையில் உள்ளன. இறுதியாய் டிரில்லியன் கணக்கான அவை

பெரிய நுரை மண்டலத்தைத் தோற்றுவிக்கின்றன. இதே கரையில் இருந்து காலத்த காலமாய் விழிகள் கண்ணுறுவதற்கு முன்பிருந்தே ஆண்டாண்டுகளாக இதே இடியாய் அறையும் அதே அலைகள். ஓய்வே இன்றி, யாரும் பார்க்காத அந்த உயிரற்ற புவிக்ளோளத்திலும், யாருக்கான கேளிக்கையாகவும். அன்றி, பேராற்றலால் சித்திரவதை செய்யப்பட்டு சூரியனால் வீண் செய்யப்பட்டு ஊதாரித்தனமாய், வெளிமுழுதும் வீசப்பட்டு, அதன் பேரெழுச்சி கடலை இரையவைக்கிறது. கடலடியிலோ அனைத்து மூலக்கூறுகளும் ஒரே மாதிரியான கோலத்தை மறுபிரதியாக்குவதில் ஈடுபட்டு, மேலும் சிக்கலானவை தோன்றும்வரை தொடர்கின்றன. மற்ற யாவற்றையும் அவை தன் மாதிரியே சிக்கலாக்குகின்றன... பின் மீண்டும் தொடங்குகிறது நடனம். உருவில், உருவாக்கத்தில் பெருத்து சிக்கலாகி, உயிரிகள், அணுக்குவியல், மரபணு, புரதத்தில் இன்னும் அதீத கடுஞ்சிக்கல்கள் பெருத்து... பெருத்து.

வெளியே காத்திர உலர் நிலத்தின் ஒரு உயிர்த் தொட்டிலில், இதோ நிற்கிறது உணர்வுள்ள அணுக்கள், ஆர்வம் மிக்க பருப்பொருள், கடலின் கரையில் நின்றபடி, ஆச்சரியங்களைக் கண்டு ஆச்சரியப்பட்டபடி, அணுக்களின் பிரபஞ்சமாய்... இப்பிரபஞ்சத்தின் ஒரு அணுவாய்.... நான்

– ரிச்சர்ட் ஃபைன்மென்

அடிக்குறிப்புகள்

(சுருக்கம்)

அத்தியாயம் 1 : மனித மூளைக்குள் நடக்கும் மாயாஜால்

1) *ஹிர்ஸ்டீன் மற்றும் ராமச்சந்திரன் (1997) : எல்லிஸ், யங்குவேல் மற்றும் டி பாவு (1997)*
2) *ராமச்சந்திரன் ஹிர்ஸ்டீன் (1998) : ராமச்சந்திரன் ரோஜர்ஸ் ராமச்சந்திரன் மற்றும் ஸ்டிவார்ட் (1992) மெல்ஸாக் 1992.*
3) *ஹர்லே மற்றும் நோயா - 2003. உணர்ச்சி கைகளில் உள்ளது முகத்தில் இல்லை என்பதுபோல அவர் பலவாறு கை இருப்பதை ஸ்தாபித்தார்.*
4) *பிராங்க், ரீச் ஐவ்ரியுடன் இணைந்து நான் நடத்திய ஆய்வுகள் முடிவுகள் : பிராங்க் - ராமச்சந்திரன் 1998.*
5) *வெறும் கரமல்ல. புற்றுநோய்க்காக ஆண்குறி அறுவை சிகிச்சை மூலம் அகற்றப்படும் போதும் இதேபோல பொய்யான குறிவிரைப்பு உணருபவர்களும் உண்டு (S.M. ஆண்டிஸ்).*
6) *கற்றறிந்த வலிப்புநிலை பற்றிய அல்ட்சுலர் சத்தியன், கிரீன்ஸ்டான், ஸ்டாய்காவ் மற்றும் ஸ்டிவன்ல் ஆய்வுகள் 1999.*
7) *சில நிறக்குருடுநோய்கள் ஆக்ரோ மோடோப்சியா, நகர்வதைக் காண முடியாத பார்வையிழப்பு, மூளை இரட்டை நோய் இவை குறித்து மைக் காஸானிகா, ஜோ, டோகன் மற்றும் ரோஜர் ஸ்பெர்ரி, தவிர அம்னீஷிய மறதிநிலை குறித்த ஆலன் பாட்லி, லாரிஸ்கொயர், எலிசபத் வாரிங்டன் போன்றோரின் ஆய்வுகள்.*

அத்தியாயம் 2 : நம்புவதையே காண்கிறீர்கள்

1) *குருட்டுப் பார்வை குறித்த விரிவான தகவல்களுக்கு வெய்ஸ்கிராண்ட் 1986 மற்றும் ஸ்டோரிக் மற்றும் கவாய், 1989 போன்றவர்களுடன் ஆய்வாளர்கள் செமிர் ஸெகியும் இணைந்து.*
2) *ராமச்சந்திரன், அல்ட்சுலர் மற்றும் ஹைல்யார் 1997*
3) *ராமச்சந்திரன், 1995, ராமச்சந்திரன் மற்றும் பிளாக்ஸ்லீ 1998*
4) *ஃபிரித் மற்றும் டாலன் 1997*

5) ராமச்சந்திரன் மற்றும் ரோஜர்ஸ் - ராமச்சந்திரன் (1996)

6) 1997ல், எரிக் அல்ட்சுலர், ஜமாய் பின்னெடா மற்றும் இணைந்து EEGயில் எம்யு அலைகளை அடைத்தால் கண்ணாடி நியூரான் குறித்த விபரமான அனைத்தும் காண முடியும் என நிரூபித்திருக்கிறோம்.

அத்தியாயம் 3: கலைத் திறன்மிக்க மூளை

1) எனது நூல் 'The Artful Brain' 2004 ல் வெளிவந்தது. புரூஸ் கோச் (யுட்டா பல்கலைக்கழகம்) இணைய முகவரி http://www.cs.utah.edu/ காணவும்.

2) பிரான்சிஸ் கால்டன் காலத்திலிருந்தே பல்வகை முகத்தன்மைகளை ஒன்றிணைக்கும் போது கவர்ச்சியான கச்சிதமாக முக அழகு கிடைக்கிறது என்பது உண்மை.

3) சார்லி கிராஸ், எட்ரோல்ஸ் மற்றும் டேவ் பெர்ரெட் குரங்குகளின் மூளை நியூரான்கள் பற்றிய ஆய்வு பற்றிய விவரங்களை ஆய்ந்து பிக்காசோவுக்கு கியூபிச வகைப்பாடு எப்படி சாத்தியமாகிறது என்பதை விவரிக்க முடியும்.

4) சர்வதேச கலைரசனைக் கோட்பாடுகள் சரி என்றால் பிக்காசோவை யாவரும் விரும்புவது ஏனென்ற கேள்வி எழுகிறது... இல்லை என்பாரும் உண்டு. பிக்காசோவை ரசிக்க கற்பது எப்படி நடக்கிறது என்பது நம் புராதன கலாரசனையின் தொடர்ச்சியே. எனது Phantoms in the Brain புத்தகத்தில் நான் கலாரசனை குறித்த மூன்று விதிகளை உருவாக்கி இருந்தேன். ஒரு உயிரினம் தன் சொந்த உயிரினத்தை (இனப்பெருக்கம் செய்ய) கண்டறிந்து கூடுதலும் பரிணாமத்தின் முக்கிய படிநிலை டார்வின்...

6) இந்த யோசனையை பரிசீலிக்க வேறுவழிகளும் உண்டு. அதாவது SCR எனும் Skin Conductance Response வரைபட நகல் பெற்று உங்கள் உணர்ச்சி வெளிப்பாட்டின் திறத்தை வியர்த்தல் வழியே கணக்கிடலாம். SCR கலைகுறித்த ஒருவரின் முழு ஈடுபாட்டை அளக்கவும் உதவுகிறது.

7) கிட்ஸ்ச் (Kitsch) ஓவியம் என்பது என்ன என்பது சரியாக புலனாவது இல்லை. ஆனால் அவைகளுக்கும் அணி சேர்த்தல் மற்றும் உச்ச இடமாற்றங்கள் உண்டு... என்ன கிட்ஸ்ச் கலை ஒரு அவசர உணர்வு மாதிரி...

8) விலங்குகளுக்கும் கலையார்வம் உண்டா? இந்த ஒட்டுமொத்த விதிகளில் குறிப்பாக சமதள ஆக்கம், அணிப்படுத்துதல், உச்ச இடமாற்றம் ஆகியவை மனிதர்களின் கலாச்சாரம் போர்வர் கடந்தும் நிற்பதுபோல உயிரி கடந்தும் செயலூக்கம் பெறும். வண்ணப் பறவைகள் விதவிதமான அழகுடன் தன் துணை வந்து முட்டையிட கூடுகள் கட்டுகின்றன என்பது முதல் பல உதாரணங்கள் உண்டு.

9) எல்லா மேற்கத்திய கலை விமர்சகர்களும் செயின்ட் ஜார்ஜ் போல மதி நுட்பமேயின்றி இருக்கவில்லை... பிரெஞ்சு அறிஞர் ரெனே குரெஸிட் நடராஜரின் சிவதாண்டவத்தைப் பற்றி அருமையான விளக்கம் அளித்துள்ளார்.

அத்தியாயம் 4 : பழுப்புநிற எண்களும், கூர்மையான பாலாடைக் கட்டிகளும்

1) எண்கள் மட்டுமல்ல; பல 'கீழ்நிலை சைனஸ்தீஸியா' பாதிப்புகளில் சில எழுத்துக்கள் வண்ணமயமாவதும் உண்டு. எழுத்து வடிவமும் புயூஸிஃபார்ம் ஜைரஸில் பிரதிநிதித்துவம் பெருவதால் இதை விளங்கிக் கொள்வது எளிது (ராமச்சந்திரன் மற்றும் ஹப்பார்டு 2001 a, b),

2) இதனைக் கொண்டு கற்றல் கோளாறுகள், டிஸ்லெக்ஸியா போன்றவற்றை புதிய வகை மனப் பயிற்சி மூலம் சரி செய்யலாம். என்று தோன்றுகிறது. (இது தொடர்பான ஆய்வுகளுக்கு ஜெரோம் எட்வின், காட்ஜெப்ஜர், ஜேனட் அட்கின்ஸன் ஆகியோர் வித்திட்டனர். கவனப்படுத்தல் தொடர்பான பிரச்சனையினால் முளைவிடும் டிஸ்லெக்ஸியா கூட்டம் கூடுதலின் பின்விளைவாகவும் இருக்கிறது.

3) இந்தக் கோட்பாட்டின் காரணமாக இளம் வயது கற்றலுக்கும் சைனஸ்தீஸியா நோய் நிலைக்கும் சம்பந்தமே இல்லை என்பது அர்த்தமல்ல. உண்மையில் ஏதோ ஒரு வகையில் அது தன் பங்கிற்கு பாதித்திருக்க வேண்டும்... ஏனெனில் நாம் எண்களை ஏற்கனவே அறிந்த நியுரான்களுடன் பிறந்தவர்கள் அல்ல...

4) இதற்கு மேலும் வலு சேர்க்கும் ஆதாரங்கள் உண்டு. உதாரணமாக, ஒளியேற்றிய எண்ணின் நிற ஒளியை மங்க வைத்தபடி வந்தால் வேற்றுமைத் தன்மை எட்டு புள்ளிகள் வரை, மட்டுமே எண் தெரியும். அங்கே எண் இருந்தும்கூட அதை அவர்களால் காண முடிவதில்லை!

5) மற்றொருவகை சைனஸ்தீஸிய நிலையில் எண்கள் ஒரு எண் கோட்டில் வைத்துப் பார்க்கப்படுகின்றன. 30 முதல் 100 வரை கூட எண்கோடு நீள்கிறது. கோடு வளைந்தும் எண் திரும்ப தன் மீதே கூட நீள்கின்ற வகையில் 2 என்பது சில சமயம் 9க்கு அருகில் என்றுகூட அவர்களுக்கு வருகிறது (ராமச்சந்திரன் மற்றும் ஹப்பார்டு 200 (b)

6) சைனஸ்தீஸிய நிலையில் முக்கிய அம்சத்தை விட முடியாது. எப்போதும் எண்கள் நிறங்களானாலும்... நிறங்கள் ஒருபோதும் எண்களாவது இல்லை. இந்த ஒரு திசையாக்கம் சிறப்பம்சமாகும் (ராமச்சந்திரன் மற்றும் ஹப்பார்டு 200 (b)

7) சைனஸ்தீஸியாவுக்கும் - உருவகத்திற்குமான இணைப்பை பல்திசை ஆய்விற்கு உட்படுத்தியவர்கள் லக்காஃப் மற்றும் ஜான்சன் 1999. இரைச்சலான சட்டை பற்றிப் பேசும் நாம் சிவப்பான சப்தம் என சொல்வது இல்லை. கூர் - சுவை ஆனால் புளிப்பான - தொடு உணர்ச்சி என ஏதுமில்லை. ...தொடுவதே சுவை எனும் சைனஸ்தீஸியாவும் உண்டு (சைடோவிக் (2002) வடிவங்களை சுவைத்த மனிதனில் எழுதியதுபோல).

8) ஆங்குலார் ஜைரஸ்ஸின் பாதிப்பு பூபா / கிக்கி விளைவு கண்டறிய முடியாத நிலையை ஏற்படுத்துவதுபோல, உருவகம் மற்றும் சைனஸ்தீஸிய மனநிலையை அற்றுப்போக வைக்கும் மனநோய் ஒன்று இருப்பதாக இதுவரை தெரியவில்லை. ஆனால் ஹாவர்டு கார்ட்னர், மூளையின் வலது அரைக்கோலத்தில் பாதிப்பைடைந்தவர்களுக்கு உருவகம் குறித்த சிக்கல் வருவதை நிரூபித்து இருக்கிறார்... மாத்தா பெர்ராஹ் மற்றும் ஸ்டீவ் கோஸ்லின் உள்ளீடாக உருஎடுத்த கற்பனா (உவம உருவ அணி) உருவ ஏற்பாடு - முன் மூளையின் செயல்பாடு என காட்டி உள்ளனர்.. (ஆனால் எதார்த்தத்தோடு அதை ஒப்பிட்டு உணர்தல் வலது முன் மூளையிடம் உள்ளது. ராமச்சந்திரன் மற்றும் பிளாகிஸ்லீ 1998)

9. சமீபத்தில் இந்திய நோயாளி ஒருவரைப் பரிசோதித்தபோது அவருக்கு அனோமியா எனும் அடையாளம் மயக்க நோய் நிலையும், இடவலக் குழப்பமும், கிரெஸ்ட்மன் மனநோய் நிலையும் இருக்கக் கண்டேன்.. விரல் அக்னோகியா தனது விரல்களைப் பெயரிடுதலில் சிக்கல்.. மூக்குக் கண்ணாடியை அவர் கண்மருந்து என்று அழைத்தார். கடவுள் கிருஷ்ணர் படத்தை அடையாளம் காட்ட முடியவில்லை. இடது ஆங்குலார் ஜைரஸ் பாதிப்படைந்தால் இத்தனை விபரீதங்களும் உண்டு...

10. இந்த பார்வைப் படி ஏன் எல்லாமொழிகளும் ஒரே மாதிரி இல்லை. ஆங்கிலத்தில் டாக், பிரெஞ்சில் சியன், தமிழில் நாய் என ஏன் மாறவேண்டும்?.

11. இவ்வகையில் சொற்களின் அமைப்பியல் கொண்டுள்ள சில ஏற்புடைவிதிகள், கைகளின் அசைவுகளுடன் பெரிய அளவில் ஒத்துப்போகின்றன. கையால் மூக்கைத் தொடுங்கள் என நான் உங்களுக்கு உத்தரவிட்டால் நேரடியாகவே மூக்கைத் தொடுவீர்கள் தலையைச் சுற்றி மூக்கைத் தொடலாம்தான். ஆனால் இலக்கு முக்கியம் - அத்தோடு வழியையும் கவனத்தில் கொள்கிறீர்கள்.

அத்தியாயம் 5: நரம்பியல் அறிவியல் - புதிய தத்துவ இயல்

1. மூளையில் சினிமாத் திரை ஏதுமில்லை அதேபோல ஒரு குட்டி மனிதன் அதைப் பார்த்துக் கொண்டிருக்கவும், எதார்த்தமாகப் பார்த்தால் வாய்ப்பு இல்லை. ஆனால் ஒருவரது விருப்பாற்றலை செயலாற்றலாக மாற்றும் வகை ஒத்திசைவை ஏற்படுத்துவது குறித்து சமீபத்தில் அமெரிக்காவின் முன்னணி தத்துவ அறிஞர் டான்டென்னட் அது மிகவும் திட்டமிட்டு கஞ்சத்தனமான தேர்வுமுறை செயல்பாடாக இருப்பதைச் சுட்டுகிறார்.

2. இதுபோலவே ஒரு சராசரி மனிதர் தனது மூளை ஒரு வகை சமிக்ஞையை செலுத்தி அதை கை வலுவாக செயலாக்குவதைச் கண்டு ஒரு வகை பதில் சமிக்ஞைபோல பெறுதல் இயற்கை நிகழ்வு. இதையே கண்ணாடி வழியே வேறு ஒருவர் கை அசையாது அதை தனது கை என இவர் ஏற்றுத் திகைக்க ஒருவகை ஆய்வு உண்டு. சராசரி மனிதர்கள் திடுக்கிட்டு 'அய்யோ கடவுளே' என அலறுவார்கள். ஆனால் அனோக்னோசிய நோய் கண்டவர்கள் இந்த வேறுபாட்டைக் கச்சிதமாய் உணர்ந்து அது பொய்க் கரம் என்று சொல்லி விடுகிறார்கள்.

3. இந்த குவாலியா பிரச்சனை இருவகையான கோணங்களைக் கொண்டுள்ளது. முதலாவது, என்பார்வையில் சுயத்தோடு ஆழமான பிணைப்பு கொண்டது தான் குறித்த உணர்ச்சியோ அக மனக் காட்சிகளோடு தேவை என்பது. நான் உட்பட அனைவருமே ஜடமாய் இருந்து விட்டால் என்ன? ஏன் உலகைப்பற்றிக் கட்டுக்கதைகள் அக மனதில் உருவாக வேண்டும்... அதிலும் 'நான்' கதை, 'அது' கதை ஏன்? இரண்டாவது பிரச்சனை (கோணம்) உணர்வுகள் அவை உருவெடுக்கும் படியான

அமைப்பைப் பெறுவது ஏன்? இரண்டாம் கோணத்தை அறிவியல் முறையிலான ஆய்வுகளால் விளக்கி விடை காணமுடியும் (ராமச்சந்திரன் மற்றும் பிளாகிஸ்லீ 1998).

4. இந்த ஆய்வில் உடலிலிருந்து வெளியே மிதக்கும் அனுபவத்தின் போது உடலை ஊசியால் குத்தினால் அவர் எப்படி உணர்வார் என்பது மிகவும் சுவாரசியமான விஷயம். இப்போது தோலில் மின் அதிர்வு இருக்குமா அல்லது உடல் வலியைப் பெற்று அவர் வெளியே இருந்து வேடிக்கை பார்ப்பவராக இருப்பாரா? (காண்க: ஜோசப்சன் மற்றும் ராமச்சந்திரன் 1979)

5. இதேபோல மூளையின் மற்றொரு திறமைக் குறியீட்டுக் கட்டமைப்பு ஆகும். விதவிதமான அளவில் மூன்று சதுரப்பெட்டிகளைக் கொடுத்து மேலே உள்ள பரிசை எடுக்கச் சொன்னால் நீங்கள் உடனடியாக உள்ளதில் பெரிதைக் கீழே போட்டு அதை விட சிறியது, பின் அதையும் விட சிறியது என அடுக்கி உடனே பரிசைக் கைப்பற்றுவீர்கள். இதை சிம்பன்சியும் செய்யும். ஆனால் சில முயற்சிகளுக்குப் பிறகு. ஆனால் இதே அந்த மூன்று பெட்டி களிலும் சிவப்பு, நீலம், மஞ்சள் என வட்டமாக வர்ணக்குறியீடு என்பதை உங்களுக்குப் புரிய வைத்து விளக்கை அணைத்து விட்டால்... என்ன ஆகும். உங்களால் ஓரளவு ஊகித்து நிறத்தை வைத்து பெட்டிகளை சரியாக (அதே) அளவு உயரத்தில் அடுக்கமுடியும் அல்லவா. சிம்பன்சிகளால் முடியாது. இதற்கு எண்ண ஓட்டம் தேவை. (காண்க: கிரிக் 1994 ராமச்சந்திரன் மற்றும் ஹெர்ஸ்டெயின் 1997)

6 இந்த பிரதிநிதியாக்கத்தின் பிரதிநிதியாக்கம் முடிவற்றுத் தொடர்வது போல தோன்றுகிற வாய்ப்பும் உள்ளது. ஒரு வேளை மூன்றாம் நிலை பிரதிநிதியாக்கமும் உண்டா? தேவை இல்லை. ‘அவர் என் காரைத் திருடினார் என எனக்குத் தெரியும் என்பது அவருக்குத் தெரியும் என்பது எனக்குத் தெரியும்‘ என்பதை எடுத்துக் கொள்ளுங்கள். பிரதிநிதியாக்கங்கள் எதிரொலிகளைப் போல மறைவதைக் காணலாம். (ஆனால் எண்ணி வைக்கலாம்)

7. இந்த இடத்தில் மனக் காட்சியாக்கமான குவாலியா மொழி உருவாக்கத்தில் பரிணாமவியல் பாதையில் என்ன பங்கு வகித்திருக்கும் என்பதற்கு என் phamtoms of he brain நூலில் நான் நான்கு விதிகளை முன்வைத்திருக்கிறேன் 1 உறுதித் தன்மை\ மீட்டுப் பெறமுடியாதன்மை 2 சொற்பொருள் விளைவு 3 குறுகிய கால நினைவாற்றல் மற்றும் 4 கவனப்படுதல் (phamtoms of brain

புத்தகம்)

8. *அரைக் கோள மூளை சிறப்பியல்புகள் குறித்த விரிவான மனித மனக்காட்சியாக்கம் தொடர்பான ஆய்வுகள் மார்செல் கின்ஸ்போர்ன், ஜேக் பெட்டிக்குரு, மைக் காஸ்னிகா, ஜோ போகன் மற்றும் ரோஜர் ஸ்பெர்ரி ஆகியோரால் முன்னெடுத்துச் செய்யப்பட்டுள்ளது. நானும் வில்லியம் ஹிர்ஸ்டைனும் இணைந்து வெளியிட்டுள்ள ஒரு ஆய்வுக் கட்டுரையில் நாங்கள் வலப்புற அரைக்கோள பாதிப்பும் மூளைப் பிளவு நோயும் கண்ட ஒருவரால் பொய் உரைக்க முடியும் என நிரூபித்திருக்கிறோம்.*

9) *காண்க: வி.எஸ். ராமசந்திரன், கண்ணாடி நியூரான்களும் பிரம்மாண்ட முன்நோக்கிய பாய்ச்சலும் (1999),* http//www.edge.org/3rdculture/ravachandran/ravachandran-index.html.

Biblography

Sources

Altschuler E., Wisdom, S., Stone, L., Foster, C. and Ramachandran, V.S. (1999). Rehabilitation of hemiparesis after stroke with a mirror, Lancet 353 : 2035 - 2036.

Armel, K.C. and Ramachandran, V.S. (1999). Acquired synesthesia in retinitis pigmentosa, Neurocase 5(4) : 293-296.

Baron-Cohen, S., Burt, L., Smith-Laittan, F., Harrison, J. and Bolton, P. (1996). Synaesthesia : prevalence and familiarity, Perception 25(9) : 1073-1080.

Berlin, B. (1994). Evidence for pervasive synthetic sound symbolism in ethnozoological nomenclature, in L. Hinton, J. Nichols and J.J. Ohala (eds.)., Sound symbolism,

New York : Cambridge University Press, Chapter 6.

Church land, P. (1996). Neurophilosophy, Cambridge, MA : MIT Press

(2002). Brain wise : studies in neurophilosophy, Cambridge, MA : MIT Press

Clarke, S., Regali, L., Janser, R.C., Assal. G. and De Tribolet, N. (1996). Phantom face, Neuroreport 7 : 2853-2857.

Crick, F. (1994). The astonishing hypothesis: the scientific search for the sou.l crack. F. and Koch, C. (1998). Consciousness and neuroscience, Cerebral Cortex 8(2) : 97-107.

Darling. D. (1993). Equations of eternity, New York: MJF Books.

Deacon, T. (1997). The symbolic species, Harmondsworth : Penguin

Domino, G. (1989). Synesthesia and creativity in fine arts students: an empirical look, Creativity Research Journal 2 (l-2) : 17-29.

Ellis, H., Young, A.W., Qualie, A.H. and De Pauw, K. W. (1997). Reduced autonomic responses to faces in Capgras syndrome, Proceedings of the Royal Society of London B 264 : 1085-1092.

Franz, E. and Ramachandran, V.S. (1998). Bimanual coupling in amputees with phantom limbs, Nature Neuroscience I : 443-444.

Frith, C. and Dolan, R. (1997). Abnormal beliefs, delusions and memory. Conference presentation, Harvard conference on memory and belief.

Galton, F. (1880)1997. Colour associations, in S. Baron - Cohen and J.E. Harrison (eds.), Synaesthesia : classic and contemporary readings, Oxford : Blackwell, pp. 43-48/

Greenfield, S. (2002). Private life of the brain,

Harmondsworth : Penguin

Harris, A.J. (1999). Cortical origin of pathological pain, Lancet, 354 : 1464-1466.

Hirstein, W. and Ramachandran, W.S. (19970. Capgras syndrome, Proceedings of the Royal Society of London B 264 : 437-444.

Humphrey, N. (1983). Consciousness regained, Oxford : Oxford University Press.

Hurley, S. and Noe, A. (2003) Neural plasticity and consciousness, Biology and Philosophy 18 : 131-168.

Josephson, B. and Ramachandran, V.S. (1979).

Consciousness and physical world, Oxford : Pergamon Press

La Cerra, P. and Bingham, R. (2002). The origin of minds: evolution, uniqueness, and the new science of the self, New York : Harmony Books.

Lakoff, G. and Johnson, M. (1999). Philosophy in the flesh: the embodied mind and its challenge to western thought,

New York : Basic Books.

Lueck, C.J., Zeki, S., Friston, K.J., Deiber, M.P., Cope, P. Cunningham, V.J., Lammertsma, A.A., Kennard, C. and Frackowiak, R.S. (1989). The colour centre in the cerebral cortex of man, Nature 340 : 386-389.

McCabe, C.S., Haigh, R. C., Ring, E.F., Halligan, P., Wall, P.D. and Blake, D.R. (2003). A controlled pilot study of the utility of mirror visual feedback in the treatment of complex regional pain syndrome. (type 1), Rehenmatology 42: 97-101.

Melzack, R. (1992). Phantom limbs, Scientific American 266 : 120-126

Merikle, P., Dixon, M. J. and Smilek, D. (2002). The role of synaesthetic photismsm on perception, conception and memory. Speech delivered at the 12th Annual Meeting of the Cognitive Neuroscience Society, San Francisco, CA, 14-16 April.

Merzenizh, M. and Kaas, J. (1980). Reorganization of mammalian somatosensory cortex following peripheral nerve injury, Trends in Neuroscience 5 : 434-436.

Miller, S. and Pettigrew, J.D. (2000). Interhemispheric switching mediates binocular rivalry, Current Biology 10 : 383-392.

Nielsen, T.L. (1963). Volition : a new experimental approach, Scandinavian Journal of Psychology 4 : 215-230.

Nunn, J. A., Gregory, L. J., Brammer, M., Williams, S. C.R., Parslow, D.M., Morgan, M.J., Morris, R. G., Bullmore, E. T., Baron - Cohen, S. and Gray, J.A. (2002). Functional magnetic resonance imaging of synesthesia : activation of V4/V8 by spoken words, Nature Neuroscience 5(4) : 371-375.

Pons, T.P., Garraghty, P.E., Ommaya, A.K., Kaas, J., Taub, E. and Mischkin, M. (1991). Massive cortical reorganization after sensory deafferentation in adult macaques, Sciences 252 : 1857-1860.

Ramachandran, V.S. (1995). Anosognosia, Consciousness and Cognition 1 : 22-46.

(2001). Sharpening up 'the science of are', Journal of Consciousness Studies 8(1) : 9-29.

Ramachandran, V.S., Altschuler, E. and Hillyer, S. (1997). Mirror agnosia, Proceedings of the Royal Society of London B 264 : 645-647.

Ramachandran, V.S. and Blakeslee, S. (1998). Phantoms in the brain, New York : William Morrow,.

Ramachandra, V.S. and Hirstein, W. (1997). Three laws of qualia : what neurology tells us about the biological functions of consciousness, Journal of Consciousness Studies 4 (5-6) : 429-457.

(1998). The perception of phantom limbs; the D.O. Hebb lecture, Brain 121: 160d-1630.

(1999). The science of art : a neurological theory of aesthetic experience, Journal of Consciousness Studies 6(6-7) : 15-51.

Ramachandran, V.S. and Hubbard, E.M. (2001a). Psychophysical investigations into the neural basis of synaesthesis, Proceedings of the Royal Society of London B 268 : 979-983.

(2001b). Synaesthesia - a window into perception, thought and language, Journal of Consciousness Studies 8(12) : 3-34.

(2002). Synesthetic colors support symmetry perception, apparent motion, and ambiguous crowding. Speech delivered at the 43rd Annual Meeting of the Psychonomics Society, 21-24 November.

(2003). Hearing colors and tasting shapes, Scientific American, My : 52-59.

Ramachandran, V.S. and Rogers - Ramachandran, D.

(1996). Denial of disablities in anosognosia. Nature 377 : 489-490.

Ramachandran. V.S. Rogers - Ramachandran, D. and Stewart, M. (1992). Perceptual correlates of massive cortical, reorganization, Science 258 : 1159-1160.

Sathian, K., Greenspan, A.I. and Wolf, S.L. (2000).

Doing it with mirrors : a case study of a novel approach to rehabilitation, Neurorahabilitation and Neural Repair 14 : 73-76.

Shodinger, Erwin (1992). Mind and matter, in What is life? New York : Cambridge University Press

Stevens, J. and Stoykov, M.E., (2003). Using motor imageery in the rehabilitation of hemiparesis, Archives of Physical and Medical Rehabilitation 84 : 1090-1092.

Stoerig, P. and Cowey, A. (1989). Wavelength sensitivity in blindsight, Nature 342 : 916-918.

Torey, Z. (1999). The crucible of consciousness, Oxford : OXford University Press.

Treisman, A.M. and Gelade, G. (1980). A feature intergration theory of attention, Cognitive Psychology 12(1) : 97-136.

Turton, A.J. and Butler, S.R. (2001). Referred sensations following stroke, Neurocase 7(5) : 397-405.

Wegner. D. (2002). The illusion of conscious will, Cambridge, MA : MIT Press.

Weiskrantz, L. (1986). Blindsight, Oxford : Oxford University Press.

Whiten, A. (1998). Imitation of sequential structure of actions in chimpanzees, Journal of Comparative Psychology 112 : 270-281.

Young, A.W., Ellis, H.D., Quayle, A.H. and De Pauw, K.W. (1993). Face Processing impairments and the Capgras delusion, British Journal of Psychiatry 162 : 635-698.

Zeki, S., and Marini, L. (1998). Three cortical stages of colour processing in the human brain, Brain 121 (9) : 1669-1685.

General reading.

Baddeley, A.D. (1986). Working memory, Oxford : Churchill Livingstone.

Barlow, H.B. (1987). The biological role of consciousness in mindwaves 361-381, Oxford : Basil Blackwell.

Baron - Cohen, S. (1995). Mindblindness, Cambridge, MA : MIT Press.

Bickerton, D. (1994). Language and human behaviour, Seattl : University of Washington Press.

Blackmore, Susan. (2003). Consciousness : An Introducation New York : Oxford University Press.

Blakemore, C. (1997). Mechanics of mind, Cambridge : Cambridge University Press.

Carter, R. (2003). Exploring Consciousness, Berkeley : University of California Press.

Chalmers, D. (1996). The conscious mind, New York : Oxford University Press.

Corballis, M.C. (2002). From hand to mouth : the origins of language, Princeton : Princeton University Press.

Crick, F. (1993). The astonishin hypothesis, Ne York : Scribner.

Cytowick, R.E. (2002). Synaesthesia : a union ot the senses, 2nd edition (originally published 1989), New York : Springer - Verlag.

Damasio, A. (1994). Descartes' Error, New York : G.P. Putnam

Dehaene, S. (1997). The number sense : how the mind creates mathematics, New York : Oxford University Press.

Dennett, D.C. (1991). Consciousness explained, New York : Little, Brown, and Co.

Edelman, G.M. (1989). The remembered present : a biological theory of consciousness, New York : Basic Books.

Ehrlich, P. (2000). Human natures, Harmondsworth : Penguin Books.

Gazzaniga, M. (1992). Nature's mind, New York : Basic Books.

Glynn, 1. (1999). An anatomy of thought, London : Weidenfeld and Nicolson.

Gregory, R.L. (1966). Eye and brain, London : Weidengeld and Nicolson.

Hubel, D. (1988). Eye, brain and vision, New York : W. H. Freeman.

Humphrey, N. (1992). A history of the mind, New York : Simon and Schuster.

Kandel er Schwartz, J. and Jessel, T.M. (1991). Principles of neural science, New York : Elsevier.

Kinsbourne, M. (1982). Hemispheric specialization, American Psychologist 37 : 222-231.

Milner, D. and Goodale, M. (1995). The visual brain in action, New York : Oxford University Press.

Mithen, Steven. (1999). The Prehistory of the Mind, London : Thames & Hudson.

Pinker, S. (1997). How the mind works, New York : W.W. Norton.

Posner, M. and Raichle, M. (1997). Images of mind, New York : W.H. Freeman.

Premack, D. and Premack, A. (2003). Original intelligence, New York : McGraw - Hill.

Quartz, S. and Sejnowski, T. (2002). Liars, lovers and heroes, New York : William Morrow,.

Robertson, I. (2000). Mind Sculpture, New York : Bantam Scaks, O. (1985). The man who mistook his wife for a hat, New York : Harper Collins

(1995). An antoropologist on Mars, New York : Alfred Knopf Schacter, D.L. (1996). Searching for memory, New York : Basic Books.

Wolpert, L. (2001). Malignant sadness : the anatomy of depression, Faber and Faber.

Zeki, S. (1993). A vision of the brain, Oxford : Oxford University Press.

அருஞ்சொற்களஞ்சியம்[1]

சாய்வெழுத்துகளில் சுட்டப்பட்டுள்ள சொற்கள் தம்முடைய சொந்தப் பதிவுகளைக் கொண்டுள்ளன

அடிநரம்பு முடிச்சு (Basal Ganglia): *வால்உட்கரு, பியுட்டமென், வெளிறு கோளம், கரும்பொருள் போன்றவற்றை உள்ளடக்கியது.* மூளையில் மிக ஆழமாக அமைந்துள்ள அடிநரம்பு முடிச்சு இயக்கத்தில், குறிப்பாக தோரணை மற்றும் சமன் நிலைக்கட்டுப்பாட்டில், முக்கியப்பங்களிப்புக் கொண்டுள்ளது. மேலும் இது ஒருசில தசைகளின் தன்னிச்சையான இணக்கங்களைக் கட்டுப்படுத்தி *இயக்கப்புறணியால்* சீர் முறைப்படுத்தப்படும் அதிக இச்சையான இயக்கங்களைச் செயல்படுத்துகின்றன (காண்க *முகப்பு மடல்*). ஒரு மரையாணியைத் திருகுவதற்கான விரல் மற்றும் மணிக்கட்டு இயக்கங்கள் *இயக்கப்புறணியால்* கட்டுப்படுத்தப்படுகிறது என்றாலும் முழங்கையையும் (மூட்டு) மற்றும் தோளையும் இணக்கமாக்கி அவற்றை செய்ய வைப்பது அடிநரம்பு முடிச்சுதான். *கரும்பொருளில்* ஏற்படும் செல் இறப்பு பார்கின்சன் நோயின் அறிகுறிகளை, விறைப்பு நடை மற்றும் தோரணை இணக்கமின்மை ஆகியவற்றையும் சேர்த்து, உருவாக்குகிறது.

"அதனால் என்ன" (So what stream) : தடம் நன்கு வரையறுக்கப்படாத அல்லது உள்ளமைப்பியல் அடிப்படையில் உருவரைவு செய்யப்படமுடியாத இந்த வழிப்பாதை நீங்கள் கண்டு கொண்டிருக்கும் பொருளின்/காட்சியின் உயிரியல் முக்கியத்துவத்தோடு தொடர்புடைய *பொட்டு மடல்களின்* பகுதிகளை ஈடுபடுத்துகிறது. *மேல்பொட்டுப்பள்ளம், அமிக்டாலா, இன்சுலா* ஆகியவற்றோடு கொண்டு இணைப்புகளையும் இது உள்ளடக்கியதாகும். அது வழிப்பாதை 3 என்றும் அழைக்கப்படுகிறது.

அமிகடாலா (Amygadala) : *பக்க உறுப்பு ஒருங்கின்* முக்கியமான கூறான இது *பொட்டு மடல்களின்* முன் முனையில் காணப்படும் ஒரு அமைப்பாகும். *கதிர்க்கோல் வடிவ மடிப்புச் சுருளிலிருந்து* வந்து சேரும் இரண்டு புறத்தேற்றங்களையும் உள்ளடக்கிய பல இணையான உள்ளீடுகளை இது ஏற்கிறது. *அமிக்டாலா பரிவு அதிர்வு நரம்பு ஒருங்கினை* (போர்டு-அல்லது-பயந்து ஓடு துலங்கல்கள்) செயலூக்கம் செய்ய உதவுகிறது.

---

1 இங்கு தமிழெழுத்து அடிப்படையில் வரிசைப்படுததப்படடுளள்ன; மூல நூலில் ஆங்கில எழுத்து அடிப்படையில் வரிசைப்படுத்தப்பட்டுள்ளன.

ஹைபோதலாமஸ் வழியாக அமிக்டாலா வெளியீடுகளை அனுப்பிய பொருட்களுக்கான தகுதியான (சரியான) இடைவினைகளைத் தூண்டுகிறது - அதாவது, ஊட்டுதல், பயந்து ஓடுதல், சண்டையிடுதல், பாலுணர்வு கொள்ளுதல் போன்றவைகளை இதன் பாதிப்புக்கூறு (அகநிலை உணர்ச்சிகள்) முகப்பு மடல்களுடன் கொண்டுள்ள இணைப்புகளை ஓரளவுக்கு ஈடுபடுத்துகிறது.

அரைக்கோளங்கள் (Acnisheres) : காண்க: பெருமூளை அரைக்கோளங்கள்

அறிதிறன் (cognifion) : சூழலில் உள்ள நிகழ்வுகள் அல்லது பொருட்களைப் பற்றிய அறிவை அல்லது உணர்வைப் பெறுவதற்கு ஒரு உயிரிக்கு உதவும் செயல் அல்லது செயல்கள்; இந்த அறிவைப் புரிந்து கொள்வதற்கும் பிரச்சினைத் தீர்வுக்கும் பயன்படுத்துதல்.

அறிதிறன் உளவியல் (Cognitiue Psychology) : மூளையில் நடைபெறும் தகவல் பதப்படுத்தம் பற்றிய அறிவியல் துறை அறிதிறன் உளவியல் அறிஞர்கள் அப்படி பரிசோதனைகளை மேற்கொண்டு தகவல் பதப்படுத்த நிலைகளை தனிப்படுத்துகிறார்கள். ஒவ்வொரு நிலையும் ஒரு கருப்புப்பேழையாக விவரிக்கப்படுகிறது. வெளியீடு அடுத்த பேழைக்குச் செல்வதற்கு முன்பு இதனுள் ஒருசில குறிப்பிட்ட கணிப்புகள் செய்யப்படுகின்றன; இதனால் ஆய்வாளர் ஒரு பாய்வு வரிப்படத்தைத் தயாரிக்க முடியும். பிரிட்டன் நாட்டு உளவியளாளரான ஸ்டூவர்ட் சூதர்லேண்டு அறிதிறன் உளவியலை "எண்ணங்களுக்குப் பதிலியான பாய்வு வரைப்படங்களின் பகட்டுக் காட்சித் தோற்றங்கள்" என்று வரையறை செய்துள்ளார்.

அறிதிறன் நரம்பு அறிவியல் (Cognitiue nearosuenu): அறிதிறன், புலனுணர்வு ஆகியவற்றிற்கான நரம்பியல் விளக்கங்களைக் கொடுப்பதற்கு முயற்சி செய்யும் அறிவியல் துறை. இங்கு முக்கியத்துவம் அடிப்படையில் அறிவியலுக்கு கொடுக்கப்பட்டாலும், மருததுவம்சார் பக்கவிளைவுகள் காணப்படலாம்.

ஆக்சான் (Axon): நியூரானின் நார்-போன்ற நீட்சி; இதன் மூலம் இலக்கு செல்களுக்குத் தகவல் அனுப்பப்படுகிறது.

ஆடிநியூரான்கள் (Mirror Neurons): முதன்முதலில் குரங்குகளின் முகப்புமடல்களில் (மனிதர்களின் புரோக்கா மொழிப்பரப்பிற்கு ஒத்த பகுதியில்) கண்டுணரப் பற்ற நியூரான்கள். ஒரு பொருளை அடையும் போதோ, அல்லது அதே செயலை மற்றொரு குரங்கு செய்யத் தொடங்கும்போதோ இந்த நியூரான்கள் செயலூக்கம்

பெற்று, அதன் மூலம் மற்றொரு குரங்கின் நோக்கங்களைப் பாவனைச் செய்கிறது அல்லது அதன் மனதைப் "படிக்கிறது". தொடுதலுக்கான ஆடிநியூரான்களும் கண்டுபிடிக்கப்பட்டுள்ளன; அதாவது, தன்னைத் தொடும்போதும், மற்றொரு மனிதர் தொடப்படும் போது கவனிக்கும் போதும் உணர்வுள்ள தொடுதல் ஆடிநியூரான்கள் செயலூக்கம் பெறுகின்றன. முக உணர்ச்சிகளை உருவாக்குவதற்கும், கண்டுணர்வதற்கும்கூட ஆடிநியூரான்கள் உள்ளன (இன்சுலாவில்); இதேபோன்று வலி "பரிவுக்கும்" ஆடிநியூரான்கள் உள்ளன (முன்பக்க சிங்குலேட்டில்).

ஆஸ்பெர்கெர் நோய்கூட்டுஅறிகுறி (Lspcrgeis Syndrome) : ஒருவகை ஆட்டிசம். இத்தகைய நோயாளிகளிடம் இயல்பான மொழித்திறனும் அறிதிறன் வளர்ச்சியும் இருந்தாலும், சமுதாய இடைச்செயல்களில் இவர்களுக்குக் குறிப்பிடத்தக்க பிரச்சனைகள் காணப்படும்.

இணைஉறுப்பு (பக்கஉறுப்பு) ஒருங்கு (Liuloic System): மூளையின் பல அமைப்புகளாலான ஒரு தொகுப்பு. இதில் *அமிக்டாலா, முன்பக்க சிங்குலேட், வளைவு முடிச்சு, ஹைபோதலாமஸ், ஹிபோகேம்பஸ் பின்மேடு,* தடுப்பு போன்றவை உள்ளடங்கியவை. இந்த தொகுப்பு அமைப்புகள் ஒன்று சேர்ந்து உணர்ச்சியைக் கட்டுப்படுத்துகின்றன.

இணைபரிவு அதிர்வு நரம்பு ஒருங்கு (Sympthetic Neruous symtem): தன்னிச்சை நரம்பு ஒருங்கின் ஒரு பிரிவு. ஓய்வு நிலைகளின் போது உடலின் ஆற்றல் மற்றும் மூலப்பொருட்களைப் பேணுவதற்கு இது உதவுகிறது. இந்த ஒருங்கு கண்மணி சுருங்குவதை கட்டுப்படுத்துகிறது. இயல்பான உணவு செரித்தலுக்குத் தேவையான இரத்தத்தைக் குடலுக்கு அனுப்ப உதவுகிறது, இதயத்தின் சுமையைக் குறைக்கும் வகையில் இதயத்துடிப்புத் தகைவேகத்தையும், இரத்த அழுத்தத்தையும் குறைக்க உதவுகிறது.

இயற்கைத் தேர்வு (Natural seletion): பாலினப்பெருக்கம் ஜீன்களை இடம் மாற்றிக் கலைத்து புதிய சேர்கைகளில் அமைக்கின்றது. இறப்புண்டாக்காத சடுதிமாற்றங்கள் தன்னிச்சையாகத் தோன்றுகின்றன. எந்த சடுதிமாற்றங்கள் அல்லது ஜீன் சேர்ப்புகள் தம்முடைய தற்போதைய சூழலுக்கு ஒருசில சிற்றினங்களை நன்கு தகவமைவுச் செய்ய உதவுகின்றனவோ அவை பல நேரங்களில் நன்கு நிலைத்துக் காணப்படுகின்றன. ஏனெனில் இதன் காரணமாக பெற்றோர்கள் நிலைத்துநின்று, அடிக்கடி இனப்பெருக்கம் செய்கின்றனர். இந்த சொற்றொடர் படைப்புக் கொள்கைக்கு (இக்கொள்கையின் படி அனைத்துச்

சிற்றினங்களும் ஒரே நேரத்தில் படைக்கப்பட்டன) ஏதிராகப் பயன்படுத்தப்படுகிறது; தாவரங்களையும், கால்நடைகளையும் மேம்படுத்த மனிதர்கள் பயன்படுத்தும் செயற்கைத் தேர்வுக்கும் எதிரானதாகும் இது. இயற்கைத் தேர்வு பரிணாமத்தோடு சமனானது அல்ல; இது பரிணாம மாற்றத்தை உந்தச் செய்ய உதவும் ஒரு செயல்முறையாகும்.

இயக்க நியூரான் (Motor Neruous): மைய நரம்பு ஒருங்கிலிருந்து ஒருதசைக்கு தகவலை எடுத்துச் செல்லும் ஒரு நியூரான். இயக்க-ஆணை நியூரான்களைக் குறிக்கவும் இந்த சொற்றொடர் நெகிழ்வாகப் பயன்படுத்தப்படுகிறது; இயக்க ஆணை நியூரான்கள் ஒரு தொடர்வரிசைத் தசை சுருக்கங்களை பல செயல்களுக்காகத் திட்டநிரல் செய்கின்றன.

இருமுனைவுக் கோளாறு (Bipdat Disorder): இது உளமருத்துவக் கோளாறாகும். மூர்க்கத்தனமான மனப்பான்மை ஊசலாட்டங்களால் இந்தகோளறு கொண்டவர்கள் பாதிப்படைவார்கள். உயர்ஆற்றல் மற்றும் படைப்புத்தன்மை உள்ள பித்துபிடித்த காலங்களையும் குறைந்த ஆற்றல் மற்றும் சோகம் கொண்ட மன்சோர்வு காலங்களையும் இத்தகைய நோயாளிகள் உணர்வார்கள். இது பித்து மனச்சோர்வுக் கோளாறு என்றும் அழைக்கப்படுகிறது.

இழுப்பு (Stroke) : மூளைக்கு இரத்த வழங்கல் தடைப்படுதல், இந்தத்தடை ஒரு ரத்தக்குழாயில் இரத்தம் உறைதலாலோ, இரத்தக் குழாய் சுவர் வெடிப்பதாலோ, இரத்தம் உறைவதால் அல்லது வேறெங்கோ ஏற்பட்ட காயத்தால் வெளிவிடப்பட்ட கொழுப்புச்சிறுதிவளை படிவதால் ஏற்படும் இரத்த ஓட்டத்தடையாலோ ஏற்படலாம். ஆக்சிஜன் (இது இரத்தத்தால் எடுத்துச் செல்லப்படுகிறது) பற்றாக்குறையால், பாதிக்கப்பட்ட பகுதியில் உள்ள நரம்பு செல்கள் செயல்பட முடியவில்லை, இதனால் அவை இறக்கின்றன. இதன் காரணமாக இந்த செல்களால் கட்டுப்படுத்தப்படும் உடல் பகுதியும் செயல்பட முடிவதில்லை. மேலை நாடுகளில் இறப்புக்கு முக்கியக் காரணமாகத் திகழும் இழுப்பு உணர்விழப்பிலும் மூளைச் செயல் இழப்பிலும், இறப்பிலும் முடிவடைகிறது. கடந்த பத்தாண்டுகளில், ஆடிகளிலிருந்து பெறப்படும் பின்னூட்டம் ஒருசில இழுப்பு நோயாளிகளின் கரத்தின் உணர்வு மற்றும் இயக்கச்செயல்களை மீண்டும் பெறுவதை விரைவாக்குகிறது என்று ஆய்வுகள் எடுத்துக்காட்டியுள்ளன.

இன்சுலா (Insula): மூளையின் பக்கவாட்டில் உள்ள மடிப்புகளில் புதைந்து காணப்படும் புறணியின் ஒரு தீவுத்திட்டு. இது முன், நடு, பின் பகுதிகளாக பிரிக்கப்பட்டு ஒவ்வொரு பகுதியும் பல

துணைப்பிரிவுகளைக் கொண்டுள்ளன. முண்டப்பகுதியிலிருந்தும் (உள்ளமை உறுப்புகள்), சுவை, மணம், வலி போன்றவற்றின் உள்ளீடுகளையும் இன்சுலா பெறுகிறது. இது உடல் சார் உணர்வுப்புறணியிலிருந்தும் (தொடுதல், தசை, மூட்டு மற்றும் அமைவிட நிலை உணர்வுகள்), உடல் சமன்நிலை ஒருங்கிலிருந்தும் (காதில் உள்ள சமன்நிலை உறுப்புகள்) உள்ளீடுகளைப் பெறுகிறது. இந்த இடைவினைகளில் மூலம் இன்சுலா ஒரு மனிதனின் "குடல் மட்டத்தை" கட்டமைப்புச் செய்கிறது. ஆனால் நன்றாகவும், முழுமையாகவும் இணைக்கப்படாத ஒரு மனிதனின் தொடக்கநிலை 'உடல்உருவ" உணர்வைக் கட்டமைப்புச் செய்கிறது. இவற்றைத்தவிர, இன்சுலாவில் உள்ள ஆடி நியூரான்கள் வெறுப்பூட்டும் முக உணர்வுகளைக் கண்டுணர்கின்றன மற்றும் பிடிக்காத உணர்வினையும், மணத்தையும் பற்றிய உணர்வுகளை வெறுப்போடு முகத்தில் காட்டுகின்றன.

உணர்வுப் பண்புகள் (Dualia) : தானாகவே எழுகின்ற உணர்வுகள்.

உளக்கொள்கை (Theory Of Mind) : மற்ற மக்களின் எண்ணங்கள் மற்றும் நோக்கங்கள் பற்றிய ஒரு முன்மாதிரியை தம்முடைய மூளைகளில் மனிதர்களும், உயர் பிரைமேட்டுகளும் கட்டமைப்புச் செய்லாம் என்ற கருத்து. இந்த முன்மாதிரி எவ்வளவுக்கெவ்வளவு துல்லியமாக உள்ளதோ, அவ்வளவுக்கவ்வளவு மற்ற மக்களின் எண்ணங்கள், நம்பிக்கைகள் மற்றும் செயல்களை ஒருவர் மிகவும் துல்லியமாகவும், விரைவாகவும் முற்கூற்று செய்யமுடியும். மனித மூளைகளிலும் (ஒரு சில வாலில்லாக் குரங்குகளின் மூளைகளிலும்?) மிகவும் சிறப்புத் தன்மை வாய்ந்த மூளை நரம்புச் சுற்றுகள் உள்ளன என்றும், இவை உளக்கொள்கையை அனுமதிக்கின்றன என்றும் கருதப்படுகின்றன. உட்டா ஃபிரித் மற்றும் சைமன் பேரன் கோஹென் ஆகிய இருவரும் உளக்கொள்கை ஆட்டிசம் கொண்ட குழந்தைகளிடம் குறைபாடு கொண்டிருக்கலாம் என்று கருதுகின்றனர். இக்கருத்து எங்களுடைய கருத்தான ஆடி நியூரான்கள் அல்லது அவற்றின் இலக்குகளின் செயலின்மை தான் ஆட்டிசத்திற்கு அடிப்படைக் காரணம் என்பதோடு ஒத்துள்ளது.

உறுப்புத்துணிப்பு விருப்பம் (Apotemnophilia) : ஒருவகை நரம்புசார் கோளாறு: மற்றபடி உளநலம் பெற்ற ஒரு மனிதர் நன்கு உள்ள பக்க உறுப்பு ஒன்றை துணிப்பு செய்ய வேண்டும் என்ற விருப்பத்தைக் கொண்டிருத்தல்; இதன் மூலம் அவர் "முழுமையை உணர" நினைக்கிறார். இதற்கான பழைய ஃபிராய்டிய விளக்கம் என்னவெனில், நோயாளி துணிப்பு செய்யப்பட்ட பக்க உறுப்பின் பெரிய கட்டைப் பகுதி ஆணுறுப்பு போன்று காட்சி அளிக்க

வேண்டும் என்று விரும்புதல். இது உடல் முழுமை அடையாளக் கோளாறு என்றும் அழைக்கப்படுகிறது.

"எப்படி" தடம் (How Streaus) : பார்வைப் புறணியிலிருந்து புறவமைமடல் பகுதிக்குச் செல்லும் வழிப்பாதை; உங்களுடைய உடல் மற்றும் சூழலுக்கு ஏற்ப உங்களுடையக் கரம் அல்லது காலை எப்படி இயக்குவது என்பதை நிர்ணயம் செய்யக்கூடிய தசை துடிப்புகளின் தொடர்வரிசைகளை இந்தத் தடம் வழிநடத்துகிறது. ஒரு பொருளைச் சரியாக நாடுவதற்கு, அதை பிடித்துக் கொள்வதற்கு, இழுப்பதற்கு, தள்ளுவதற்கு மற்றும் இதரவகை பொருள் கையாளுதல்களுக்கு உங்களுக்கு இந்த வழிப்பாதை தேவைப்படுகிறது. பொட்டுமடல்களில் இதனை "என்ன" தடத்திலிருந்து வேறுபடுத்தி அறிய வேண்டும். "என்ன" மற்றும் "எப்படி" தடங்கள் புதிய வழிப்பாதையிலிருந்து பிரிகின்றன. ஆனால் பழைய வழிப்பாதை மேல் குறும்புடைப்பில் இருந்து கிளம்பி, புறவமை மடலுக்குள் புறத்தேற்றமடைந்து பின்பு "எப்படி" தடத்துடன் ஒன்று சேர்ந்து அதே மடலுக்குள் குவிகின்றது. இது வழிப்பாதை 1 என்றும் அழைக்கப்படுகிறது.

எளிமையாக்கக் கொள்கை (Reductionism) : உலகைப் புரிந்துகொள்ள அறிவியல் அறிஞர்கள் பயன்படுத்தும் மிகவும் வெற்றிகரமான முறைகளில் ஒன்று. ஒருபொருளின் மொத்தமும் அதனுடைய கூறுகளிடையே நடைபெறும் சட்டத்துக்கு உட்பட்ட இடைவினைகளின் (இடைவினைகளின் மொத்தம் அல்ல) அடிப்படையில் விளக்கப்படலாம் என்று இந்தக் கொள்கை கூறுகிறது. எடுத்துக்காட்டாக, ஜீனியக் குறியத்திற்கும் DNA இழைகளின் நிரப்பீட்டுத் தன்மைக்கும் மரபியல் "குறைக்கப்பட்டுள்ளது". ஒரு சிக்கலான நிகழ்வை அதனுடைய உள்ளடக்கக் கூறுகளுக்குக் குறைப்பது அந்த நிகழ்வின் சிக்கல் தன்மையை எந்தவிதத்திலும் செல்லாததாக்குவதில்லை. சிக்கலான நிகழ்வுகள் அவை விளக்கப்படும் "அதே மட்டத்தில்" உள்ள காரணங்களுக்கும், விளைவுகளுக்கும் இடையேயான சட்டத்திற்குட்பட்ட இடைவினைகளின் அடிப்படையிலும் மனிதன் எளிதில்புரிந்து கொள்வதற்காக விளக்கப்படலாம் (உங்களுடைய மருத்துவர் உங்களிடம் பின்வருமாறு கூறுவது போன்று: "உங்களுடைய நோய் உயிர்ப்புத்தன்மையின் குறைப்பினால் ஏற்பட்டுள்ளது"). என்றாலும் இது நமக்கு அதிக அளவில் உதவுவதில்லை. பல உளவியலாளர்களும், ஒருசில உயிரியல் அறிஞர்களும்கூட எளிமையாக்கக் கொள்கையைத் தீவிரமாக எதிர்க்கிறார்கள்; எடுத்துக்காட்டாக அவர்கள் கூறுகிறார்கள், நீங்கள் விந்தினைப் பற்றி அதனுடைய மூலக்கூறமைப்பினை மட்டுமே அறிவதின் மூலம், ஆனால் பால்தன்மையைப்பற்றி

அறியாமல், சரியாக விளக்க முடியாது. மாறாக பல நரம்பு அறிவியல் அறிஞர்கள் அது உயர்-மட்ட நிகழ்வுகளை விளக்க உதவுகிறதா என்பதைப் பற்றி அதிகம் கவலைப்படாமல், எளிமையாக்கக் கொள்கையினால் தன்வயத்தையே இழந்துவிடுகின்றனர்.

"என்ன" தடம்('What Stream') : பொருட்களை அடையாளம் கண்டுணரவும் அவற்றின் அர்த்தம் மற்றும் முக்கியத்துவத்தைக் கட்டுப்படுத்தவும் உதவும் பொட்டுமடல் வழிப்பாதை. இது வழிப்பாதை 2 என்றும் அழைக்கப்படுகிறது. மேலும் காண்க, புதிய வழிப்பாதை மற்றும் "எப்படி" தடம்.

ஏம்ஸ் அறை திரித்துணர்வு (Anes Room Illusioa) : ஒரு உருத்திரிவு அடைந்த அறை. இதனைப் பயன்படுத்தி அறையின் ஒருமூலையில் உள்ள மனிதர் ராட்சக அளவினையும் மற்றொரு மூலையில் உள்ள மனிதர் குள்ளமானவராகவும் தோன்றும்படியான ஒளிசார்ந்திருத்துணர்வை உருவாக்கலாம்.

ஏற்பி செல் (Reaptor Cell) : புலன்சார் தகவல்களை எடுத்து, பரப்புகின்ற சிறப்புத்தன்மை வாய்ந்த உணர்வு செல்கள்.

ஏற்பி மூலக்கூறு (Recptor Moleule) : சிறப்பான வேதிய மற்றும் இயற்பியல் அமைப்பு கொண்டு, செல்லின் பரப்பில் அல்லது உள்ளே காணப்படும், குறிப்பிட்ட மூலக்கூறு செல்களில் உளளள் ஏற்பிகளுடன் பிணைந்துதான் பல நரம்பு செலுத்திகளும், ஹார்மோன்களும் தம்முடைய விளைவுகளை ஏற்படுத்துகின்றன. எடுத்துக்காட்டாக, கணையத்தின் தீவுத்திட்டு செல்களால் வெளிவிடப்படும் இன்சுலின் இலக்கு செல்களில் உள்ள ஏற்பிகளின் மேல் செயல்பட்டு செல்கள் குளுகோசை உள்ளேற்க உதவுகின்றது.

ஒன்றிய உணர்வுநிலை (Synesthesia) : வடிவங்களைச்சுவைப்பது, ஒலிகள் அல்லது எண்களில் நிறங்களைக் காண்பது போன்ற தூண்டப்பட்ட உணர்வுகளைத் தவிர வேறு ஒன்றையும் மற்றொரு உணர்வாக ஒரு மனிதன் புலனுணர்வு செய்யும் ஒரு நிலை ஒன்றிய உணர்வு நிலை, ஒரு எழுத்தாளர் உருவகங்களைப் பயன்படுத்துவதைப் போன்ற உணர்வுகளை விளக்குவதற்கான வகையாக மட்டும் இருப்பதில்லை; ஒன்றிய உணர்வு நிலைகொண்டவர்கள் உண்மையிலேயே உணர்வுகளை அனுபவிக்கிறார்கள்.

ஹோமினின்கள் (Homununs): ஹைபோதலாமஸ் ஹோமினின் இனத்தொகுப்பைச் சேர்ந்த உறுப்பினர்கள். அண்மையில் மறுசீரமைக்கப்பட்ட இந்த வகைப்பாட்டுத் தொகுப்பில் சிம்பன்சிகள் (பான், Pan) மனிதர்கள், மறைந்துவிட்ட முன்னோடி மனித பேரினம் (ஹோமோ), மனித மற்றும் வாலில்லாக்குரங்கு

போன்ற பண்புகளின் கலப்பினைக் கொண்ட சில முன்னோடி சிற்றினங்கள் (ஆஸ்ட்ரலோபிதிகஸ் போன்ற) ஆகியவை அடங்குகின்றன. கொரில்லாக்களிலிருந்து (கொரில்லா இனத்தொகுப்பு) ஹோமினின்கள் விரிவடைந்ததாகக் கருதப்படுகிறது.

கதிர்கோல்வடிவ மடிப்புச்சுருள் (Fuseform gyrus) : பொட்டு மடலின் ஆடி உள் பகுதிக்கு அருகில் அமைந்துள்ள மடிப்புச்சுருள், இது நிறம், முகங்கள் மற்றும் இதரபொருட்களை அடையாளம் கண்டுணர்வதற்கான துணைப்பிரிவுகளைச் சிறப்பாகப் பெற்றுள்ளது.

கருப்புப்பேழை (Black Box): 1980, 1990 -ஆம் அண்டுகளில் தற்கால உருவகப்படமாக்கத் தொழில் நுட்பங்கள் தோன்றுவதற்கு முன்பு மூளைக்குள் நுழைந்து ஆய்வு செய்ய முடியவில்லை,எனவே,மூளை ஒருகருப்புப்பேழைக்குஒப்பிடப்பட்டது(இந்தசொற்றொடர்மின் பொறியியலிருந்து கடன் வாங்கப்பட்டதாகும்). கருப்புப்பேழை அணுகுமுறையை அறிதிறன்சார் உளவியல் அறிஞர்களும், புலனுணர்வு உளவியல் அறிஞர்களும் ஆதரிக்கின்றனர்; மூளை உள்ளமைப்பு பற்றிய அறிவினால் பாதிக்கப்படாமல் மூளையில் தாங்கள் கருதும் தகவல் பதப்படுத்தம் நிலைகளை இவர்கள் பாய்வு வரைபடங்கள் அல்லது படங்களாக வரைகின்றனர்.

கிளர்வுறுதல் (Ecitation) : ஒரு நியூரானின் மின் நிலையில் காணப்படும் ஒரு மாற்றம். இது செயல் அழுத்தத்துடிப்புகளின் (ஒரு ஆக்சான் வழியாகத் தகவலை நியூரான் அனுப்பும் போது காணப்படும் தொடர் மின்னூட்டத்துடிப்புகள்) மேம்படுத்தப்பட்ட நிகழ்தகவு.

கிளை நிகழ்வு நினைவு (Eplsodic Memory): உங்களுடைய சொந்த அனுபவத்திலிருந்து குறிப்பிட்ட நிகழ்வுகளைச் சார்ந்த நினைவு.

கீழ் புறவமைச்சிறுமடல் (Inferior Parilefal Lobale): மேல் புறவமைச் சிறுமடலுக்குச் சற்று கீழே புறவமை மடலின் மையப்பகுதியிலமைந்தஒருபுறணிப்பகுதி.வாலில்லாக்குரங்குகளை ஒப்பிடும்போது, இது மனிதர்களிடம் பலமடங்குப் பெரிதாகக் காணப்படுகிறது. குறிப்பாக இடது பக்கத்தில். மனிதர்களிடம் IPL பிளந்து இரண்டு முற்றிலும் புதிய அமைப்புகளை உருவாக்கியுள்ளது: மேல்விளிம்பு மடிப்புச்சுருள் (மேல்பக்கம்), இது கருவிப்பயன்பாடு போன்ற திறந்த-சார் செயல்களில் ஈடுபட்டுள்ளது.மற்றும், கோண மடிப்புச்சுருள், இது எண்கணக்கு, படித்தல், பெயரிடுதல், எழுதுதல் போன்றவற்றில் ஈடுபட்டுள்ளது. உருவகச் சிந்தனைகளிலும் ஈடுபடலாம் என்று கருதப்படுகிறது.

குருட்டுப்பார்வை (Blindsight) : பார்வைப்புறணியில் ஏற்பட்ட சிதைவின் காரணமாக உண்மையிலேயே குருடான நோயாளிகளிடம் காணப்படும் ஒரு நிலைமை, எனினும், இவர்கள் பொருட்களைக் கண்டால் மட்டும் சாதாரணமாக செய்ய முடியாததாகக் கருதப்படும் செயல்களைச் செய்கின்றார்கள். எடுத்துக்காட்டாக, இவர்களால் ஒரு பொருளைச் சுட்டிக் காட்ட முடியும் மற்றும் ஒரு கம்பு செங்குத்தாக உள்ளதா அல்லது கிடைமட்டமாக உள்ளதா என்பதைக் கூற முடியும். இவர்களால் அவற்றை உர்ணவோடு புலனுணர்வு செய்ய முடியவில்லை என்றாலும், இதற்கான விளக்கம் பின்வருமாறு: மூளையில் இரண்டு வழிப்பாதைகள் மூலம் பார்வைத் தகவல் பயணம் செய்கிறது. *பழைய வழிப்பாதை* மற்றும் *புதிய வழிப்பாதை.* புதிய வழிப்பாதை மட்டுமே சிதைவடைந்தால், நோயாளி ஒரு பொருளைக்காணும் திறனை இழக்கிறான் என்றாலும் அது அமைந்திருக்கும் இடத்தையும், அமைவுப் பாங்கினையும் அவனால் உணரமுடிகிறது.

குறுக்கு-புலனுகர்ச்சி (Cross-Moclal) : இது தொடுதல், கேட்டல், பார்வை போன்ற வெவ்வேறு புலன்சார ஒழுங்குகளுக்கு இடையே உள்ள இடைவினைகளை விளக்குகிறது. நான் ஒரு பெயரிடமுடியாத, ஒழுங்கற்ற வடிவம் கொண்ட பொருளை உங்களுக்குக் காட்டி, பின்பு உங்கள் கண்ணைக்கட்டி அந்தப் பொருளை அதே போன்ற பொருட்களின் குவியலிலிருந்து உங்கள் கைகளால் எடுக்கச் சொன்னால், நீங்கள் குறுக்கு-புலனுகர்ச்சி இடைவினைகளைப் பயன்படுத்தி அதனைச் செய்ய முயல்வீர்கள். இந்த இடைவினைகள், குறிப்பாக, *கீழ் பக்கவாட்டு சிறுமடலிலும்* (குறிப்பாக கோண மடிப்புச்சுருள்) மற்றும் கிளாஸ்ட்ரம் (மூளையின் பலபகுதிகளிலிருந்து உள்ளீடுகளைப் பெறும், மூளையின் பக்கங்களில் புதைந்து காணப்படும் ஒரு தகடு செல்கள்), இன்சுலா போன்ற ஒருசில இதர அமைப்புகளிலும் குறுக்கு-புலனுகர்ச்சி காணப்படுகின்றது.

கூம்பு (Cone) : விழித்திரையில் காணப்படும் பார்வைக்கான ஒரு முதல் நிலை ஏற்பிசெல். கூம்புகள் நிறத்திற்கு உணர்வு கொண்டவை, முக்கியமாக பகல் நேரப்பார்வைக்குப் பயன்படுத்தப்படுகின்றன.

கேப்கிராஸ் நோய்கூட்டுஅறிகுறி (Capgras Syndrome) : ஒரு அரிதான நோய்க்கூட்டு அறிகுறி. இந்த அறிகுறி உள்ளவர்கள் தம்முடைய நெருங்கின உறவினர்களை - மனைவி/கணவன், குழந்தைகள், மனைவி/கணவன், குழந்தைகள், சகோதரர்கள்/சகோதரிகள் - ஆள்மாறாட்டக்காரர்கள் என்று உறுதிபடக் கருதுகின்றனர். முகம் அடையாளம் கண்டுணரும் மற்றும் உணர்ச்சித் துலங்கல்களைக் கையாளும் மூளைப்பரப்புகளுக்கிடையே உள்ள

இணைப்புகளுக்கு ஏற்படும்சிதைவால் இது உண்டாக்கப்படலாம். கேப்கிராஸ் நோய்கூட்டு அறிகுறி உள்ள எவரொருவரும் தாம் விரும்புவர்களின் முகங்களை அடையாளம் கண்டுரலாம் என்றாலும், அந்த மனிதரோடு பொதுவாகத் தொடர்புடைய உணர்ச்சி இடைவினையை உணரமாட்டார்கள். இது கேப்கிராஸ் மருட்சி என்றும் அழைக்கப்படுகிறது.

கோட்டார்டு நோய்க்கூட்டு அறிகுறி (Cotard Syndrome) : இந்த கோளாறில் ஒரு நோயாளி தான் இறந்துவிட்டதாக வலியுறுத்திக் கூறுகிறார்; சிலர் தன்னுடைய இறந்த உடலில அழுகும் தசையின் நாற்றம் உணரப்படுவதாகவோ, தோலின் மேல் புழுக்கள் ஊறுவதாகவோ கூட குறிப்பிடுகிறார்கள் (அல்லது வேறு சிலர் இதே போன்ற அபத்தமான மருட்சிகளை உணர்கிறார்கள்). கேப்கிராஸ் நோய்க்கூட்டு அறிகுறியின் மிகைப்படுத்தப்பட்ட வகையாக இது இருக்கலாம். கேப்கிராஸ் நோய்க்கூட்டு அறிகுறியில் ஒரு பரப்பு (எடுத்துக் காட்டாக முகம் அடையாளம் கண்டுணர்தல்) மட்டுமல்லாது அனைத்து உணர்வுப் பரப்புகளும் பக்க உறுப்பு ஒருங்கிலிருந்துத் துண்டிக்கப்படுகின்றன. இதன் காரணமாக இந்த நோய் உள்ளவர்களுக்கு உலகத்தோடு மட்டுமின்றி தன்னோடும் கூட உணர்ச்சித் தொடர்புகள் முழுவதும் காணப்படுவதில்லை.

கோண மடிப்புச்சுருள் (Angular Gyras) : பின்மண்டை மற்றும் பொட்டுமடல்களுடன் கொண்டுள்ள சந்திக்கு அருகில் உள்ள புறவமை மடலின்கீழ்பகுதியில் அமைந்துள்ள ஒரு மூளை பரப்பு. இது உயர்ந்த மட்ட கருத்தியலாக்கம் மற்றும் படித்தல், எழுத்தல், எண் கணக்கியல், இடது - வலது வேற்றுமைப்படுத்தம், எழுத்துக் குறியீட்டல், விரல்களின் குறியீட்டல் மற்றும் உருவங்கள் மற்றும் உருவகங்கள் மற்றும் பழமொழிகளைப்புரிந்து கொள்ளுதல் போன்ற திறன்கள் போன்றவற்றில் ஈடுபட்டுள்ளது. கோண மடிப்புச்சுருள் மனிதர்களுக்கே உரித்தான ஒன்றாக இருக்கலாம். இது ஆடிநியூரான்களிலும் வளமைபெற்றிருக்க வேண்டும்; இந்த ஆடி நியூரான்கள் மற்றவர்களுடைய நோக்கிலிருந்து நீங்கள் உலகைக் காப்பதற்கு உதவுகின்றன (வெளி சார்பிலும், உருவகச்சார்பிலும்) - இது நன்னெறித்தன்மையின் ஒரு முக்கியக்கூறு.

கோரோ (Koro) : இளம் ஆசிய ஆண்களைப் பாதிப்பதாகக் கருதப்படும் ஒரு கோளாறு, இவர்கள் தங்களுடைய ஆணுறுப்புகள் தொடர்ந்து சுருங்கிகொண்டே வந்து முடிவில் உதிர்ந்து விடுவது போன்ற மருட்சியைக் கொண்டுள்ளனர். இதற்கு எதிர்மாறான நோய்க்கூட்டு அறிகுறி ஒருசில காகேசிய (வெள்ளையர்கள்) வயதான ஆண்களிடம் காணப்படுகிறது. இவர்கள் தம்முடைய

ஆணுறுப்புகள் தொடர்ந்து பெரிதாகிக்கொண்டே வருகின்றன என்ற மருட்சியைக் கொண்டுள்ளனர். இது அதிக சாதாரணமாகக் காணப்படுவதாகக் கருதப்படுகிறது. (இவ்வாறு எங்களுடைய சகமருத்துவரான ஸ்டூர்வர்ட் ஆன்ஸ்டிஸ் குறிப்பிடுகிறார்). இதற்கு அதிகாரபூர்வ பெயர் இன்னும் கொடுக்கப்படவில்லை.

சிறுமூளை (Cerebellum) : மூளையின் ஒரு தொன்மையான பகுதி. இது இயக்கக் கட்டுப்பாட்டிலும், அறிதிறன் செயல்பாட்டின் ஒரு சில கூறுகளிலும், ஒரு முக்கியமான பங்களிப்பைப் பெற்றுள்ளது. (இதனைக் குறிக்கும் ஆங்கிலச் சொல்லான Cerebellum - என்பதின் இலத்தீன் வேர்ச்சொல்லின் பொருள் "சிறுமூளை" என்பதாகும்) சிறுமூளை அசைவுகளின் ஒன்றியங்கல், செம்மைத்தன்மை மற்றும் சரியான நேரக்கட்டுப்பாடு போன்றவற்றிற்கு உதவுகிறது.

சீரோடோனின் (Sorotonim) : இது ஒரு மோனோஅமைன் நரம்புச் செலுத்தியாகும். இது வெப்பநிலை கட்டுப்பாடு, புலனுணர்வு, தூக்கத்தைத் தொடங்கத்தூண்டும் போன்றவற்றை உள்ளடக்கிய, ஆனால் இவற்றை மட்டும் அல்லாமல் இதர, பல செயல்களில் ஈடுபட்டுள்ளது. நரம்புச்செலுத்தியாக சீரோடோனினைப் பயன்படுத்தும் நியூரான்கள் மூளையிலும் உணவுக்குழலிலும் காணப்படுகின்றன. மூளையிலுள்ள சீரோடோனின் ஒருங்கை இலக்காக்க பல உளச்சோர்வு எதிர்ப்பு மருந்துகள் பயன்படுத்தப்படுகின்றன.

செயல்சார் காந்த ஒத்திசைவுப்படமாக்கம் (Funtion Megneto Resonana Lmagny) : இந்த தொழில் நுட்பத்தில் மூளையின் அடிக்கோடு செயல் அளவு (ஒரு மனிதன் எந்த செயலையும் செய்யாமல் இருக்கும்போது) ஒரு குறிப்பிட்ட செயலைச் செய்யும் போது ஏற்படும் செயலளவிலிருந்து கழிக்கப்படுகிறது, இந்த தொழில்நுட்ப முறை ஒரு மனிதன் ஒரு குறிப்பிட்ட இயக்க, புலனுணர்வு அல்லது அறிதிறன் செயலில் ஈடுபடும் போது மூளையின் எந்த உள்ளமைப்பியல் பகுதி செயல்படுகிறது என்பதை நிர்ணயம் செய்கிறது. எடுத்துக்காட்டாக, ஒரு ஜெர்மானியரின் மூளைச்செயல் ஒரு ஆங்கிலேயரின் மூளைச்செயலிலிருந்து கழித்தால் மூளையின் "நகைச்சுவை உணர்வு மையம்" பெறப்படும்.

செயல்முறை நினைவு (Proceedural Memory) : திறன்களுக்கான நினைவு (எடுத்துக்காட்டாக ஒரு இரு சக்கர வண்டியை ஓட்டக்கற்றல்); இது பிரகடனப்படுத்தப்பட்ட நினைவுக்கு எதிரானது; பிரகடனப்படுத்தப்பட்ட நினைவில் ஒரு குறிப்பிட்ட தகவல் சேமித்துவைக்கப்பட்டு தேவையானபோது மீள் கொணரப்படுகிறது (எடுத்துக்காட்டாக, பிரான்சின் தலைநகரம்

பாரிஸ் என்பது).

டென்டிரைட் (Dendrite) : நியூரான் செல்லின் உடலிலிருந்து பெறப்படும் மரம் போன்ற கிளைத்த நீட்சிகள். செல் உடலத்தோடு சேர்ந்த இது இதர நியூரான்களிலிருந்து தகவலைப் பெறுகிறது.

தடை (Inhition) : நியுரான்களைப் பொருத்தவரை, நரம்புச்செல் சந்தி வழியாக அனுப்பப்படும் செய்தியினால் ஏற்பு செல் செயல்படுவது தடுக்கப்படுதல்.

தலாமஸ் (Thalamus): இரண்டு முட்டை வடிவ நரம்புத்திசுத்திரட்சியைக் கொண்ட ஒரு அமைப்பு; இவை ஒவ்வொன்றும் ஒரு வால்நட் அளவு இருக்கும். மூளையின் ஆழத்தில் அமைந்து காணப்படுகின்றன. தலாமஸ் மிக முக்கிய உணர்வுத் தகவல் "பரப்பு நிலையமாக" செயல்படுகிறது; இது மூளையில் நுழையும் பல சமிக்ஞைகளில் மிகவும் குறிப்பிட்ட முக்கியத்துவம் வாய்ந்த தகவல்களை மட்டுமே பெறுகிறது.

தற்காப்பு செயல்முறைகள் (Defense Mechanusms) : சிக்மண்ட் மற்றும் ஆனா ஃபிராய்டு ஆகியோரால் உருவாக்கப்பட்ட சொற்றொடர். ஒவ்வொருவருடைய "தான் என்ற உணர்வின்" முழுமைத் தன்மைக்கு ஆபத்தை விளைவிக்கலாம் என்று கருதப்படக்கூடிய தகவல் தன்னிச்சையாக பல்வேறு உளவியல் சார் செயல் முறைகளால் முழுமைத்தன்மைக்கு ஆபத்தை விளைவிக்கலாம் என்று கருதப்படக்கூடிய தகவல் தன்னிச்சையாக பல்வேறு உளவியல் சார் செயல் முறைகளால் விலக்கமடைகிறது. எடுத்துக்காட்டுகளில் மகிழ்வளிக்காத நினைவுகள், மறுப்பு, பகுத்தறிவாக்கம், புறத்தேற்றம், இடைவினையாக்கம் போன்றவை அடங்கும்.

தன்-மற்ற வேறுபாடு (self-Other Distinction) : ஒரு தன்னுணர்வு கொண்டவராக உங்களை உணரும் திறன்; தன்னுணர்வு கொண்டவர்களின் அக உலகங்களிலிருந்து தனியானது. இந்த தனித்தன்மை தன்னலத்தையோ மற்றவர்களிடம் பரிவு இல்லை என்பதையோ குறிப்பதில்லை என்றாலும், அந்தத் தன்மைகள் நோக்கிய ஒரு மனப்பான்மையைக் கொடுத்துவிடலாம். தன்-மற்ற வேறுபாடுகள், நாம் அத்தியாயம் 9-இல் வாதித்தவாறு, பல விசித்திரமான வகை நரம்பு உளமருத்துவ நோய்களுக்கு அடிப்படையாக அமையலாம்.

ஆட்டிசம் (Autism) : ஆட்டிச நிரல் கோளாறுகள் என்று அழைக்கப்படும் ஒருதொகுதி ஆபத்தான வளர்ச்சிப்பிரசனைகளில் இது ஒன்றாகும். வாழ்க்கையின் தொடக்கத்திலேயே, பொதுவாக மூன்று வயதுக்குள்ளேயே, இது தோன்றுகிறது. அறிகுறிகளும், தீவிரமும்

வேறுபட்டாலும், ஆட்டிச குழந்தைகள் மற்றவர்களுடன் தொடர்புகொள்வதிலும், இடைவினை மேற்கொள்வதிலும் பிரச்சனைகள் காணப்படுகின்றன. இந்தக் கோளாறு ஆடி நியூரான் ஒருங்கிலோ அல்லது இது புறத்தேற்றம் செய்யும் நரம்புச் சுற்றுகளிலோ ஏற்படும் குறைபாடுகளால் உண்டாகிறது என்ற கருதுப்பட்டாலும், இதுவரை இது தெளிவாக நிரூபிக்கப்படவில்லை.

தன்னிச்சை நரம்பு ஒருங்கு *(Autonomic Neruous System)* : புறவமை நரம்பு ஒருங்கின் ஒரு பகுதி. இது உள்ளமை உறுப்புகளின் செயலைக் கட்டுப்படுத்துகிறது. இதில் பரிவு அதிர்வு நரம்பு மற்றும் இணைப்பரிவு அதிர்வு நரம்பு ஒருங்குகள் அடங்குகின்றன. இவை ஹைபோதலாமஸ் பகுதியில் தோன்றுகின்றன; பரிவு அதிர்வு நரம்பு ஒருங்குக்கூறு இன்சுலாவையும் ஈடுபத்துகிறது.

திரிந்த தகவமைவு *(Exaptation)* : ஒரு குறிப்பிட்ட செயலுக்காக இயற்கைத்தேர்வுமூலம் பரிணமித்த ஒரு அமைப்பு பின்பு மற்றொரு முற்றிலும் புதிய, தொடர்பற்ற செயலுக்குப் பயன்படுத்தல்; அவ்வாறு பயன்படுவதற்கு முன்பு மேலும் இயற்கைத் தேர்வுக்கு உட்படுத்தப்பட்டு மேலும் சீராக்கப்படலாம். எடுத்துக்காட்டாக, கடித்து அசை போடுவதற்காக உண்டாக்கப்பட்ட ஊர்வன விலங்குகளின் தாடை எலும்புகள் திரிந்த தகவமைவு பெற்று ஒலியைப் பெருக்குவதற்காக காது எலும்புகளாகப் பரிணமித்தலைக் கூறலாம். கணிணி அறிவியல் அறிஞர்களும் பரிணாம உளவியலாளர்களும் இந்த கருத்தினைக் கண்டு வெறுப்படைகிறார்கள்.

திரிநடத்தை *(Apraxia)* : என்ன எதிர்பார்க்கப்படுகிறது என்பதை அறிந்தும், இயக்கத்தைச் செய்வதற்கான உடல்சார் திறனும், விருப்பமும் இருந்தும் கற்ற, தேவையான இயக்கங்களைச் செய்வதற்கான இயலாமையை இந்த நரம்பியல் கோளாறு கொண்டுள்ளது.

துருத்தி நிற்றல் சோதனை *(Popous Test)* : பார்வை உளவியலாளர்கள் பயன்படுத்தும் ஒரு சோதனை இதன் மூலம் ஒரு குறிப்பிட்ட பார்வைப்பண்பு பார்வைப் பதப்படுத்தம் நிகழ்வின் போது முதலில் பிரித்தெடுக்கப்படுகிறதா இல்லையா என்பதை நிர்ணயிக்கலாம். எடுத்துக்காட்டாக, கிடைமட்டக் கோடுகள் நிறைந்த ஒரு ஊடகத்தில் ஒரு செங்குத்துக்கோடு தனியாகத் "துருத்தி நிற்கும்". குறைந்த-மட்ட (தொடக்க) பார்வைப் பதப்படுத்தத்தில் ஒருங்கமைவுக்கும், நிறத்திற்கும் திருப்பப்பட்ட செல்கள் உள்ளன. இதற்கு மாறாக, பல ஆண் முகங்களுக்கிடையே ஒரு பெண் முகம் துருத்திக் கொண்டு நிற்காது; ஏனெனில் ஒரு முகத்தின் பாலிற்குத்

(ஆணா, பெண்ணா என்பது) துலங்கல் செய்யும் செல்கள் பார்வைப் பதப்படுத்தத்தில் மிகுந்த உயர்மட்டத்தில் உள்ளன.

தூண்டல் (Stimulus) : ஒரு மிகவும் குறிப்பிட்ட சூழல் நிகழ்வு; இதனை உணர்வு ஏற்பிகள் மூலம் கண்டுணர முடியும்.

தொடர்புக்கற்றல் (Associatiue Learning) : ஒருவகைக் கற்றல், இதில் எப்பொழுதுமே ஒன்றாக நடக்கும் (எடுத்துக்காட்டாக சிண்ட்ரெல்லாவும் அவளுடைய வண்டிப்பெட்டியும்) இரண்டு நிகழ்வுகளுக்கு தம்மை வெளிப்படுத்திக் கொள்வதாலேயே, பின்னால் இவற்றில் ஏதாவது ஒன்றைக் காணநேர்ந்தால் மற்றொன்றின் நினைவு தன்னிச்சையாகத் தோன்றுகிறது. ஒன்றிய உணர்வுநிலையில், தவறாகத் தூண்டப்படுதல், ஒரு விளக்கமாக அளிக்கப்படுகிறது.

தொடரியல் (Syntax) : தகவல் பரிமாற்ற நோக்கத்திற்காக சிக்கலான அர்த்தத்தை சரியாகக் குறியீட்டுச் செய்யும் சொல்வரிசை; இதனை இலக்கணத்தோடு நெகிழ்வாகச் சமன்படுத்தலாம். "ஜானை அடித்த மனிதன் காருக்கு சென்றான்" என்ற வாக்கியத்தில் நாம் காருக்குச் சென்ற "மனிதனை" உடனேயே கண்டுணர்கிறோம். ஆனால் "ஜானை" அல்ல. தொடரியல் இல்லாமல் இந்த முடிவுக்கு நம்மால் வரமுடியாது.

நரம்புச்சந்தி (Synapse) : இரண்டு நியூரான்களுக்கு இடையேயான இடைவெளி; இது ஒரு வேதிப்பொருள்; இது ஏற்பிகள் வழியாகத் தகவலைப் பரப்ப உதவுகிறது.

நரம்புச்செலுத்தி (Neuro Transmitor) : நியூரான்களால் ஒரு நரம்புச்சந்தியில் வெளிவிடப்படும் ஒரு வேதிப்பொருள்; இது ஏற்பிகள் வழியாகத் தகவலைப் பரப்ப உதவுகிறது.

நியூரான் (Nearon) : நரம்புசெல். இது தகவலைப் பெறுவதற்கும், பரப்புவதற்கும் சிறப்பமைவு பெற்ற செல்லாகும். இதில் நீண்ட நாரொத்த நீட்சிகளான ஆக்சானும், குட்டையான, கிளைத்த நீட்சிகளான டென்டிரைட்களும் உள்ளன.

நினைவு மறைதல் (Amnesia) : இந்தக் கோளாறில் நினைவு பாதிக்கப்படுகிறது அல்லது இழக்கப்படுகிறது. இதில் காணப்படும் பலவகையில் இரண்டு வகைகள் மிகச் சாதாரணமாகக் காணப்படுகின்றன. ஒன்று முன்னோக்கு நினைவு மறைவு (இதன் காரணமாகப் புதிய நினைவுகளை ஏற்கும் திறன் இருப்பதில்லை), மற்றொன்று பின்னோக்கு நினைவு மறைவு (இதன் காரணமாகப் பழைய நினைவுகள் இழக்கப்படுகின்றன).

நோய் மறுப்பு (unosognosia) : இந்த நோய்கூட்டுஅறிகுறி கொண்ட

மனிதர் உடலியலாமையால் பாதிப்படைந்திருந்தாலும், அந்தக் கோளாறு தனக்கு இருப்பதைப் பற்றி அறியாமலேயே இருக்கிறார் அல்லது அந்தக் கோளாறு தனக்கு இருப்பதையே மறுக்கிறார் (இதனைக் குறிக்கும் ஆங்கிலச் சொல்லான Anosognosia-இன் கிரேக்க வேர்ச்சொல்லின் பொருள் "நோயை மறுத்தல்" என்பதாகும்)

பரிவு அதிர்வு நரம்பு ஒருங்கு (Para Sympathetic) : *தன்னிச்சை நரம்பு ஒருங்கின் ஒரு கிளை. மனஅழுத்தம், தூண்டல் போன்ற நேரங்களில் உடலின் ஆற்றலையும், மூலப்பொருட்களையும் ஒன்றுதிரட்டுவதில் இது ஈடுபட்டுள்ளது. இதனைச் செய்வதற்கு - இந்த அமைப்பு வெப்பநிலையைக் கட்டுப்படுத்துகிறது மற்றும் இரத்த அழுத்தம், இதய துடிப்புத் தகைவேகம், வியர்த்தல் போன்றவற்றை அதிகரிக்கிறது.*

பழைய வழிப்பாதை (Old Pathway) : இது பார்வைப் பதப்படுத்தத்திற்காக மூளையிலுள்ள இரண்டு வழிப்பாதைகளில் பழைய வழிப்பாதையாகும். இந்த வழிபாதை மேல் குறும்புடைப்பிலிருந்து (மூளைத்தண்டில் உள்ள ஒரு தொன்மையான மூளை அமைப்பு) தலாமஸ் வழியாக புறவமை மடல்களுக்குச் செல்கிறது. பழைய வழிப்பாதை "எப்படி" தடத்துடன் ஒன்றாகக் குவித்து கண்களையும் கைகளையும் பொருட்களை நோக்கி இயக்க உதவுகிறது, அந்த மனிதன் உணர்வோடு அவற்றை அடையாளம் கண்டுணரவில்லை என்றாலும், புதிய வழிப்பாதை மட்டும் சிதைவடையும்போது பழைய வழிப்பாதை குருட்டுப்பார்வையைக் கட்டுப்படுத்துவதிலும் ஈடுபட்டுள்ளது.

பின்மண்டை மடல் (Occipital Lobe) : ஒவ்வொரு பெருமூளை அரைக்கோளத்தின் நான்கு துணைப்பிரிவுகளில் ஒன்று (மற்றவை முகப்பு, பொட்டு, மற்றும் புறவமை மடல்களாகும்). இது பார்வையில் பங்கு கொள்கிறது.

புதிய வழிப்பாதை (New Pathway) : பார்வைப் பரப்புகளிலிருந்து பொட்டுமடல்களுக்கு கதிர்க்கோல்வடிவ மடிப்புச்சுருள்வழியாகத் தகவலை அனுப்புகிறது; இது பொருட்களையும் அவற்றின் அர்த்தம் மற்றும் உணர்ச்சி முக்கியத்துவத்தையும் அடையாளம் கண்டுணரவும் உதவுகிறது. புதிய வழிப்பாதை "என்ன" தடம் மற்றும் "எப்படி" தடம் என்ற இரண்டு தடங்களாகப் பிரிகிறது.

புலப்பாடின்மை (Agnosia) : ஒருஅரிதான கோளாறு.குறிப்பாக உணர்வுசார் புலனுகர்ச்சிப் பண்பு (பார்வை அல்லது கேட்டால் போன்றவை) குறையுடையதாக இல்லாதிருக்கும் போதும், நினைவு அல்லது நுண்ணறிவில் எந்தவித குறிப்பிடத்தக்க இழப்பைப்

பெறாதிருக்கும் போதும் இக்கோளாறு உள்ளவர்களிடம் பொருட்களையும், மக்களையும் அடையாளம் கண்டுணரும் திறன் இருப்பதில்லை.

புரோக்கா பரப்பு (Brocia Area) : இது முகப்பு மடலில் அமைந்துள்ளது. தொடரியல் அமைப்பு கொண்ட பேச்சினை உண்டாக்குவதற்கு இது காரணமாக அமைகிறது.

புறவமை நரம்பு ஒருங்கு (Paipheral Neruous Symtem) : நரம்பு ஒருங்கின் ஒரு பிரிவு, மைய நரம்பு ஒருங்கின் பகுதியாக அமையாத அனைத்து இதர நரம்புகளும் இதில் அடங்கும் (அதாவது மூளை மற்றும் தண்டுவடத்தில் அடங்காத நரம்புகள்).

புறவமை மடல் (Parretal Lobe) : ஒவ்வொரு பெருமூளை அரைக்கோளத்தின் நான்கு துணைப்பிரிவுகளில் ஒன்று (மற்றவை முகப்பு, பொட்டு, பின்மண்டை மடல்கள் ஆகும்). வலது அரைக்கோளத்தில் உள்ள புறவமை மடலின் ஒரு பகுதி புலன்சார் கவனத்திலும் உடல் உருவத்திலும் பங்கு பெறுகிறது. இடது புறவமை மடல்திறன் இயக்கங்களிலும், மொழிக்கூறுகளிலும் (பொருட்களைப் பெயரிடுதல், படித்தல் மற்றும் எழுதுதல்) ஈடுபட்டுள்ளது. சாதாரணமாக, மொழியைப் புரிந்துகொள்வதில் புறவமை மடல்களுக்கு எந்தவித பங்களிப்பும் இல்லை; இது பொட்டுமடலில் நடைபெறுகிறது.

பெருமூளை அரைக்கோளங்கள் (cerebral Hemispheres) : மூளையின் இரண்டு அரைப்பகுதிகள்; வெவ்வேறு செயல்களுக்காகப் பகுதி-சிறப்புத்தன்மைப் பெற்றுள்ளன - இடது அரைக்கோளம் பேச்சு, எழுதுதல், மொழி மற்றும் கணிப்பு; வலது அரைக்கோளம் வெளி-சார் திறன்கள், பார்வையில் முகஅடையாளம் கண்டுணர்தல் மற்றும் இசைப் புலனுணர்வின் ஒருசில கூறுகள் (ஒத்திசைவு அல்லது துடிப்பு ஆகியவற்றை அளவீடு செய்வதைவிட அளவுகளை). ஒரு உன்னிப்பான அனுமானத்தின்படி இடது அரைக்கோளம் "இணக்கவாதி" யாகச் செயல்பட்டு அனைத்தையும் தக்கதாக வைக்க முயன்று முன்னேறிச் செல்ல உதவுகிறது, ஆனால், வலது அரைக்கோளம் உங்களுடைய சாத்தானின் ஆதரவாளர் அல்லது மெய்மை சோதிப்பாளர் ஃபிராய்டிய தற்காப்புச் செயல்முறைகள் நடத்தையின் முரண்பாடின்மையையும் நிலைத்தன்மையையும் கொடுப்பதற்காக இடது அரைக்கோளத்தில் பரிணமித்திருக்கலாம்.

பெருமூளைப் புறணி (cerebral Cortex) : மூளையின் பெருமூளை அரைக்கோளங்களின் வெளிப்பக்க அடுக்கு. புலனுணர்வு, நுட்பமான உணர்ச்சிகள், கருத்தியலாக்கச் சிந்தனை, திட்மிடுதல்

போன்றவற்றை உள்ளடக்கிய அனைத்துவகை உயர்-மட்ட செயல்களுக்கு இது காரணமாகிறது. இது குறிப்பாக மனிதர்களிடம் நன்கு வளர்ச்சியடைந்துள்ளது, இதைவிட சற்று குறைந்த அளவிற்கு டால்ஃபின்களிலும், யானைகளிலும்.

பேச்சியலாமை (Aphasia) : மொழியை புரிந்துகொள்ளல் மற்றும் உண்டாக்குதலில் ஏற்படும் ஒரு குழப்பம்; இது பெரும்பாலும் இழுப்பால் ஏற்படுகிறது. பேச்சியலாமையில் மூன்று முக்கிய வகைகள் உளள்ன: பெயர் கூறாமை (சரியான சொற்களைக் கண்டுபிடிக்க இயலாமை), புரோக்கா பேச்சியலாமை (இலக்கணத்தில் பிரச்சனை, முக்கியமாக மொழியின் ஆழ்ந்த அமைப்பில்) மற்றும் வெர்னிக்கே பேச்சியலாமை (சொற்களின் பொருளைப்புரிந்து கொள்வதிலும் அவற்றை வெளிப்படுத்துவதிலும் பிரச்சனையைக் கொண்டிருத்தல்).

பொட்டுமடல் (Tauporal Lobe) : ஒவ்வொரு பெருமூளை அரைக்கோளத்தின் நான்கு முக்கியத் துணைப்பிரிவுகளில் ஒன்று (மற்ற மூன்று முகப்பு, புறவமை மற்றும் பின்மண்டை மடல்களாகும்). பொட்டுமடல் ஒலிகளைப் புலனுணர்வு செய்கிறது. மொழியைப் புரிந்து கொள்ள வைக்கிறது, முகங்களையும் பொருட்களையும் பார்வைப் புலனுணர்வு செய்கிறது. புதிய நினைவுகளை ஏற்கிறது, உணர்ச்சிசார் உணர்வுகள் மற்றும் நடத்தையைக் கட்டுப்படுத்துகிறது.

பொட்டுமடல் கால்-கை வலிப்பு (Temporal Lobe Epilepsay) : வலிப்புகள் முக்கியமாக பொட்டுமடல்களுக்கும், சிலநேரங்களில் முன்பக்க சிங்குலேட்டுக்கும் மட்டும் உரித்தானவை. TLE தன்னிலைப் பற்றிய மிக உயர்ந்த உணர்வை உண்டாக்குகிறது; இது மதம்சார் மற்றும் ஆன்மீக அனுபவத்துடனும் பிணைக்கப்பட்டுள்ளது. பாதிக்கப்பட்ட மனிதர் குறிப்பிடத்தக்க ஆளுமை மாற்றங்களை அடைவார் மற்றும் / அல்லது கருத்தியலாக்கச் சிந்தனைகளால் ஆக்ரமிக்கப்படுவார். TLE கொண்ட மக்கள் தம்மைச் சுற்றியுள்ள ஒவ்வொன்றுக்கும், தம்மையும் சேர்த்து, மிகுந்த முக்கியத்துவம் கொடுப்பார். இதற்கான ஒரு விளக்கம் என்னவெனில் தொடர்ந்து ஏற்படும் வலிப்புகள் பொட்டுப் புறணி மற்றும் அமிக்டாலா ஆகிய இரண்டு மூளைப் பரப்புகளுக்கிடையே உள்ள தொடர்புகளை வலுவூட்டுகின்றன. வியக்கத்தக்க வகையில் TLE கொண்ட மக்கள் நகைச்சுவையுணர்வற்றவர்களாக இருப்பார்கள்; இதுவலிப்பு-இல்லாத மிகுந்த ஆன்மீகப் பற்றுள்ளவர்களிடமும் காணப்படுகிறது.

பொருண்மய நினைவு (cerebral Cortex) : ஒரு பொருள், நிகழ்வு அல்லது கருத்துரு போன்றவற்றின் அர்த்தங்களுக்கான நினைவு.

ஒரு பன்றியின் தோற்றத்திற்கான பொருண்மய நினைவு ஒரு தொகுதி தொடர்புப் பண்புகளை உள்ளடக்கியதாகும்; உப்பிட்ட தொடை, இறைச்சி, Oink Oink, மண், பருமன்தன்மை, Porky the Pig கருத்துப்படங்கள் போன்றவை. இந்தத் தொகுப்பு "பன்றி" என்ற பெயரால் ஒன்று சேர்க்கப்படுகிறது. எனினும் பெயர் கூறாமை மற்றும் வெர்னிக்கே பேச்சியலாமை கொண்ட நோயாளிகளின் மேல் மேற்கொள்ளப்பட்ட எங்களுடைய ஆய்வுகள் பெயர் என்பது வெறும் தொடர்பு விஷயமல்ல; ஆனால் அது அர்த்தங்களின் கருவூலத்தைத் திறக்கும் திறவாகும் மற்றும் சிந்தனைக்குத் தேவைப்படுவது போன்ற ஒருசில விதிகளின்படி பொருளை அல்லது கருத்துருவை மாற்றியமைக்கப் பயன்படக்கூடிய ஒரு கைப்பிடியாகும். பெயர்க்கூறாமை அல்லது வெர்னிக்கே பேச்சியலாமை கோளாறு பெற்ற ஒரு புத்திசாலியான மனிதன் பொருட்களை அடையாளம் கண்டுணரமுடியும். ஆனால், அவற்றைத் தவறாக பெயரிடுவார். ஆனால், இத்தகைய மனிதன் முதலில் ஒரு பொருளைத் தவறாகப் பெயரிட்டாலும் (எடுத்துக்காட்டாக, ஒரு ஓவியத்தூரிகையை சீப்பு என்று கூறுவது), அவர் பெரும்பாலும் அதனை ஒரு சீப்பு போன்றே பயன்படுத்துகிறார் என்று நான் கண்டுள்ளேன். ஒரு பொருளைச் சரியாக அடையாளம் கண்டுபிடிக்காத செயலினாலேயே அவர் தவறானப் பொருண்மயக்கூறு பாதையை பின்பற்றும்படி கட்டாயப்படுத்தப்படுகிறார். மொழி, பார்வைசார் அடையாளம் கண்டுணர்தல் மற்றும் சிந்தனை ஆகியவை நாம் நினைப்பதைவிட அதிக நெருக்கமாக இடைப்பிணைப்பு கொண்டுள்ளன.

போலிபக்க உறுப்பு (Phauton) : விபத்து அல்லது துணிப்பு மூலம் இழந்த போலிப் பக்க உறுப்பு இருப்பதாக உணர்வது.

மரபுசார் ஆக்க நிலையுறுத்தம் (Classcul Conditiouny) : ஒருவகைக் கற்றல், இதில் இயற்கையாகவே ஒரு குறிப்பிட்ட துலங்கலை (ஒரு நடுநிலை ஆக்க நிலையுறுத்தாத் தூண்டல்) ஒரு தூண்டல் ஒரு நடுநிலைத் தூண்டலோடு (ஒரு ஆக்க நிலையுத்தும் தூண்டல்) தொடர்ந்து இணை சேர்க்கப்படுகிறது. இதன் காரணமாக, ஆக்க நிலையுறுத்தப்பட்ட தூண்டல் ஆக்கநிலையுறுத்தாத தூண்டலுக்கான துலங்கலை ஒத்த ஒரு துலங்கலை உண்டாக்கத் தொடங்குகிறது. இது தொடர்புக்கற்றலுக்குத் தொடர்பானதாகும்.

மறுஉள்ளேற்பு (Reuptake) : வெளிவிடப்பட்ட நரம்புச் செலுத்திகளை பின்னால் பயன்படுத்துவதற்காக நரம்புச்சந்தி மீண்டும் உறிஞ்சும் செயல்.

மாற்று-கை நோய்க்கூட்டுஅறிகுறி (Alin-Hand Syndrome) :

கையின் உண்மையான அசைவுகளை உண்டாக்குவதில், கட்டுப்படுத்த முடியாத வெளிவிசையினால் பெறப்பட்டு அதன் கட்டுப்பாட்டினால் ஒருவரின் கை இயங்குவது போன்ற உணர்வு. பெருமூளை-பிணைப்பிழைமப் பட்டை அல்லது முன்பக்க சிங்குலேட் என்ற பகுதியில் ஏற்படும் காயத்திலிருந்து இந்த நோய்க்கூட்டுஅறிகுறி பொதுவாகத் தோன்றுகிறது.

மின்பாய்வு தோல் துலங்கள் (Guluanic Skin Response): (ஒரு பாம்பு, ஒரு பாலிணை, இரை, அல்லது ஒரு திருடன் போன்ற) ஏதோவொரு கிளர்ச்சியூட்டும் அல்லது சிறப்பான விஷயத்தைப் பார்க்கும்போதோ, கேட்கும் போதோ உங்களுடைய ஹைபோதலாமஸ் செயலூக்கம் பெறகிறது; இது உங்களை வியர்க்க வைக்கிறது, இதனால் உங்களுடைய தோலின் மின்தடையில் மாற்றங்கள் ஏற்படுகின்றன. இந்தத் தடையை அளத்தலின் முலம் தற்சார்பற்ற உணர்ச்சித் துலங்கலின் அளவு கிடைக்கப்பெறுகிறது. இது தோல் கடத்துத துலங்கல் (SCR) என்றும் அழைக்கப்படுகிறது.

முகப்புமடல் (Froutal Lobe) : ஒவ்வொரு பெருமூளை அரைக்கோளத்தின் நான்கு பகுதிகளில் ஒன்று (மற்ற மூன்று பகுதிகள் புறவமை, பொட்டு மற்றும் பின்மண்டை மடல்களாகும்). முகப்புமடலில்கள் உடலின் எதிர்பக்கம் அமைந்த தசைகளுக்கு ஆணைகளை அனுப்பும் இயக்கப்புறணியையும், இந்த ஆணைகளைச் செயல்படுத்தும் முன் இயக்கப் புறணியையும், நெறித்தன்மை, தீர்வு, ஒழுக்கங்கள், ஆசைகள், ஆளுமை, பண்பு மற்றும் இதர தனித்தன்மையான மனிதக்கூறுகள் போன்றவற்றின் அமைவிடமாக அமையும் முன்முகப்புப் புறணியையும் கொண்டவை.

முன்பக்க சிங்குலேட் (Anteuor Cingulate) : ஒரு C-வடிவ வளையப் புறணித்திசு. இது இடது மற்றும் வலது மூளை அரைக்கோளங்களை இணைக்கும் பெருமூளை-பிணைப்பிழைமப் பட்டை என்றழைக்கப்படும், நரம்புநார்களின் பெரிய கற்றையின் முன்பகுதியை ஓரளவுக்குச் சூழ்ந்து காணப்படுகிறது. பல - ஏறத்தாழ மிகமிக அதிக-மூளை உருவகப்படமாக்க ஆய்வுகளில் முன்பக்க சிங்குலேட் "ஒளியேற்றம்" பெறுகிறது. இந்த அமைப்பு தன் விருப்புரிமை எண்ணம், கண்காணிப்பு, கவனம் போன்றவற்றில் ஈடுபட்டுள்ளதாகக் கருதப்படுகிறது.

முன்முகப்புப் புறணி (Pre Frontal cortex) : காண்க முகப்புமடல்.

முன்னோடி மொழி (Proto Language) : நம்முடைய முன்னோடிகளிடம் காணப்பட்டிருக்கலாம் என்ற மொழிப்பரிணாமத்தின் தொடக்கநிலை என்று கருதப்படுவது. சரியான வரிசையில்

சொற்களை ஒன்று கோர்த்தல் மூலம் பொருளை இந்த முன்னோடி மொழி சுட்டலாம் (எடுத்துக்காட்டாக, "டார்ஜான் வாலில்லாக்குரங்கு கொல்") என்றாலும் இதற்குக் தொடரியல் கிடையாது. முன்னோடி மொழி என்று பொருள்படும் ஆங்கிலச் சொல்லான "Protolanguage"-ஐ ஹவாய் பல்கலைக்கழகத்தின் டெரேக் பிக்கர்டன் முதன்முதலில் அறிமுகப்படுத்தினார்.

மூளைத் தண்டு *(Brain Systewm)* : தண்டுவடத்திலிருந்தும் புறவமை நரம்புகளிலிருந்தும் தகவலைப் பெறவும், அவற்றிற்குத் தகவலை அனுப்பவும் பெரு மூளை அரைக்கோளங்களால் பயன்படுத்தப்படும் முக்கியத்தடம் தான் மூளைத்தண்டு. இது நேரடியாக மண்டையோட்டு நரம்புகளை உருவாக்குகிறது; இவை முக உணர்ச்சியைக் (முகச்சுளிப்பு, கண்சிமிட்டல், புன்சிரித்தல், கடித்தல், முத்தமிடல், உதட்டைப் பிதுக்குதல் போன்றவை) கட்டுப்படுத்தும் தசைகளுக்குச் செல்கின்றன; மேலும், இவை விழுங்குதலுக்கும், கத்தல்களுக்கும் உதவுகின்றன. மூளைத்தண்டு சுவாசித்தல், இதய ஒத்திசைவுக் கட்டுப்பாடு போன்றவற்றையும் கட்டுப்படுத்துகிறது.

மூளைப்பாலம் *(Pons)* : மூளை உட்காரும் தண்டின் ஒரு பகுதி. மற்ற மூளை அமைப்புகளுடன் சேர்ந்து இது சுவாசித்தலைக் கட்டுப்படுத்துகிறது. இதய ஒத்திசைவுகளைச் சீரியதாக்குகிறது. பெருமூளை அரைக்கோளங்கள் தண்டுவடத்திற்கும், புறவமை நரம்பு ஒருங்கிற்கும் தகவலை அனுப்பவும், அவற்றிலிருந்து தகவலைப் பெறவும் மூளைப் பாலம் ஒரு முக்கியப் பாதையாகச் செயல்படுகிறது.

மூளை மின்னலை வரைவியல் *(Ebtro Exephalo Graphy)* : உணர்வுத் தூண்டல்களுக்கான துலங்கலாக ஏற்படும் மூளையின் மின் செயலின் ஒரு அளவீடு. இது மண்டையோட்டின் பரப்பின் மேல் வைக்கப்பட்ட (அல்லது, அரிதாக, மண்டையினுள் வைக்கப்பட்ட) மின்வாய்கள் மூலம் பெறப்படுகிறது. ஒரு தூண்டலை மீண்டும் மீண்டும் கொடுத்து, பின்பு ஒரு கணிணியைப் பயன்படுத்தி முடிவுகளின் சராசரி கணிக்கப்படுகிறது. இதன் முடிவுதான் ஒரு மூளை மின்னலை வரைவியலாகும் (இது EEG என்றும் சுருக்கப்படுகிறது).

மேல் புறவமைச் சிறுமடல் *(Superior Parietal Lobe)* : புறவமைமடலின் நுனிக்கருகில் அமைந்துள்ள ஒரு மூளைப்பகுதி. பார்வை மற்றும் S2 பரப்பு (மூட்டு மற்றும் தசை உணர்வு) போன்றவற்றிலிருந்து பெறப்படும் உள்ளீடுகளைப் பயன்படுத்தி ஒருவருடைய உடல் உருவத்தை உருவாக்குவதில் வலது SPL ஓரளவுக்கு ஈடுபட்டுள்ளது. கீழ்புறவமைச் சிறுமடலும் இந்த செயலில் ஈடுபட்டுள்ளது.

மேல் பொட்டுப்பள்ளம் (Superior Temporal Lobe) : பொட்டுமடலில் இரண்டு கிடைமட்டப் பள்ளங்களில் மிகுந்த உச்சியில் உள்ள ஒன்று. மாறும் முகஉணர்வுகள், நடை போன்ற உயிரியல் இயக்கங்கள் மற்றும் இதர உயிரியல் முக்கியத்துவம் வாய்ந்த உள்ளீடுகளுக்கு துலங்கலடையும் செல்கள் STS-இல் உள்ளன. STS தன்னுடைய வெளியீடுகளை அமிக்டாலாவிற்கு அனுப்புகிறது.

மேல்விளிம்பு மடிப்புச்சுருள் (Supra Margunal Gyras) : பரிணாம அடிப்படையில் அண்மையில் தோன்றிய மடிப்புச்சுருள். இது *கீழ்புறவமைச் சிறுமடலிலிருந்து* பிளவுபட்டுத் தோன்றியதாகும். மேல்விளிம்பு மடிப்புச்சுருள் திறன்சார் மற்றும் பகுதித்திறன்சார் இயக்கங்களை மேற்கொள்ள நினைப்பதிலும் அவற்றை நடைமுறைப்படுத்துவதிலும் ஈடுபட்டுள்ளது. இது மனிதர்களுக்கே உரித்தான அமைப்பாகும்; இதில் ஏற்படும் சிதைவு *திரிநடத்தையில்* முடிவடைகிறது.

வலிப்புகள் (SeiZures): ஒரு சிறிய தொகுப்பு அதிகக் கிளர்வூட்டப்படும் மூளை செல்களில் ஒரு குறுகியகாலத் திடீர் வலிப்புறுதல் சார்பு வெளியேற்றம். இந்த வெளியேற்றத்தின் காரணமாக உணர்வுத்தன்மை இழக்கப்படலாம் (மிகப்பெரிய நோய் வலிப்பு) அல்லது உணர்வுத்தன்மை, உணர்ச்சிகள், நடத்தை போன்றவற்றில் குலைவு ஏற்படலாம். ஆனால், உணர்வுத்தன்மை இழக்கப்படாமல் (*பொட்டுமடல் கால்-கை வலிப்பு*). சிறிய நோய் வலிப்புகள் குழந்தைகளிடம் ஒரு குறுகியகால "இல்லாமை"யாகக் காணப்படுகின்றன. இத்தகைய வலிப்புகள் முழுவதுமாக அனுகூலமானமை, மற்றும் குழந்தைகள் அவற்றை ஏறத்தாழ எப்பொழுதுமே இழந்து விடுகிறார்கள். பெரிய நோய் வலிப்புகள் பெரும்பாலும் குடும்பம் சார்ந்தவை; பின்பதின்ம வயதுகளில் இவை தோன்றுகின்றன.

வெர்னிக்கே பரப்பு (Wernicke's Area) : மொழியைப் புரிந்து கொள்ளவும், அர்த்தமுள்ள பேச்சு மற்றும் எழுத்தை உருவாக்கவும் உதவும் மூளையின் ஒரு பகுதி.

ஹார்மான்கள் (Hormones) : நாளமில்லாச் சுரப்பிகளால் சுரக்கப்பட்ட வேதிய ஏவல் பொருட்கள்; இவை இலக்குச் செல்களின் செயலைச் சீரமைக்கின்றன. பால் வளர்ச்சி, கால்சியம் மற்றும் எலும்பு வளர்சிதை மாற்றம், வளர்ச்சி மற்றும் இதர பல செயல்களில் இவை முக்கியப் பங்கு வகிக்கின்றன.

ஹிப்போகேம்பஸ் பின்மேடு (Hypothalamus) : *பொட்டு* மடல்களின் உள்ளே அமைந்த ஒரு கடற்குதிரை வடிவமைப்பு. இது நினைவுகளை, குறிப்பாக புது நினைவுகளை, ஏற்பதில் செயல்படுகிறது.

ஹைபோதலாமஸ் : *பல்வேறு செயல்களைக் கெண்ட பல செல் திரள்களாலான ஒரு சிக்கலான மூளை அமைப்பு. இவற்றில் உணர்ச்சிகள், உள்உறுப்புகளின் செயல்களைக் கட்டுப்படுத்துதல், தன்னிச்சை நரம்பு ஒருங்கிலிருந்து பெறப்படும் தகவல்களைக் கண்காணித்தல், பிட்யூட்டரி சுரப்பியைக் கட்டுப்படுத்துதல் போன்றவை அடங்கும்.*

MU *அலைகள் (MU Wawes) :* *சில குறிப்பிட்ட மூளை அலைகள்; இவை தன்விருப்பத்தன்மையைப் பாதிக்கின்றன.* MU *அலைகள் ஆடிநியூரான் செயலுக்கான ஒரு குறியீடாகச் செயல்படலாம் அல்லது செயல்படாமல் இருக்கலாம்; ஆனால், செயல் நடைபெறும் போதும், செயல் கவனிக்கப்படும் போதும் இவை அமுக்கப்படுகின்றன என்பதிலிருந்து இவை ஆடி-நியூரான் ஒருங்குடன் ஒரு நெருங்கிய பிணைப்பைக் கொண்டிருக்கலாம் என்று கருதப்படுகிறது.*

ஹிப்போகேம்பஸ் பின்மேடு (Hippocampus: *பொட்டு மடல்களில் உள்ளே அமைந்தஒருகடற்குதிரைவடிவமைப்பு.இதுநினைவுகளை. குறிப்பாக புது நினைவுகளை, ஏற்பதில் செயல்படுகிறது.*

www.ingramcontent.com/pod-product-compliance
Lightning Source LLC
LaVergne TN
LVHW100839051026
849519LV00006B/2367
9789385377976